ഇന്ത്യൻ നവോത്ഥാന നായകർ

indian navodhana nayakar

•

rajesh chirappadu, rajesh k erumeli

•

first edition
october 2016

•

second edition
january 2018

•

third edition
may 2019

•

second impression
march 2020

•

typesetting & published
chintha publishers, thiruvananthapuram

•

•

cover
midas

•

Distribution
DESHABHIMANI BOOK HOUSE
H O Thiruvananthapuram 695035
phone: 0471-2303026, 6063026
Email: chinthapublishers@gmail.com
Website: www.chinthapublishers.com

Branch

Head Office Kunnukuzhi • Statue Thiruvananthapuram • KSRTC Bus
Station Alappuzha • KSRTC Bus Station Ernakulam • Machingal Lane
Thrissur • IG Road Kozhikode • Mavoor Road Kozhikode • NGO Union
Building Kannur • Central Bus Terminal Complex Thavakkara Kannur

---

CR - VV - 126 / 2224 / 5290
ISBN - 978-93-86112-92-7

ഇന്ത്യൻ നവോത്ഥാന നായകർ

രാജേഷ് ചിറപ്പാട്
രാജേഷ് കെ എരുമേലി

ചിന്ത പബ്ലിഷേഴ്സ്
തിരുവനന്തപുരം-695 035

രാജേഷ് ചിറപ്പാട്

നിരുപകനും എഴുത്തുകാരനും.

പ്രസിദ്ധീകരിച്ച പ്രധാന കൃതികൾ : *മാംസനിബദ്ധം (കവിതകൾ), അംബേദ്കർ ജീവിതം കൃതി ദർശനം, കുമാരനാശാൻ കവിതയും ജീവിതവും, അയ്യൻകാളി ജീവിതവും പോരാട്ടവും, പൊയ്കയിൽ അപ്പച്ചൻ, കുട്ടിക ളുടെ നെൽസൺമണ്ടേല, പുതുകാലം പുതുകവിതകൾ, ദളിത്‌വർത്തമാനം, തകഴി വായനയും പുനർവായനയും, (എഡിറ്റർ) കെ ഇ എൻ സംഭാഷണ ങ്ങൾ (സമാഹരണം, പി എസ് പുഴനാടിനൊപ്പം), സ്വത്വം വർഗ്ഗം മൃദുഹി ന്ദുത്വം, യേശു വിമോചകനും രക്തസാക്ഷിയും, മഹാനടൻ, പാട്ടും മൂളി വന്നു; വൈക്കം വിജയലക്ഷ്മി ജീവിതം സംഗീതം, സൗന്ദര്യശാസ്ത്രം ചരി ത്രവും വികാസവും, മാറുന്ന കാലം മാറുന്ന കവിത, ഡോ. വേലുക്കുട്ടി അര യൻ (എഡിറ്റർ, രാജേഷ് കെ എരുമേലിക്കൊപ്പം) എം എഫ് ഹുസൈൻ എന്ന ഇതിഹാസം (സമാഹരണം; പി പി സത്യനോടൊപ്പം) മതമൗലികവാ ദവും ഇന്ത്യൻ മതേതരത്വവും (പരിഭാഷ).* ഇപ്പോൾ ചിന്ത പബ്ലിഷേഴ്സിൽ സബ് എഡിറ്റർ. കേരള ഭാഷാ ഇൻസ്റ്റിറ്റ്യൂട്ട് ഭരണസമിതിയംഗം

ജീവിതപങ്കാളി	:	വിജില ചിറപ്പാട്
വിലാസം	:	ചിന്ത പബ്ലിഷേഴ്സ്
		എ കെ ജി സെന്ററിനു സമീപം
		തിരുവനന്തപുരം–35
ഫോൺ	:	8113904202
email	:	rajeshchirappadu@gmail.com

രാജേഷ് കെ എരുമേലി

പത്രപ്രവർത്തകനും എഴുത്തുകാരനും.

പ്രസിദ്ധീകരിച്ച പ്രധാന കൃതികൾ: *പത്രവും പത്രപ്രവർത്തനവും, ജാതി ക്കുമ്മി; പാഠം പഠനം, ജോതിറാവു ഫൂലെ (ജീവചരിത്രം), തിരിച്ചറിയേണ്ട വരികൾ (എഡിറ്റർ, ഡോ. ഒ കെ സന്തോഷിനൊപ്പം), യുക്തിവാദം ചോദ്യോ ത്തരങ്ങൾ (എഡിറ്റർ, രാജഗോപാൽ വാകത്താനത്തിനൊപ്പം) സ്വത്വം വർഗ്ഗം മൃദുഹിന്ദുത്വം, യേശു വിമോചകനും രക്തസാക്ഷിയും, മഹാനടൻ, പാട്ടും മൂളി വന്നു; വൈക്കം വിജയലക്ഷ്മി ജീവിതം സംഗീതം, സൗന്ദര്യശാസ്ത്രം ചരിത്രവും വികാസവും, മാറുന്ന കാലം മാറുന്ന കവിത, ഡോ. വേലുക്കുട്ടി അരയൻ (എഡിറ്റർ, രാജേഷ് ചിറപ്പാടിനൊപ്പം).* മാധ്യമം, ജനയുഗം, നവമല യാളി (ഓൺലൈൻ) എന്നീ പത്രങ്ങളിലും ആരോഗ്യപ്പച്ച മാസികയിൽ ഡെപ്യൂട്ടി എഡിറ്ററായും ജോലി നോക്കി. ഇപ്പോൾ കിസലയ പബ്ലിഷേഴ്സിൽ എഡിറ്റർ. കേരള ഭാഷാ ഇൻസ്റ്റിറ്റ്യൂട്ട് ഭരണസമിതിയംഗം.

ജീവിതപങ്കാളി	:	സ്നേഹലത
മകൻ	:	തരുൺ
വിലാസം	:	കാവുംപാടം വീട്, കനകപ്പലം പി ഒ
		എരുമേലി, കോട്ടയം–686509
ഫോൺ	:	9947881258
email	:	rajeshkerumeli@gmail.com

ഉള്ളടക്കം

പ്രസാധകക്കുറിപ്പ്

ചരിത്രത്തിൽ ഗോപുരംപോലെ ഉയർന്നുനിന്നവരാണ് നവോത്ഥാന നായകർ. ഗോപുരത്തിൽനിന്നും പ്രകാശ രശ്മികൾ പ്രസരണം ചെയ്യപ്പെടുന്നുണ്ട്. എല്ലാ നവോ ത്ഥാന നായകരും ചരിത്രത്തിന്റെ ഭാഗമായി അടയാളപ്പെ ടുത്തപ്പെട്ടിട്ടില്ല. ഇന്ത്യൻ നവോത്ഥാനത്തിനു നേതൃത്വം നല്കിയ മഹത്‌വ്യക്തിത്വങ്ങളെയും അവരുടെ സംഭാവന കളെയും സംക്ഷിപ്തമായി പരിചയപ്പെടുത്തുന്ന ഗ്രന്ഥമാ ണിത്.

ഇതുവരെ അറിയപ്പെടാത്ത ചിലരെയും ഈ ഗ്രന്ഥത്തിൽ പരിചയപ്പെടുത്തുന്നുണ്ട്. വിദ്യാർത്ഥികൾക്കും സാധാരണ വായനക്കാർക്കും ഒരുപോലെ പ്രയോജനംചെയ്യുന്ന ഈ ഗ്രന്ഥം വിജ്ഞാനവർഷം പരമ്പരയുടെ മികച്ച സംഭാവന യാണ്. ഈ പുസ്തകത്തിന്റെ മൂന്നാം പതിപ്പ് സസന്തോഷം വായനക്കാരുടെ കൈകളിൽ എത്തിക്കുന്നു.

ചിന്ത പബ്ലിഷേഴ്സ്

ആമുഖം

ഇന്ത്യൻ നവോത്ഥാനത്തിന് വ്യത്യസ്തമായ കൈവഴികളുണ്ട്. വിവിധ ദേശങ്ങളിൽനിന്ന് ഒഴുകിയെത്തുന്ന ചെറിയ പുഴകൾ ഒരു വലിയ നദിയിൽ ലയിക്കുന്നതുപോലെയാണ് ഇന്ത്യയിലെ നവോത്ഥാന പ്രസ്ഥാനങ്ങളെയും നവോത്ഥാന നേതാക്കളെയും സമീപിക്കേണ്ടത്.

ഓരോ ദേശത്തെയും സവിശേഷമായ സാമൂഹിക അനീതികൾക്കും അസമത്വങ്ങൾക്കുമെതിരെ നിലകൊണ്ടവരുടെ ജീവിതവും പ്രവർത്ത നങ്ങളും ഇന്ത്യയെന്ന പൊതുമണ്ഡലത്തിൽവച്ച് അന്വേഷിക്കുമ്പോഴാണ് ഇന്ത്യൻ നവോത്ഥാനം എന്ന ശീർഷകം പ്രസക്തമാകുന്നത്.

പൊതുവെ ഇന്ത്യൻ നവോത്ഥാനത്തിന്റെ ചരിത്രഭൂമിക ബംഗാളാ ണെന്ന് പറയാറുണ്ട്. മഹാരാഷ്ട്രയിൽ ജ്യോതിറാവു ഫുലെ, തമിഴ്നാ ട്ടിൽ പണ്ഡിറ്റ് അയ്യോദീദാസ്, പെരിയാർ ഇ വി രാമസ്വാമി, ആന്ധ്രയിൽ കുസുമ ധർമ്മണ്ണ, പഞ്ചാബിൽ മംഗോറോ തുടങ്ങിയ നവോത്ഥാന പ്രതി ഭകളുടെ പ്രവർത്തനങ്ങൾ ഇന്ത്യൻ നവോത്ഥാനത്തിലേക്ക് ചേർത്തു വയ്ക്കാനാണ് ഞങ്ങൾ ശ്രമിക്കുന്നത്. അതോടൊപ്പം കേരളത്തിൽ ഉയർന്നുവന്ന നവോത്ഥാന നേതാക്കളിൽ പ്രമുഖരായ നാരായണഗുരു, അയ്യൻകാളി എന്നിവരെയും ഇന്ത്യയുടെ പൊതു നവോത്ഥാന പരിസര ത്തിലേക്ക് കണ്ണിചേർക്കാൻ ശ്രമിച്ചിട്ടുണ്ട്.

കേരളത്തിലെ നവോത്ഥാന പ്രതിഭകളായ പൊയ്കയിൽ അപ്പച്ചൻ (പൊയ്കയിൽ കുമാരഗുരു), സഹോദരൻ അയ്യപ്പൻ, പണ്ഡിറ്റ് കെ പി കറുപ്പൻ, വേലുക്കുട്ടി അരയൻ, വൈകുണ്ഠസ്വാമി തുടങ്ങിയ നവോ ത്ഥാന നായകരുടെ സംഭാവനകളെയും ഈ സന്ദർഭത്തിൽ ഓർക്കുക യാണ്.

ഇന്ത്യയിലും കേരളത്തിലും ഉയർന്നുവന്ന സ്ത്രീ നവോത്ഥാന നേതാക്കളെയും അവഗണിക്കാനാവില്ല. സവിശേഷമായ ഒരന്വേഷണ

സാദ്ധ്യത ഇതിനുണ്ട്. ഇന്ത്യൻ സ്ത്രീ നവോത്ഥാനത്തിന്റെ ഉത്തുംഗത
യിൽ നിലനില്ക്കുന്ന സാവിത്രി ഫൂലെയെപ്പോലുള്ളവരുടെ പ്രവർത്ത
നങ്ങൾ ഇന്നും വേണ്ട രീതിയിൽ പരിഗണിക്കപ്പെട്ടിട്ടില്ല.

അതുപോലെ ആദിവാസി നവോത്ഥാന പ്രസ്ഥാനത്തിന്റെയും
കൊളോണിയൽ വിരുദ്ധ പോരാട്ടങ്ങളുടെയും ഇതിഹാസമായി മാറിയ
ബിർസമുണ്ടയുടെ ജീവിതവും പ്രവർത്തനങ്ങളും ഇന്ത്യൻ നവോത്ഥാ
നത്തിന്റെ ആരംഭദിശയെ കുറിക്കുന്നതാണ്.

ഈ പുസ്തകത്തിൽ ഉൾപ്പെടുത്തേണ്ടതായ നിരവധി നവോത്ഥാന
നായകർ ഇനിയും അവശേഷിക്കുന്നുണ്ട്. എന്നാൽ സ്ഥലപരിമിതിമൂലം
അവയൊന്നുംതന്നെ വേണ്ടത്ര രീതിയിൽ അടയാളപ്പെടുത്താൻ കഴിഞ്ഞി
ട്ടില്ല. തുടർന്നുവരുന്ന പതിപ്പുകളിലോ മറ്റൊരു പുസ്തകത്തിലോ
അത്തരം അന്വേഷണം സാദ്ധ്യമാകും എന്നാണ് ഞങ്ങൾ പ്രതീക്ഷിക്കു
ന്നത്. വായനക്കാരുടെ സംവാദവും ശ്രദ്ധയും ഈ പുസ്തകത്തിന് ഉണ്ടാ
കുമെന്ന് ഞങ്ങൾ കരുതുന്നു.

രാജേഷ് ചിറപ്പാട്, രാജേഷ് കെ എരുമേലി

രാജാറാം മോഹൻ റോയ്

(1772 – 1828)

ഇന്ത്യൻ നവോത്ഥാനത്തിന്റെ നായകനായാണ് രാജാറാം മോഹൻ റോയ് അറിയപ്പെടുന്നത്. അന്ധവിശ്വാസത്തിലും അനാചാരത്തിലും ആണ്ടുകിടന്ന ഇന്ത്യൻ ജനതയെ അതിൽനിന്ന് വിമോചിപ്പിക്കാൻ തന്റെ ജീവിതം ഉഴിഞ്ഞുവച്ച സാമൂഹിക പരിഷ്കർത്താവായിരുന്നു റാം മോഹൻ റോയ്.

ആധുനിക ഇന്ത്യയുടെ രൂപപ്പെടലിനുവേണ്ടിയുള്ള സ്വതന്ത്രവും പ്രായോഗികവുമായ നിർദ്ദേശങ്ങൾ റാം മോഹൻ റോയ് മുന്നോട്ടുവച്ചു. കൊളോണിയൽ ആധുനികതയുടെ നല്ല പാഠങ്ങൾ സ്വീകരിക്കാനും മറ്റുള്ളവരെ പഠിപ്പിക്കാനും അദ്ദേഹം വിമുഖത കാട്ടിയിരുന്നില്ല.

രാജാറാം മോഹൻ റോയ്

ബാല്യകാലം

1772 മെയ് 22 ന് ബംഗാളിലെ രാധാനഗറിൽ സമ്പന്നവും യാഥാസ്ഥിതികവുമായ കുടുംബത്തിലാണ് റാം മോഹൻ റോയ് ജനിച്ചത്. പിതാവിന്റെ പേര് റാം കാന്ത റായ് എന്നായിരുന്നു. മാതാവ് തരിണീദേവി അഥവാ ഫുൽത്താക്കർറാണി.

റാം മോഹന്റെ പൂർവ്വികർ മുർഷിദാബാദ് നവാബായിരുന്ന സിറാജ് ഉദ് ദൗളയുടെ ഏറ്റവും വിശ്വസ്തരായിരുന്നു. റാം മോഹന്റെ മുത്തച്ഛ നായ കൃഷ്ണചന്ദ്രൻ തന്റെ ജോലിയിൽ കൃത്യനിഷ്ഠയുള്ള ആളായിരുന്നു. ഇത് മനസ്സിലാക്കിയ സിറാജ് ദൗളയാണ് അദ്ദേഹത്തിന് നവാബ് രാജ എന്ന അർത്ഥത്തിൽ 'രായരായ' എന്ന പദവി നല്കുന്നത്. ഇത് ലോപിച്ചാണ് റായ് ആയി മാറുന്നത്. ബഹുഭാര്യത്വം നിലനിന്നി രുന്ന അക്കാലത്ത് റാം കാന്ത റായിക്ക് മൂന്ന് ഭാര്യമാരുണ്ടായിരുന്നു. ബഹുഭാര്യത്വവും ബാല്യവിവാഹവും അക്കാലത്തു സർവ്വസാധാരണ മായതിനാൽ റാം മോഹൻ റായ് ഒമ്പതാമത്തെ വയസ്സിൽ വിവാഹം കഴിച്ചു.

മോഹൻ റായ് കുട്ടിക്കാലത്തുതന്നെ സംശയാലുവായിരുന്നു. എന്ത് കണ്ടാലും കേട്ടാലും അതിനെക്കുറിച്ച് നിരവധി സംശയങ്ങൾ ആ ബാല നിൽ പൊട്ടിമുളയ്ക്കും. പലപ്പോഴും പിതാവിന് ഈ സംശയസ്വഭാവ ത്തോട് ഈർഷ്യ തോന്നിയിട്ടുണ്ട്.

മതാത്മകമായ പാരമ്പര്യ വിദ്യാഭ്യാസമായിരുന്നു റാം മോഹൻ ലഭി ച്ചത്. അങ്ങനെ സംസ്കൃതവും ഗണിതവും പഠിച്ചു. ഒരു മൗലവിയിൽനിന്ന് പേർഷ്യൻ ഭാഷയും അഭ്യസിച്ചു. ഇതിനുശേഷം പാറ്റ്നയിൽ മൂന്നു വർഷ ത്തോളം പഠനം നടത്തി. മുഗൾ ഭരണംമുതൽ ഇന്ത്യയുടെ ഔദ്യോഗിക ഭാഷ പേർഷ്യനായിരുന്നു. അതുകൊണ്ടുതന്നെ പാറ്റ്നയിൽ അറബി, പേർഷ്യൻ ഭാഷ പഠിക്കുന്നതിന് വലിയ പ്രാധാന്യം നല്കിയിരുന്നു.

പിന്നീട് തന്റെ മാതാവിന്റെ നിർബ്ബന്ധപ്രകാരം കാശിയിൽപോയി സംസ്കൃതവും അഭ്യസിച്ചു. എല്ലാ പഠനവും അവസാനിപ്പിച്ച് തിരിച്ചെ ത്തിയപ്പോൾ റായിക്ക് 16 വയസ്സായിരുന്നു. 1794 ൽ തന്റെ ഇരുപത്തിര ണ്ടാമത്തെ വയസ്സിൽ രാജാറാം മോഹൻ റായ് ഇംഗ്ലീഷ് ഭാഷ പഠി ക്കാൻ തുടങ്ങി. 1797 ൽ റായ് കൽക്കത്തയിൽ എത്തി. അവിടെ താമ സിച്ചുകൊണ്ട് അദ്ദേഹം വ്യാപാരവും പണമിടപാടുകളും നടത്തി. ഈ സന്ദർഭത്തിലാണ് *കൽക്കത്ത ജേണൽ* എന്ന പത്രം സ്ഥാപിച്ച ബക്കിങ് ഹാമിനെ പരിചയപ്പെടുന്നത്. മാത്രമല്ല ബ്രിട്ടീഷ് ഈസ്റ്റിന്ത്യാ കമ്പനി യുടെ പല ഉയർന്ന ഉദ്യോഗസ്ഥന്മാരുമായും അദ്ദേഹം ബന്ധം സ്ഥാപിച്ചു.

1801 ൽ ദിഗ്ബി എന്ന ഉദ്യോഗസ്ഥനുമായി റായ് ബന്ധം സ്ഥാപിച്ചു. ദിഗ്ബിയെ സംസ്കൃതം പഠിപ്പിച്ചത് റായ് ആണ്. അദ്ദേഹത്തിൽനിന്ന് റായ് ഇംഗ്ലീഷും അഭ്യസിച്ചു. 1803 ൽ വുഡ്ഫോഡ് എന്ന കലക്ടറുടെ കീഴിൽ മോഹൻ റായ് ഹെഡ്ക്ലാർക്കായി ജോലിയിൽ പ്രവേശിച്ചു. രണ്ടു വർഷക്കാലം ആ ജോലി തുടർന്നു. പിന്നീട് അദ്ദേഹം കോടതി രജിസ്ട്രാറായി ജോലി ചെയ്തു.

1803 ൽ മോഹൻ റായിയുടെ പിതാവ് അന്തരിച്ചു. ഇതിനിടയിൽ കുടുംബപരമായ ചില സ്വത്തു തർക്കങ്ങളിൽപ്പെട്ട് അദ്ദേഹത്തിന്റെ പിതാ വിന് ജയിൽവാസം അനുഷ്ഠിക്കേണ്ടിവന്നിരുന്നു.

റോയിയുടെ പുരോഗമന ചിന്തകൾ മാതാവിനെ വേദനിപ്പിച്ചു. മകൻ നിരീശ്വരവാദിയും ഇസ്ലാംമതത്തെ പിന്തുണയ്ക്കുന്നവനുമാണെന്ന് അവർ വിശ്വസിച്ചു. 1809 ൽ തന്റെ സുഹൃത്തായ ദിഗ്ബി രംഗപുർ കലക്ടറായ കാലത്ത് റോയി താല്ക്കാലിക ദിവാനായി നിയമിക്കപ്പെട്ടു. ഈ നിയമനം സ്ഥിരപ്പെടുത്താൻ ദിഗ്ബി ബോർഡിന് ശുപാർശക്കത്ത് അയച്ചു. എന്നാൽ റവന്യൂബോർഡ് ആ ശുപാർശക്കത്ത് നിരാകരിക്കുകയാണു ണ്ടായത്. അങ്ങനെ തന്റെ നാല്പത്തിരണ്ടാം വയസ്സിൽ റോയ് ജോലി രാജിവച്ച് കൽക്കത്തയിൽ സ്ഥിരതാമസമാക്കി. ഇക്കാലത്ത് അദ്ദേഹം സാമൂഹിക പരിഷ്കരണ പ്രവർത്തനങ്ങളിൽ കൂടുതൽ ശ്രദ്ധചെലുത്തി.

രാജാറാം മോഹൻ റോയിക്ക് പത്തു ഭാഷകൾ അറിയാമായിരുന്നു. ഇംഗ്ലീഷ്, ലാറ്റിൻ, ഫ്രഞ്ച്, ഗ്രീക്ക്, ഹീബ്രു, സംസ്കൃതം, പേർഷ്യൻ, അറബിക്, ബംഗാളി, ഹിന്ദി എന്നിവയാണവ.

ബൈബിളും ഖുർആനും അദ്ദേഹം ആഴത്തിൽ പഠിച്ചു. 1803–04 കാല ഘട്ടത്തിലാണ് തന്റെ പ്രഥമ കൃതിയായ *ഏകദൈവ വിശ്വാസികൾക്കൊരു സമ്മാനം* എന്ന പേർഷ്യൻ കൃതി രചിക്കുന്നത്. ബഹുദൈവാരാധന കൾക്കും അന്ധവിശ്വാസങ്ങൾക്കുമെതിരെയുള്ള തന്റെ നിലപാടുകളാണ് ഈ പുസ്തകത്തിൽ അദ്ദേഹം ആവിഷ്കരിച്ചത്.

ഭക്തിപ്രസ്ഥാനത്തിന്റെ ആശയങ്ങൾ അദ്ദേഹം ആഴത്തിൽ മനസ്സി ലാക്കി. കബീർ, ഗുരുനാനാക്ക് തുടങ്ങിയവരുടെ കൃതികൾ പഠിക്കാനും അദ്ദേഹം സമയം കണ്ടെത്തി.

കൽക്കത്തയിൽ സ്ഥിരതാമസമാക്കിയ കാലംമുതലാണ് രാജാറാം മോഹൻ റോയ് തന്റെ സാമൂഹികജീവിതം ആരംഭിക്കുന്നത്. സ്വത ന്ത്രചിന്തയിലൂന്നിയ സംഘടിത പ്രവർത്തനങ്ങൾക്ക് അദ്ദേഹം തുടക്കം കുറിച്ചു. 1815 ൽ ആത്മീയസഭ എന്ന സംഘടന അദ്ദേഹം രൂപീകരിച്ചു. സതി, വിഗ്രഹാരാധന, ബഹുഭാര്യത്വം, വിധവാ വിവാഹം, ജാതിചിന്ത തുടങ്ങിയ അനാചാരങ്ങൾക്കെതിരെയുള്ള ശബ്ദമായി ആത്മീയസഭ മാറി. ഇത്തരം സംഘടിതമായ പ്രവർത്തനങ്ങൾ ബംഗാളിൽ ഇത് ആദ്യ മായിരുന്നു. മോഹൻ റോയിയുടെ വസതിയിൽവച്ചാണ് സഭ ആഴ്ച തോറും കൂടിയിരുന്നത്. ദ്വാരകാ നാഥ ടാഗോർ, കാളിനാഥ്, വൈകുണ്ഠ നാഥമുൻഷി, ശിവപ്രസാദ് മിശ്ര തുടങ്ങി അക്കാലത്തെ പ്രമുഖ വ്യക്തി കൾ ആത്മീയസഭയിലെ അംഗങ്ങളായിരുന്നു.

സാമൂഹികമായ വിവിധ വിഷയങ്ങൾ അവർ ചർച്ച ചെയ്തു. എല്ലാ വരും ഒരേ അഭിപ്രായക്കാരായിരുന്നില്ല. ബ്രിട്ടീഷ് പൗരനായിരുന്ന ഡേവിഡ് ഹരേ മോഹൻ റോയിയുടെ സുഹൃത്തായിരുന്നു. അദ്ദേഹവും ആത്മീയസഭയിലെ അംഗമായിരുന്നു.

ഇക്കാലയളവിൽ മോഹൻ റോയ് പല ദേശത്തുമുള്ള ബുദ്ധിജീവി കളുമായും പണ്ഡിതരുമായും വാദപ്രതിവാദങ്ങൾ നടത്തി. യുക്തിയുടെ

പിൻബലത്തിലുള്ള റോയിയുടെ വാദങ്ങൾക്ക് മുമ്പിൽ പലരും മുട്ടുമടക്കി. അതോടൊപ്പംതന്നെ മിഷനറിമാരുമായും അദ്ദേഹം നല്ല ബന്ധം പുലർത്തിയിരുന്നു. *ബൈബിളിലെ* ആശയങ്ങൾ റോയിയെ ആഴത്തിൽ സ്വാധീനിച്ചു. "യുക്തിബോധമുള്ളവരുടെ പ്രവർത്തനത്തിന് നന്നായി ഉപയോഗിക്കാവുന്നതും സദാചാരതത്ത്വങ്ങൾക്ക് നിരക്കുന്നതുമായി ഞാൻ കണ്ട ഏറ്റവും നല്ല സിദ്ധാന്തങ്ങളാണ് യേശുവിന്റേത്."

1820 ൽ പ്രസിദ്ധപ്പെടുത്തിയ *യേശുവിന്റെ വീക്ഷണങ്ങൾ* എന്ന റോയിയുടെ പുസ്തകം വലിയ വിവാദങ്ങൾക്ക് കാരണമായി. ക്രിസ്തുവിന്റെ ആശയങ്ങളെ ഉയർത്തിപ്പിടിക്കുമ്പോഴും യേശു ചെയ്ത അത്ഭുതങ്ങളെ ഈ ഗ്രന്ഥം തള്ളിക്കളയുന്നു. ഇതാണ് വിവാദമായത്. 1823 വരെ ഈ വിവാദം നിലനിന്നു.

സതി എന്ന ദുരാചാരത്തിനെതിരെ

ഭർത്താവിന്റെ ചിതയിൽ ചാടി ഭാര്യയും ആത്മാഹുതി ചെയ്യുന്ന അനാചാരമാണ് സതി. ഹിന്ദുത്വം സ്ത്രീകൾക്കുമേൽ അടിച്ചേല്പിച്ച ഈ ദുരാചാരത്തിന് നൂറ്റാണ്ടുകളുടെ പഴക്കമുണ്ട്. ജാതിവ്യവസ്ഥയെ അതിന്റെ മതിൽക്കെട്ടിനുള്ളിൽ സംരക്ഷിച്ചുനിർത്തുന്നതിനായി ബ്രാഹ്മണമേധാവിത്വമാണ് സതിയെ ഒരു അനുഷ്ഠാനമാക്കിയത്. ജാതി സമൂഹത്തിനുള്ളിൽ നിലനില്ക്കുന്ന സ്ത്രീ–പുരുഷന്മാരുടെ അനുപാതത്തെ നിലനിർത്തുന്നതിനും ഭർത്താവ് മരിച്ച സ്ത്രീയെ ഒഴിവാക്കുന്നതിനും ബ്രാഹ്മണിസം കണ്ടുപിടിച്ച കെട്ടുകഥയിലാണ് സതിയുടെ നിലനില്പ്. അങ്ങേയറ്റം പുരുഷാധിപത്യപരമായ ഈ അനാചാരത്തിനെതിരെ റോയ് ശക്തമായ പോരാട്ടമാണ് നടത്തിയത്.

കുട്ടിക്കാലം മുതല്ക്കുതന്നെ പെൺകുട്ടികളിൽ സതിയെക്കുറിച്ചുള്ള കഥകൾ ബ്രാഹ്മണപൗരോഹിത്യം അടിച്ചേല്പിക്കാറുണ്ടായിരുന്നു. 1815 മുതല്ക്കാണ് സതിയെക്കുറിച്ച് കൊളോണിയൽ ഭരണകൂടം അന്വേഷിച്ചുതുടങ്ങുന്നത്. വിധവകളെ നിർബ്ബന്ധിതമായി സതി അനുഷ്ഠിക്കാൻ പ്രേരിപ്പിക്കുന്നുണ്ടെന്ന തെളിവുകൾ അവർക്ക് ലഭിച്ചു.

റാം മോഹൻ റോയ് 1818, 1819, 1822 എന്നീ വർഷങ്ങളിൽ ഈ വിഷയത്തെ സംബന്ധിച്ച് ലഘുലേഖകൾ ബംഗാളി ഭാഷയിൽ അച്ചടിച്ച് വിതരണംചെയ്തു. സതിക്കെതിരായ അദ്ദേഹത്തിന്റെ പോരാട്ടം സ്ത്രീ–പുരുഷ സമത്വത്തിനുവേണ്ടിയുള്ളതായിരുന്നു. യാഥാസ്ഥികരായ ബ്രാഹ്മണപൗരോഹിത്യം സ്ത്രീകളെ അബലകളും ചപലകളുമായാണ് കാണുന്നതെന്നും അത് സംസ്കാരമുള്ള ജനതയ്ക്ക് യോജിച്ചതല്ലെന്നും അദ്ദേഹം തന്റെ ലഘുലേഖയിൽ ഊന്നിപ്പറഞ്ഞു. 1822 ൽ പ്രസിദ്ധീകരിച്ച ലഘുലേഖയിലാണ് സ്ത്രീകളുടെ സ്വത്തവകാശത്തെ സംബന്ധിച്ച നിലപാടുകൾ അദ്ദേഹം വ്യക്തമാക്കുന്നത്.

സതിയുടെ പ്രധാന കാരണം മരിച്ച ഭർത്താവിന്റെ സ്വത്തിൽനിന്ന്

ഭാര്യയെ ഒഴിവാക്കുക എന്നതാണ്. പുരുഷന്മാർക്കുമാത്രം സ്വത്തിനുമേൽ അവകാശം നല്കുന്നത് യുക്തിക്കും ശാസ്ത്രത്തിനും യോജിച്ചതല്ലെന്ന് റോയി ഈ ലഘുലേഖയിൽ പറയുന്നു.

ഈ കാലഘട്ടത്തിൽ മിഷനറിമാരും സതിക്കെതിരെ രംഗത്തുവന്നു. ഈ സമയത്താണ് വില്യം ബൻഡിക് ഗവർണ്ണർ ജനറലാകുന്നത്. അദ്ദേഹം സതിയെ സംബന്ധിച്ച് റോയിയുമായി സംസാരിച്ചു. സതിക്കെ തിരായി പൊതുജനാഭിപ്രായം രൂപപ്പെടുത്തണമെന്ന് ഗവർണ്ണർ ജനറ ലിനോട് റോയ് ആവശ്യപ്പെട്ടു. 1829 ഡിസംബർ 4 ന് സതി നിരോധിച്ചു കൊണ്ടുള്ള ഉത്തരവ് പുറത്തുവന്നു. ഇതിന് പിന്നിൽ റാം മോഹൻ റോയി യാണെന്ന് യാഥാസ്ഥിതിക ശക്തികൾ മുറവിളികൂട്ടി.

സതി ഒരു മതനിഷ്ഠയാണെന്നും അതിൽ ഇടപെടാൻ ആർക്കും അവകാശമില്ലെന്നും പറഞ്ഞുകൊണ്ട് ബ്രാഹ്മണ പൗരോഹിത്യം 1829 ഡിസംബർ 29 ന് ഗവർണ്ണർ ജനറലിന് ഒരു മെമ്മോറാണ്ടം നല്കി. അക്കാ ലത്ത് ചില പ്രമുഖ സെമീന്താർമാർ മെമ്മോറാണ്ടത്തെ പിന്തുണച്ച് ഗവർണ്ണർ ജനറലിനെ കണ്ടു.

1830 ജനുവരി 17ന് യാഥാസ്ഥിതികർ ഒരു യോഗം ചേരുകയും സതി ക്കുവേണ്ടിയുള്ള പ്രക്ഷോഭം മുന്നോട്ടു കൊണ്ടുപോകുന്നതിനായി ധർമ്മസഭ എന്ന പേരിൽ ഒരു സംഘടന രൂപീകരിക്കുകയും ചെയ്തു. ഇവരുടെ നേതൃത്വത്തിൽ ബ്രിട്ടീഷ് രാജാവിന് സതി നിലനിർത്തണമെന്ന് ആവശ്യപ്പെട്ട് ഒരു അപ്പീൽ നല്കുകയുമുണ്ടായി.

റാം മോഹൻ റോയി ഇതിനെതിരെ ശക്തമായി രംഗത്തുവന്നു. അദ്ദേഹം 300 ഹിന്ദുക്കൾ ഒപ്പിട്ട ഒരു ഹർജ്ജി ഗവർണ്ണർ ജനറലിന് സമർപ്പിച്ചു. ഹിന്ദുമതം അപകടത്തിൽ എന്ന ഒരു പ്രസ്താവന ധർമ്മസഭ പുറത്തിറക്കി. മോഹൻ റോയ് ഇതിന് യുക്തിപൂർവ്വമായ മറുപടിയാണ് നല്കിയത്. മാത്രമല്ല, തന്റെ നിലപാടുകൾ വിശദീകരിച്ചുകൊണ്ട് മോഹൻ റോയ് ധർമ്മസഭയുടെ അപ്പീലിന് ലണ്ടനിലേക്ക് മറുപടി അയച്ചു. ഇതോടെ യാഥാസ്ഥിതികർ ബ്രിട്ടീഷ് രാജാവിന് നല്കിയ അപ്പീൽ തള്ളപ്പെട്ടു. തന്റെ ജീവിതത്തിലെ ഏറ്റവും സന്തോഷകരമായ നിമിഷമാണിതെന്നാണ് മോഹൻ റോയ് അവകാശപ്പെട്ടത്.

വർഷങ്ങൾക്കുമുമ്പു തന്റെ ജ്യേഷ്ഠപത്നി ഭർത്താവിന്റെ ചിതയിൽ ചാടി ആത്മാഹുതി ചെയ്ത സംഭവം മോഹൻ റോയിയുടെ മനസ്സിൽ അണയാത്ത കനലായി അവശേഷിച്ചിരുന്നു. സതിക്കെതിരെയുള്ള അദ്ദേ ഹത്തിന്റെ പോരാട്ടത്തിന് ഉൾപ്രേരണയായതും ആ സംഭവമാണ്. സതി, ശൈശവവിവാഹം തുടങ്ങിയ അനാചാരങ്ങൾക്കെതിരെ ശക്തമായ നില പാടുകളാണ് മോഹൻ റോയ് കൈക്കൊണ്ടത്. 1811 മുതൽതന്നെ സതി ക്കെതിരായ പ്രക്ഷോഭം അദ്ദേഹം ആരംഭിച്ചിരുന്നു. ആധുനിക വിദ്യാ ഭ്യാസം, ശാസ്ത്രീയചിന്ത എന്നിവയിലൂന്നിയ പ്രവർത്തനങ്ങളാണ്

അദ്ദേഹം നടത്തിയത്. ഇത്തരം ആശയങ്ങൾ തന്റെ പത്രത്തിലൂടെ പ്രച രിപ്പിക്കുവാൻ അദ്ദേഹം ശ്രമിച്ചു.

പത്രപ്രവർത്തകനായ മോഹൻ റോയ്

ബംഗാളിൽ; പത്രങ്ങളുടെ തുടക്കകാലത്താണ് മോഹൻ റോയി ഈ രംഗത്തേക്കു വരുന്നത്. 1821 ഡിസംബറിൽ *സംവാദകൗമുദി* എന്ന ഒരു വാരിക അദ്ദേഹം ആരംഭിച്ചു. പിന്നീട് *മിറാത്ത് ഉൽ അക്ബർ* എന്നൊരു പേർഷ്യൻവാരികയും *ബ്രഹ്മൻസേവാധി* എന്നൊരു ദാർശനിക പ്രസി ദ്ധീകരണവും മോഹൻ റോയ് ആരംഭിച്ചു.

ഇക്കാലയളവിൽ ബ്രിട്ടീഷ് ഗവൺമെന്റ് പത്രനിയന്ത്രണ നിയമം കൊണ്ടുവന്നു. റോയിയുടെ പല ലേഖനങ്ങളും ഭരണാധികാരികളെ പ്രകോപിതരാക്കി. പത്രസ്വാതന്ത്ര്യത്തിനും അഭിപ്രായസ്വാതന്ത്ര്യത്തിനും മേലുള്ള ഭരണകൂടത്തിന്റെ നിയന്ത്രണത്തിനെതിരെ ശക്തമായ ഭാഷ യിൽ മോഹൻ റോയ് തന്റെ പത്രത്തിലൂടെ പ്രതികരിച്ചു. സർക്കാർ നിലപാടുകൾക്കെതിരെ പ്രതിഷേധിച്ചുകൊണ്ട് തന്റെ പത്രം നിർത്തി വയ്ക്കാൻവരെ അദ്ദേഹം തയ്യാറായി.

1799 ൽ വെല്ലസ്ലി പ്രഭുവാണ് പത്രങ്ങൾക്ക് സെൻസർഷിപ്പ് ആദ്യ മായി ഏർപ്പെടുത്തിയത്. 1800 ഓടെ പത്രനിയന്ത്രണം കുറേക്കുടി ശക്ത മാക്കി. കമ്പനി ഭരണത്തിനെതിരായ നിലപാടുകൾ സ്വീകരിച്ചുകൊണ്ട് അക്കാലത്തു പുറത്തിറങ്ങിയ ചില പത്രങ്ങൾക്കെതിരെ ഭരണകൂടം കർക്കശമായ നിലപാടുകൾ സ്വീകരിച്ചു.

1818 ൽ ബക്കിങ്ഹാമിന്റെ പത്രാധിപത്യത്തിൽ പുറത്തിറങ്ങിയ *കൽക്കത്ത ജേണൽ* കൊളോണിയൽ ഭരണത്തിന്റെ ചൂഷണങ്ങൾക്കെ തിരെ ശക്തമായി പ്രതികരിച്ചു. മോഹൻ റോയിയുടെ സുഹൃത്തായി രുന്നു ബക്കിങ്ഹാം.

കൽക്കത്താ ജേണലിലെ പല വാർത്തകളും റോയി തന്റെ ബംഗാളി വാരികയായ *സംവാദ കൗമുദിയിൽ* പ്രസിദ്ധീകരിച്ചു. കമ്പനി ഭരണത്തി നെതിരെ തുടർച്ചയായി വാർത്തകൾ പ്രസിദ്ധീകരിച്ച ബക്കിങ്ഹാം 1823 ൽ നാടുകടത്തപ്പെട്ടു.

ചരിത്രപ്രസിദ്ധമായ മെമ്മോറാണ്ടം

പത്രനിയന്ത്രണത്തിന്റെ ശക്തി കുടിക്കുടി വന്നതോടെ അതിനെ തിരെ റോയ് ശക്തമായ പോരാട്ടമുഖം തുറന്നു. 1823 മാർച്ച് 14 ന് ആക്ടിങ് ഗവർണ്ണർ ജനറലായ ജോൺ ആഡംസ് പത്രനിയന്ത്രണവുമായി ബന്ധ പ്പെട്ട് ഒരു ഓഡിനൻസ് പുറപ്പെടുവിച്ചു. ഇതിനെതിരെ മോഹൻ റോയ്, ദ്വാരകാനാഥ ടാഗോർ, പ്രസന്നകുമാർ ടാഗോർ, ഗൗരിചരൺ ബാനർജി എന്നിവർ ചേർന്നു സുപ്രീംകോടതിയിൽ ഒരു ഹർജ്ജി സമർപ്പിച്ചു. ഇം

ഗ്ലണ്ടിൽ ഒരു ബ്രിട്ടീഷ് പൗരന് ലഭിക്കുന്ന സിവിൽ സ്വാതന്ത്ര്യവും മത സ്വാതന്ത്ര്യവും ഇന്ത്യയിൽ ഇന്ത്യക്കാർക്ക് ലഭിക്കണമെന്ന് ഈ ഹർജ്ജി യിൽ അവർ ആവശ്യപ്പെട്ടു. റോയിയുടെയും സുഹൃത്തുക്കളുടെയും അപ്പീൽ കോടതി പരിഗണിച്ചില്ല. റോയ് ഇതിൽ പ്രതിഷേധിച്ച് 1823 ഏപ്രി ലിൽ തന്റെ പേർഷ്യൻ വാരികയുടെ പ്രസിദ്ധീകരണം അവസാനിപ്പിച്ചു. മാത്രമല്ല, പത്രങ്ങൾക്കെതിരെയുള്ള കമ്പനി ഭരണത്തിന്റെ നിലപാടു കൾ വിശദമാക്കി ബ്രിട്ടീഷ് രാജാവിന് റോയി ഒരു മെമ്മോറാണ്ടം സമർ പ്പിക്കുകയും ചെയ്തു.

ഇന്ത്യൻ പത്രപ്രവർത്തനത്തിന്റെ ചരിത്രരേഖയായാണ് ഈ മെമ്മോറാണ്ടം പരിഗണിക്കപ്പെടുന്നത്. പത്രത്തിനും പൗരന്മാർക്കുമുള്ള സ്വാതന്ത്ര്യം അനിവാര്യമാണെന്നും അത് നിഷേധിക്കപ്പെടുന്ന രാജ്യ ങ്ങളിൽ ഇപ്പോൾ വലിയ വിപ്ലവങ്ങൾ നടക്കുന്നുണ്ടെന്നും അദ്ദേഹം തന്റെ മെമ്മോറാണ്ടത്തിൽ ചൂണ്ടിക്കാട്ടി. ഇന്ത്യൻ പൗരന്മാരെ അടിമകളായി കാണരുതെന്ന് അദ്ദേഹം ഇതിൽ ഊന്നിപ്പറയുന്നു. ഈ മെമ്മോറാണ്ടവും തള്ളപ്പെടുകയാണുണ്ടായത്. എങ്കിലും റോയിയുടെ ഈ ഇടപെടലുകൾ ഇന്ത്യൻ നവോത്ഥാന ചരിത്രത്തിലെ തിളങ്ങുന്ന അദ്ധ്യായമാണ്.

1830 നവംബർ 19 ന് ഇംഗ്ലണ്ട് സന്ദർശിക്കാനായി മോഹൻ റോയ് കപ്പൽ കയറി. അക്കാലത്ത് ബ്രാഹ്മണർക്ക് സമുദ്രയാത്ര നിഷിദ്ധമായി രുന്നു. യാഥാസ്ഥിതികർ മോഹൻ റോയിയുടെ കപ്പൽ യാത്രക്കെതിരെ രംഗത്തുവന്നു. എന്നാൽ അവരുടെ സ്വരങ്ങളൊന്നും ചെവിക്കൊള്ളാൻ അദ്ദേഹം തയ്യാറായില്ല.

മോഹൻ റോയിയുടെ യൂറോപ്പ് സന്ദർശനത്തിന് ചില കാരണങ്ങ ളുണ്ടായിരുന്നു. അന്നത്തെ മുഗൾ രാജാവായ അക്ബർ രണ്ടാമന്റെ അല വൻസ് വർദ്ധിപ്പിക്കേണ്ടതിനെക്കുറിച്ച് ബ്രിട്ടീഷ് ഭരണാധികാരികളെ ബോദ്ധ്യപ്പെടുത്തുക, പരിഷ്കരണബില്ലും കമ്പനിഭരണ ബില്ലും ചർച്ച ചെയ്യുന്ന സന്ദർഭത്തിൽ ലണ്ടനിലുണ്ടാവുക, വിപ്ലവം നടന്ന (ഫ്രഞ്ച് വിപ്ലവം) ഫ്രാൻസ് സന്ദർശിക്കുക എന്നിവയായിരുന്നു യാത്രയുടെ ലക്ഷ്യ മായി അദ്ദേഹത്തിന്റെ ജീവചരിത്രകാരന്മാർ ചൂണ്ടിക്കാട്ടുന്നത്.

1831 ഏപ്രിൽ 18 ന് മോഹൻ റോയ് ലിവർപൂളിലെത്തിച്ചേർന്നു. ചരി ത്രകാരനായ പ്രൊഫ. വില്യം റോസ്കോയാണ് അവിടെ റോയിയെ സ്വീകരിച്ചത്. ലിവർപൂളിൽ ഒരു യൂണിറ്റേറിയൻ പള്ളിയിലെ പ്രാർത്ഥന യിൽ അദ്ദേഹം പങ്കുകൊണ്ടു. അതേരാത്രിയിൽ ആംഗ്ലിക്കൻ ചർച്ചുകാർ നടത്തിയ ഒരു വിരുന്നു സല്ക്കാരത്തിലും അദ്ദേഹം പങ്കെടുത്തു. പിന്നീട് ലിവർപൂളിൽനിന്ന് മാഞ്ചസ്റ്ററിലെത്തി. അവിടെ തൊഴിലാളികളായ നിര വധിപേർ അദ്ദേഹത്തിന് സ്വീകരണം നല്കി. അതിനുശേഷം അദ്ദേഹം ലണ്ടനിലേക്കുപോയി. കാരണം അതേസമയത്ത് പരിഷ്കരണബില്ലിന്റെ മൂന്നാംവായന നടക്കുകയായിരുന്നു. പരിഷ്കരണബില്ലിന്റെ ചർച്ച

കേൾക്കാൻ റോയിക്ക് അവസരമുണ്ടായില്ല. എങ്കിലും ബില്ല് പാസായ
തിൽ റോയി അതീവ സന്തുഷ്ടനായി. ഇതിനെ സംബന്ധിച്ച് തന്റെ
സുഹൃത്തായ വില്യം റാത്ത് ബോണിന് അയച്ച കത്തിൽ റോയി ഇപ്ര
കാരമെഴുതി:

"പ്രഭുക്കന്മാരുടെ എതിർപ്പിനെ തോല്പിച്ച് പരിഷ്കരണ ബിൽ
പാസാക്കിയതിൽ ഞാൻ അത്യധികം സന്തോഷിക്കുന്നു. ഈ ബിൽ
തോറ്റുപോയെങ്കിൽ ഞാൻ ഇംഗ്ലണ്ടുമായുള്ള ബന്ധം ഉപേക്ഷിക്കുമായി
രുന്നു." ഇംഗ്ലണ്ടിലെ താമസത്തിനിടയിൽ പാർലമെന്റിൽ ഇന്ത്യാ ബില്ലി
നെക്കുറിച്ചുള്ള സെലക്ഷൻ കമ്മിറ്റിയിൽ റോയി ഹാജരായി തെളിവു
കൊടുത്തു. റവന്യൂ, നീതിന്യായം തുടങ്ങിയവയെ സംബന്ധിച്ചുള്ള
സെലക്ഷൻ കമ്മിറ്റിയുടെ 78 ചോദ്യങ്ങൾക്ക് എഴുപതോളം പേജുകൾ
വരുന്ന ദീർഘമായ മറുപടി മോഹൻ റോയി നല്കുകയുണ്ടായി. അദ്ദേ
ഹത്തിന്റെ മറുപടിയുടെ ചുരുക്കം ഇവയാണ്:

സിവിൽ നിയമവും ക്രിമിനൽ നിയമവും ഏകീകരിക്കുക, എക്സി
ക്യൂട്ടീവും ജുഡീഷ്യറിയും വിഭജിക്കുക, ഭരണഭാഷ ഇംഗ്ലീഷാ
ക്കുക, ഭരണപരമായ കാര്യങ്ങളിൽ ഇന്ത്യക്കാരുടെ അഭിപ്രായം
ആരായുക, സെമീന്ദാർമാരുടെ ചൂഷണത്തിൽനിന്ന് കർഷകരെ
മോചിപ്പിക്കുക.

ഫ്രാൻസ് സന്ദർശിക്കാനുള്ള മോഹൻ റോയിയുടെ ആഗ്രഹത്തിന്
ചില തടസ്സങ്ങൾ നേരിട്ടു. അദ്ദേഹത്തിന് പാസ്പോർട്ട് ലഭിച്ചിരുന്നില്ല.
ഈ വിഷയം ശ്രദ്ധയിൽപ്പെടുത്തിക്കൊണ്ട് റോയി ഫ്രഞ്ച് വിദേശകാര്യ
മന്ത്രിക്ക് ഒരു കത്തയച്ചു. രാജ്യങ്ങൾ തമ്മിൽ ഐക്യവും പരസ്പര
ബന്ധവും നിലനില്ക്കണമെന്ന് അദ്ദേഹം ആ കത്തിൽ ഊന്നിപ്പറയുന്നു.
പിന്നീട് റോയി ഫ്രാൻസിൽ എത്തിയപ്പോൾ വലിയ സ്വീകരണമാണ്
ലഭിച്ചത്. ഫ്രാൻസിലുള്ള ഏഷ്യാറ്റിക് സൊസൈറ്റിയുടെ അസോസിയേറ്റ്
മെമ്പർഷിപ്പു നല്കി അദ്ദേഹത്തെ ആദരിച്ചു. 1832 ജനുവരിയിൽ അദ്ദേഹം
ലണ്ടനിലേക്ക് തിരിച്ചുവന്നു. അവിടെവച്ചാണ് സാങ്കല്പിക സോഷ്യലിസ
ത്തിന്റെ പിതാവായ റോബർട്ട് ഓവനെ കാണുന്നത്. ഇരുവരും നിരവധി
കാര്യങ്ങൾ ചർച്ച ചെയ്തു. ഇതിനെ സംബന്ധിച്ച് 1833 ഏപ്രിൽ 19 ന്
റോയ് റോബർട്ട് ഓവന്റെ മകന് അയച്ച കത്തിൽ റോബർട്ട് ഓവന്റെ
മതചിന്തയോട് തനിക്ക് വിയോജിപ്പാണെന്നും എന്നാൽ അദ്ദേഹത്തിന്റെ
സോഷ്യലിസ്റ്റ് പ്രയോഗത്തെ അംഗീകരിക്കുന്നു എന്നും എഴുതി.
1833 സെപ്തംബരിൽ ആരോഗ്യനില വഷളായതിനെത്തുടർന്ന്
ബ്രിസ്റ്റളിനടുത്തുള്ള സ്റ്റാപിൾട്ടൺ ഗ്രോവിൽ താമസമാക്കി. കൂടെ മകനും
ഒരു സഹായിയുമുണ്ടായിരുന്നു. കടുത്ത സാമ്പത്തിക തകർച്ച അദ്ദേഹ
ത്തിന് ഇക്കാലത്ത് നേരിടേണ്ടി വന്നു. സെപ്തംബർ 19 ന് അസുഖം

മുർച്ഛിച്ചു. 21 ന് ഡോ. പ്രിചാർഡ് അദ്ദേഹത്തെ പരിശോധിച്ചു. പിന്നീട് പല ഡോക്ടർമാരും പരിശോധിച്ചെങ്കിലും രോഗത്തിനു കുറവുണ്ടായില്ല. അവസാനം സെപ്തംബർ 27 ന് ഇന്ത്യൻ നവോത്ഥാനത്തിന്റെ പിതാവ് രാജാറാം മോഹൻ റോയ് അന്തരിച്ചു. യാതൊരു മതചടങ്ങുകളുമില്ലാതെ സ്റ്റേപിൾസൺ സെമിത്തേരിയിലാണ് അദ്ദേഹത്തെ സംസ്കരിച്ചത്.

സർ സയ്യദ് അഹമ്മദ് ഖാൻ
(1817 – 1898)

ഇന്ത്യൻ നവോത്ഥാന നായകരിൽ അവഗണിക്കാനാവാത്ത വ്യക്തിത്വമാണ് സർ സയ്യദ് അഹമ്മദ് ഖാൻ. ഇന്ത്യൻ സമൂഹത്തിലെ അനാചാരങ്ങൾക്കും അന്ധവിശ്വാസങ്ങൾക്കുമെതിരെ അദ്ദേഹം ശബ്ദമുയർത്തി. കൊളോണിയൽ ആധുനികത സൃഷ്ടിച്ച ആധുനിക ജീവിത വീക്ഷണവും അതിന്റെ ജ്ഞാന മണ്ഡലങ്ങളും സ്വീകരിക്കുക വഴി മാത്രമേ ഒരു ആധുനിക ഇന്ത്യയെ കെട്ടിപ്പടുക്കാനാകൂ എന്ന് അഹമ്മദ് ഖാൻ വിശ്വസിച്ചു.

വിദ്യാഭ്യാസത്തിലൂടെ ഓരോ വ്യക്തിയും ഉയർച്ച നേടുമ്പോൾ അത് സാമൂഹിക പുരോഗതിക്ക് കാരണമാകുമെന്ന തന്റെ കാഴ്ചപ്പാടാണ് അദ്ദേഹത്തെ നയിച്ചത്. അഹമ്മദ് ഖാൻ സ്ഥാപിച്ച മുഹമ്മദൻ ആംഗ്ലോ

സർ സയ്യദ് അഹമ്മദ് ഖാൻ

ഓറിയന്റൽ കോളേജിന്റെ ലക്ഷ്യവും മറ്റൊന്നായിരുന്നില്ല.

മതനിരപേക്ഷതയുടെയും ജനാധിപത്യ ബോധത്തിന്റെയും ഉയർന്ന ചിന്തകൾ ഇന്ത്യൻ സമൂഹം ശ്രവിക്കുന്നത് അഹമ്മദ് ഖാനിലൂടെയായിരുന്നു. സ്ത്രീകളുടെ സാമൂഹികമായ പുരോഗതിക്കും പുരുഷാധിപത്യം അവർക്കുമേൽ ഏല്പിച്ച കൊടിയ പീഡനങ്ങൾക്കുമെതിരെ അദ്ദേഹം ശബ്ദമുയർത്തി.

മതത്തിന്റെ പേരിലുള്ള ഭിന്നിപ്പുകളെയും വിദ്വേഷങ്ങളെയും അഹമ്മദ് ഖാൻ തന്റെ വാക്കുകളിലൂടെയും പ്രവൃത്തികളിലൂടെയും എതിർത്തുപോന്നു. ഹിന്ദുത്വവും ദേശീയതയും ഒന്നാണെന്ന നിലയ്ക്കുള്ള കാഴ്ചപ്പാടുകളോട് അദ്ദേഹത്തിന് വിയോജിപ്പായിരുന്നു.

നാം ഒരു രാഷ്ട്രമാണ്. രാജ്യത്തിന്റെയും നാം ഇരുകൂട്ടരുടെയും പുരോഗതിയും ക്ഷേമവും പരസ്പര ഐക്യത്തെയും പരസ്പര സ്നേഹത്തെയും ആശ്രയിച്ചാണിരിക്കുന്നത്. പരസ്പരമുള്ള അഭിപ്രായവ്യത്യാസങ്ങളും വിദ്വേഷവും എതിർപ്പും നമ്മെ നശിപ്പിക്കുമെന്ന് തീർച്ചയാണ്.

സർ സയ്യദ് അഹമ്മദ് ഖാന്റെ ഈ വാക്കുകൾ മനുഷ്യസ്നേഹത്തിന്റെയും സാഹോദര്യത്തിന്റെയും ഇന്ത്യൻ അനുഭവങ്ങളെ അഭിവാദ്യം ചെയ്യുന്നതായിരുന്നു.

ജനനവും ആദ്യകാല പ്രവർത്തനങ്ങളും

1817 ഒക്ടോബർ 17 ന് ഡൽഹിയിൽ സയ്യിദ് മീർ മുത്തഖിയുടെയും അജീസുന്നിസ ബീഗത്തിന്റെയും മകനായി അഹമ്മദ് ഖാൻ ജനിച്ചു. മുഗൾ കൊട്ടാരത്തിലെ ജീവനക്കാരനായിരുന്നു അഹമ്മദ് ഖാന്റെ മുത്തച്ഛൻ. അറബി, പേർഷ്യൻ എന്നീ ഭാഷകൾ കുട്ടിക്കാലത്തേ അഭ്യസിക്കാൻ അഹമ്മദ് ഖാനു കഴിഞ്ഞു. പിന്നീട് യുനാനി ചികിത്സയും ഗണിതശാസ്ത്രവും പഠിച്ചു. ഇസ്ലാംമതത്തെക്കുറിച്ച് ആഴത്തിലുള്ള അറിവ് നേടാനും അദ്ദേഹത്തിന് കഴിഞ്ഞു. അതോടൊപ്പം സ്വപ്രയത്നത്തിൽ നിയമവും പഠിച്ചു. സ്വസമുദായത്തിന്റെ സാമൂഹികവും സാമ്പത്തികവുമായ പിന്നാക്കാവസ്ഥയിൽ ഏറെ ദുഃഖിതനായിരുന്നു അഹമ്മദ് ഖാൻ.

1839 ൽ പിതാവ് അന്തരിക്കുമ്പോൾ അഹമ്മദ് ഖാന് 22 വയസ്സായിരുന്നു പ്രായം. പിന്നീട് കുടുംബത്തിന്റെ ചുമതല ഏറ്റെടുക്കേണ്ടിവന്നതിനാൽ ബ്രിട്ടീഷ് ഗവൺമെന്റിലെ നിയമവിഭാഗത്തിൽ ഗുമസ്തനായി അഹമ്മദ് ഖാൻ ജോലിയിൽ പ്രവേശിച്ചു. അവിടെയിരുന്നുകൊണ്ട് അദ്ദേഹം ഭരണപരമായ നിയമങ്ങളെ വിശകലനം ചെയ്യുന്ന ഒരു പുസ്തകം രചിക്കുകയുണ്ടായി.

1841 ൽ മുൻസിഫ് ആയി അദ്ദേഹം നിയമിതനായി. ഇക്കാലത്താണ്

ആസാറുസ്സനാദീദ് എന്ന പേരിൽ ഉർദു ഭാഷയിൽ ഒരു പുസ്തകം രചിച്ചത്. ഡൽഹിയിലെ ഇരുപത്തിമുന്നോളം ചരിത്ര പ്രാധാന്യമുള്ള കെട്ടിടങ്ങളെക്കുറിച്ചുള്ള ഗവേഷണാത്മക ഗ്രന്ഥമായിരുന്നു ഇത്. ഈ പുസ്തകം അഹമ്മദ്ഖാന് ലണ്ടൻ റോയൽ ഏഷ്യാറ്റിക് സൊസൈറ്റിയിൽ അംഗത്വം നേടിക്കൊടുത്തു.

1857 ലെ ഒന്നാം സ്വാതന്ത്ര്യസമരവും അഹമ്മദ് ഖാനും

1857 ലെ മഹത്തായ ഒന്നാം സ്വാതന്ത്ര്യസമരത്തിൽ തീക്ഷ്ണമായ അനുഭവങ്ങളാണ് അഹമ്മദ് ഖാന് നേരിടേണ്ടിവന്നത്. ബ്രിട്ടീഷ് ഭടന്മാർ അഹമ്മദ് ഖാന്റെ വീട് ഏകപക്ഷീയമായി ആക്രമിച്ചു. അദ്ദേഹത്തിന്റെ മകനും അമ്മാവനും ഈ ആക്രമണത്തിൽ കൊല്ലപ്പെട്ടു. അഹമ്മദ് ഖാന്റെ മാതാവ് ഈ സമയത്ത് ഒളിവിൽ പാർത്താണ് സ്വജീവൻ രക്ഷിച്ചത്. അദ്ദേഹത്തിന്റെ ജീവചരിത്രകാരനായ ഡോ. ശൈലേഷ് സൈദി ഇങ്ങനെ എഴുതി:

1857 ലെ സ്വാതന്ത്ര്യസമരത്തിനായുള്ള ജനകീയ പ്രക്ഷോഭം അദ്ദേഹത്തിന്റെ കൺമുമ്പിലാണ് അരങ്ങേറിയത്. സ്വന്തം വീട് കൊള്ളയടിക്കപ്പെടുകയും തകർക്കപ്പെടുകയും ചെയ്യുന്നത് ആത്മസംയമനത്തോടെയും ക്ഷമയോടെയും അദ്ദേഹത്തിന് നോക്കിനില്ക്കേണ്ടി വന്നു. സ്വന്തം മതസ്ഥരുടെയും ബന്ധുക്കളുടെയും രക്തം കൊണ്ട് ഡെൽഹി തെരുവുകൾ രക്തപങ്കിലമാകുന്നത് അദ്ദേഹം കണ്ടു. ജനകീയ പ്രക്ഷോഭത്തെ ബ്രിട്ടീഷ് ഗവൺമെന്റ് നേരിട്ടത് മുസ്ലീങ്ങളെ ഏകപക്ഷീയമായി നശിപ്പിച്ചുകൊണ്ടാണെന്ന് നെഹ്റു പിന്നീട് എഴുതുകയുണ്ടായി.

(സർ സയ്യദ് അഹമ്മദ് ഖാനും അലിഗഢ് പ്രസ്ഥാനവും, ഡോ. ശൈലേഷ് സൈദി, വിവ. ഡോ. വി പി എം മേത്തർ, ഡോ. എ നുജ്ജും, പ്രസാ. കേ.ഭാ ഇ)

ജീവിതത്തിന്റെ അടിത്തറതന്നെ തകർന്നുപോയ അഹമ്മദ് ഖാൻ രാജ്യം വിടാൻ തീരുമാനിച്ചു. എന്നാൽ സ്വജനങ്ങളുടെ അപേക്ഷയെ മാനിച്ച് അദ്ദേഹം ഇന്ത്യൻ മണ്ണിൽ ഉറച്ചുനിന്ന് പ്രതിസന്ധികളെ അതിജീവിക്കാൻ തീരുമാനിച്ചു.

1857 ലെ വിപ്ലവത്തിന്റെ യഥാർത്ഥ കാരണങ്ങൾ വിശകലനം ചെയ്തുകൊണ്ട് അദ്ദേഹമൊരു പുസ്തകം രചിച്ചു. *അസ്ബാബെ ബഗാവതെ ഹിന്ദ്* എന്നായിരുന്നു പുസ്തകത്തിന്റെ പേര്. മഹത്തായ വിപ്ലവത്തെക്കുറിച്ചുള്ള ആദ്യത്തെ ശ്രദ്ധേയമായ പുസ്തകമായിരുന്നു അത്.

സയന്റിഫിക് സൊസൈറ്റിയുടെ രൂപീകരണം

മുഗൾ ഭരണത്തിന്റെ അധഃപതനവും ബ്രിട്ടീഷ് ഭരണകൂടത്തിന്റെ ഏകപക്ഷീയമായ ഇസ്ലാം വിരുദ്ധതയും ഇന്ത്യയിലെ മുസ്ലീങ്ങളുടെ നില പരിതാപകരമാക്കി. അഹമ്മദ് ഖാൻ ഈ അവസ്ഥയിൽ വളരെ ദുഃഖിത നായി. സ്വസമുദായത്തിന്റെ ഉയർച്ചയ്ക്ക് വിദ്യാഭ്യാസം അടക്കമുള്ള നിര വധി പരിഷ്കരണങ്ങൾ കൂടിയേ തീരൂ എന്ന് അദ്ദേഹം മനസ്സിലാക്കി. ആധുനികമായ അറിവുകൾ സമുദായത്തിൽ ലഭിക്കണമെങ്കിൽ ഉർദു ഭാഷയിലേക്ക് അത്തരം കൃതികൾ പരിഭാഷപ്പെടുത്തുകയും അവ ജന ങ്ങളിൽ എത്തിക്കണമെന്നും അഹമ്മദ് ഖാൻ തിരിച്ചറിഞ്ഞു. അതിനായി സയന്റിഫിക് സൊസൈറ്റി എന്നൊരു സംഘടന അദ്ദേഹം രൂപീകരിച്ചു.

സൊസൈറ്റിയുടെ ആദ്യ സമ്മേളനം 1864 ജനുവരി 9 ന് ഗാസിപ്പൂ രിൽവച്ച് ചേർന്നു. പ്രധാനമായി രണ്ടു കാര്യങ്ങളാണ് സമ്മേളനം ചർച്ച ചെയ്തത്:

ഒന്ന്, ഇംഗ്ലീഷിലോ മറ്റു യൂറോപ്യൻ ഭാഷകളിലോ രചിക്കപ്പെട്ട ശാസ്ത്ര–വിജ്ഞാന–കലാ മേഖലയിലെ പ്രധാനപ്പെട്ട പുസ്തകങ്ങൾ ഇന്ത്യയിലെ സാധാരണക്കാർക്ക് മനസ്സിലാകത്തക്കവിധം പരിഭാഷ പ്പെടുത്തി പ്രസിദ്ധീകരിക്കുക.

രണ്ട്, ഏഷ്യയിലെ പ്രാചീന ഗ്രന്ഥങ്ങൾ കണ്ടെത്തുകയും അവ പുനഃപ്രസിദ്ധീകരിക്കുകയും ചെയ്യുക. മതപരമായ ഒരു ഗ്രന്ഥവും സൊസൈറ്റി പ്രസിദ്ധീകരിക്കില്ല എന്ന തീരുമാനവും സമ്മേളനം കൈക്കൊണ്ടു.

സയന്റിഫിക് സൊസൈറ്റിയുടെ രൂപീകരണത്തിനുശേഷം ഗാന്ധി പ്പൂരിൽ അഹമ്മദ് ഖാന്റെ നേതൃത്വത്തിൽ ഒരു സ്കൂൾ ആരംഭിച്ചു. ഇംഗ്ലീഷ്, പേർഷ്യൻ, ഉർദു, സംസ്കൃതം, അറബി എന്നീ ഭാഷകൾ ഈ സ്കൂളിൽ പഠിപ്പിച്ചു. സ്വന്തം കുട്ടികളുടെ വിദ്യാഭ്യാസ കാര്യത്തിൽ അതീവ ശ്രദ്ധ പുലർത്തണമെന്ന് മാതാപിതാക്കളെ അദ്ദേഹം ഉപദേ ശിച്ചു.

സയന്റിഫിക് സൊസൈറ്റിയുടെ പ്രവർത്തനങ്ങൾ സമൂഹത്തിൽ ആഴത്തിലുള്ള സ്വാധീനമുണ്ടാക്കി. സൊസൈറ്റിക്ക് അലിഗഡിൽ സ്വന്ത മായി കെട്ടിടവും ലൈബ്രറിയും പ്രസും ഉണ്ടായിരുന്നു.

1866 ൽ സൊസൈറ്റിയുടെ ആഭിമുഖ്യത്തിൽ *അലിഗഡ് ഇൻസ്റ്റി റ്റ്യൂട്ട്* എന്ന പേരിൽ ഒരു പത്രം ആരംഭിച്ചു. ആദ്യം വാരികയായും പിന്നീട് മൂന്നു ദിവസത്തിൽ ഒന്ന് എന്ന നിലയ്ക്കും ഈ പ്രസിദ്ധീകരണം പുറ ത്തിറങ്ങി. പത്രത്തിന്റെ തലക്കെട്ടിന് തൊട്ടുതാഴെ ഇംഗ്ലീഷിലും ഉർദു വിലും ഇങ്ങനെ എഴുതിയിരുന്നു:

"പ്രസിന്റെ സ്വാതന്ത്ര്യം സർക്കാരിന്റെ ഉത്തരവാദിത്വമാണ്. പ്രജ കളുടെ യഥാർത്ഥവും ന്യായവുമായ അവകാശമാണത്."

ആത്മാഭിമാനിയായ അഹമ്മദ് ഖാൻ

ബ്രിട്ടീഷ് സാമ്രാജ്യത്വത്തിനുമുന്നിൽ തലകുനിക്കാൻ അഹമ്മദ് ഖാൻ ഒരിക്കലും തയ്യാറായിരുന്നില്ല. ഇന്ത്യക്കാരെ രണ്ടാംതരം പൗരന്മാരായി കാണുന്ന കൊളോണിയൽ അധികാരികളുടെ നിലപാടുകൾക്കെതിരെ പല സന്ദർഭങ്ങളിലും അദ്ദേഹം പ്രതികരിച്ചിട്ടുണ്ട്. ജീവചരിത്രകാരനായ ഡോ. ശൈലേഷ് സൈദി എഴുതുന്നു:

1867 ഫെബ്രുവരി 11 ന് സയ്യദ് അഹമ്മദിന് ഹുസ്നെകാർകർദമി എന്ന മെഡൽ സമ്മാനിക്കാനായി ആഗ്ര ദർബാർ സംഘടിപ്പിക്കപ്പെട്ടു. ഇംഗ്ലീഷുകാർക്കുപുറമെ ഉന്നതരായ നിരവധി ഇന്ത്യക്കാരും ഈ ചടങ്ങിൽ സന്നിഹിതരായിരുന്നു. എന്നാൽ ചടങ്ങിൽ സംബന്ധിച്ച ഇംഗ്ലീഷുകാർക്ക് ഉയർന്ന പീഠങ്ങളും ഇന്ത്യക്കാർക്ക് താഴെ സാധാരണ കസേരകളും മാത്രം ഒരുക്കിയിരുന്ന കാര്യം ആരും ശ്രദ്ധിച്ചിരുന്നില്ല. ശ്രദ്ധിച്ചാൽ തന്നെയും ആരും പരാതിപ്പെടുമായിരുന്നില്ല. ആത്മാഭിമാനിയായ സർ സയ്യദിന് അത് സഹിക്കാനായില്ല. പ്രതിഷേധ സൂചകമായി മെഡൽ വാങ്ങാതെ അദ്ദേഹം ദർബാറിൽനിന്ന് ഇറങ്ങി നടന്നു (*സർ സയ്യദ് അഹമ്മദ് ഖാനും അലിഗഡ് പ്രസ്ഥാനവും*).

എവിടെ ഇന്ത്യക്കാരൻ അപമാനിക്കപ്പെടുന്നുവോ അവിടെ അഹമ്മദ് ഖാൻ ശബ്ദമുയർത്തി. ഇംഗ്ലീഷുകാർ ഇന്ത്യക്കാരിൽനിന്ന് ബഹുമാനം ആഗ്രഹിക്കുന്നുവെങ്കിൽ ആദ്യമവർ ഇന്ത്യക്കാരെ ബഹുമാനിക്കണം എന്നായിരുന്നു അഹമ്മദ് ഖാന്റെ നിലപാട്.

ഹിന്ദി–ഉർദു വിവാദം

1867 വരെ ഹിന്ദി ഭാഷയിൽ വലിയ വികാസമൊന്നും സംഭവിച്ചിരുന്നില്ല. എന്നാൽ ഉർദു ഭാഷ അതിനുമുമ്പെ സമ്പന്നമായിരുന്നു. ആര്യസമാജത്തിന്റെയും മറ്റും പ്രവർത്തനങ്ങൾ ഹിന്ദി ഭാഷയെ ഒരു ഹിന്ദു പരിസരത്തേക്ക് ചേർത്തുവയ്ക്കാനുള്ള ശ്രമങ്ങൾക്ക് ആക്കംകൂട്ടി. ഇത്തരം മനോഭാവം ഉർദുവിനെ ഒരു മുസ്ലീം ഭാഷയായി ചിത്രീകരിക്കാനുള്ള സാഹചര്യത്തിലേക്ക് വഴിതെളിച്ചു. ഭാഷാപരമായ വിഭജനം സാമുദായികമായ പിളർപ്പിലേക്കാണ് വഴിതെളിച്ചത്.

അഹമ്മദ് ഖാൻ ഉർദു ഭാഷയുടെ ശക്തനായ വക്താവായിരുന്നു. ഇംഗ്ലീഷുകാർ ഹിന്ദുത്വത്തിൽ ഊന്നിയ ഹിന്ദിഭാഷാ സ്നേഹത്തെ പ്രോത്സാഹിപ്പിക്കുകയും ഉർദു ഭാഷയെ അപഹസിക്കുന്ന നിലപാട് സ്വീകരിക്കുകയും ചെയ്തു.

ബംഗാളിലെ ലഫ്റ്റനന്റ് ഗവർണ്ണറായ ജോർജ്ജ് കാംപെൽ; ദേശ ഭാഷയും അറബി–പേർഷ്യൻ ഭാഷയും തമ്മിലുണ്ടായ വേഴ്ചയിലൂടെ

യാണ് ഉർദു ഭാഷ ഉണ്ടായതെന്ന് പരിഹസിച്ചു. ഇതിനെതിരെ അഹമ്മദ് ഖാൻ രംഗത്തുവന്നു. ഇംഗ്ലീഷ് ഭാഷ ഉർദുവിനേക്കാൾ നിരവധി ഭാഷക ളുടെ വേഴ്ചയിൽനിന്ന് ഉണ്ടായതാണെന്ന് അദ്ദേഹം തെളിവു സഹിതം വ്യക്തമാക്കി.

1822 ൽ ഹിന്ദിയെ ഔദ്യോഗിക ഭാഷയാക്കണമെന്ന് ആവശ്യപ്പെട്ടു കൊണ്ടുള്ള മുറവിളികൾ ആരംഭിച്ചു. കോടതി, സർക്കാർ ഓഫീസുകൾ, സ്കൂളുകൾ എന്നിവിടങ്ങളിൽ ഹിന്ദി ഭാഷ നിർബ്ബന്ധിതമാക്കണമെന്ന് ഹിന്ദി അനുകൂലികൾ ആവശ്യപ്പെട്ടു. വിദ്യാഭ്യാസകമീഷനുമുമ്പിൽ ഹിന്ദി ഗ്രാമീണഭാഷയും ഉർദു പരിഷ്കൃത ഭാഷയുമാണെന്ന വാദം അഹമ്മദ് ഖാൻ ഉയർത്തി.

ഭാഷയുടെ പേരിലുള്ള സമുദായങ്ങളുടെ ഭിന്നിപ്പിൽ അഹമ്മദ് ഖാൻ വേദനിച്ചു. 1880 കൾ ആയപ്പോഴേക്കും ഹിന്ദി–ഉർദു വിവാദം അതിന്റെ മൂർദ്ധന്യാവസ്ഥയിലെത്തി. ഹിന്ദി, ബംഗാളി ഭാഷകളിലിറങ്ങിയ പത്ര ങ്ങൾ ഹിന്ദി ഭാഷയെ അനകൂലിക്കുന്ന നിലപാടു സ്വീകരിച്ചു. ഇത് ഹിന്ദു ത്വത്തിലുന്നിയ ദേശീയ നിലപാടിന് ആക്കംകൂട്ടി.

മതസൗഹാർദ്ദത്തിന്റെ മാതൃകാ പുരുഷൻ

ഹിന്ദുമതത്തെ ദേശീയ വികാരമാക്കി മാറ്റാനുള്ള ചില നേതാക്ക ളുടെ ശ്രമത്തിൽ അഹമ്മദ് ഖാൻ അസ്വസ്ഥനായിരുന്നു. കാരണം കൊളോണിയൽ ഭരണാധികാരികളുടെ ഭിന്നിപ്പിച്ചു ഭരിക്കുക എന്ന തന്ത്രത്തിന് ആക്കംകൂട്ടുന്ന നിലപാടായിരുന്നു അത്. തന്റെ നിരവധി ലേഖനങ്ങളിലും പ്രഭാഷണങ്ങളിലും ഹിന്ദു–മുസ്ലീം ഐക്യത്തെ ഉയർ ത്തിപ്പിടിച്ചു. ഹിന്ദുവാകുക, മുസ്ലീമാവുക എന്നത് മനുഷ്യന്റെ ആന്ത രിക വിഷയമാണെന്നും ഇന്ത്യ; നാം രണ്ടുകൂട്ടരുടെയും ജന്മനാടാണെന്നും അദ്ദേഹം ഒരു പ്രസംഗത്തിൽ പറയുകയുണ്ടായി.

ഹിന്ദുവും മുസൽമാനും ഒരു സുന്ദരിയുടെ രണ്ടു കണ്ണുകളാണ്. അതിൽ ഏതെങ്കിലും ഒരു കണ്ണിന് ക്ഷതം സംഭവിച്ചാൽ അവൾ വിരൂപ യായി മാറുമെന്നും അദ്ദേഹം പറയുകയുണ്ടായി. ഇന്ത്യ എന്ന ഒറ്റ ദേശീ യബോധത്തിനുള്ളിൽ ഇരു സമുദായങ്ങളും ഒരുമിച്ചു കഴിയണമെന്ന ആശയത്തിനുവേണ്ടിയാണ് അദ്ദേഹം എക്കാലവും നിലകൊണ്ടത്.

1888 ഏപ്രിലിൽ അദ്ദേഹം ഇങ്ങനെ എഴുതി:

ഹിന്ദുക്കളും മുസ്ലീങ്ങളും സ്നേഹത്തോടെ, മൈത്രിയോടെ, സാഹോദര്യത്തോടെ ജീവിക്കണമെന്നാണ് എന്റെ ആഗ്രഹം. പള്ളിയിൽ പോകുന്ന മുസൽമാനും ക്ഷേത്രത്തിൽ പോകുന്ന ഹിന്ദുവും ഇന്ത്യക്കാരൻ എന്ന പേരിൽ ഖ്യാതി നേടണമെന്നാണ് എന്റെ അഭിലാഷം.

തീവ്രഹിന്ദുത്വ വാദികൾ അഹമ്മദ് ഖാന്റെ ഇത്തരം നിലപാടുകളെ തള്ളിക്കളയുകയാണുണ്ടായത്. പിന്നീട് വിഭജനത്തിലേക്ക് നയിച്ച സാമു ഹിക സാഹചര്യത്തിൽ ഒന്നായിരുന്നു ഭാഷയെ സംബന്ധിച്ചുള്ള തർക്ക ങ്ങൾ. അത് പിന്നീട് സാമുദായികമായ പിളർപ്പിനെ ത്വരിതപ്പെടുത്തുക യായിരുന്നു.

ഇന്ത്യൻ നാഷണൽ കോൺഗ്രസും അഹമ്മദ് ഖാനും

1885 ൽ രൂപീകരിക്കപ്പെട്ട ഇന്ത്യൻ നാഷണൽ കോൺഗ്രസിനോട് അഹമ്മദ് ഖാൻ വിയോജിപ്പായിരുന്നു. കോൺഗ്രസിന്റെ രൂപീകരണ ത്തിനുമുമ്പ് എ ഒ ഹ്യൂം അഹമ്മദ് ഖാനെ സന്ദർശിച്ചിരുന്നു. മുസ്ലീങ്ങൾ കോൺഗ്രസിൽ ചേരുന്നതുകൊണ്ട് അവർക്ക് യാതൊരു ഗുണവുമുണ്ടാ വില്ലെന്ന് അഹമ്മദ് ഖാൻ വ്യക്തമാക്കി. കാരണം കോൺഗ്രസിൽ ആധി പത്യം പുലർത്തുന്നവരുടെ കാഴ്ചപ്പാട് ഹിന്ദുത്വത്തിൽ ഊന്നിയതാണ്. ഹിന്ദു-മുസ്ലീം ഐക്യമെന്നത് കോൺഗ്രസിന്റെ അജണ്ടയിൽ ഉണ്ടാവില്ല എന്ന് അദ്ദേഹം തിരിച്ചറിഞ്ഞു.

ഇന്ത്യയുടെ ബഹുസ്വരതയെയും വ്യത്യസ്ത സമുദായങ്ങളുടെ അനന്യതയെയും മനസ്സിലാക്കുകയും അവരെല്ലാം ഒറ്റ ദേശീയതയിൽ നിലനില്ക്കണമെന്ന ബോദ്ധ്യവുമായിരുന്നു അഹമ്മദ് ഖാൻ ഉണ്ടായിരു ന്നത്. എന്നാൽ എ ഒ ഹ്യൂമും മറ്റു ചില ദേശീയ നേതാക്കളും അദ്ദേ ഹത്തെ തെറ്റിദ്ധരിക്കുകയാണുണ്ടായത്. 'ഹിന്ദി, ഹിന്ദു, ഹിന്ദുസ്ഥാൻ' എന്ന നിലയിലുള്ള സവർണ്ണ ഹിന്ദുത്വ ദേശീയത ഒരിക്കലും ഒരു മതനി രപേക്ഷ ഇന്ത്യയെ നിർമ്മിക്കില്ല എന്ന രാഷ്ട്രീയബോദ്ധ്യം അദ്ദേഹത്തി നുണ്ടായിരുന്നു.

ഇന്ത്യൻ നാഷണൽ കോൺഗ്രസ് രൂപീകരിച്ച് ഒരുവർഷത്തിനു ശേഷം അഹമ്മദ് ഖാൻ 1886 ൽ മുഹമ്മദൻ എജ്യൂക്കേഷണൽ കോൺഗ്രസ് സ്ഥാപിച്ചു. ഇതിന്റെ ഒന്നാം സമ്മേളനം 1886 മേയിൽ അലി ഗഡിൽ ചേരുകയുണ്ടായി. ഉദ്ഘാടന പ്രസംഗത്തിൽ, വിദ്യാഭ്യാസം മാത്ര മാണ് സമുദായത്തിന്റെ പുരോഗതിക്കുള്ള ഏക മാർഗ്ഗമെന്ന് അഹമ്മദ് ഖാൻ പ്രഖ്യാപിച്ചു.

എ ഒ ഹ്യൂമും അദ്ദേഹത്തിന്റെ ബംഗാളി ബ്രാഹ്മണ സുഹൃത്തു ക്കളും മുഹമ്മദൻ എജ്യൂക്കേഷൻ കോൺഗ്രസിനെ എതിർത്തുകൊണ്ടു രംഗത്തുവന്നു. ഇന്ത്യൻ നാഷണൽ കോൺഗ്രസിനെതിരായ പ്രസ്ഥാ നമാണ് ഇതെന്ന വ്യാഖ്യാനമാണ് അവർ നല്കിയത്.

1890 ഡിസംബരിൽ എജ്യൂക്കേഷണൽ കോൺഗ്രസിന്റെ അഞ്ചാം സമ്മേളനത്തിൽവച്ച് മുഹമ്മദൻ എജ്യൂക്കേഷണൽ കോൺഗ്രസ് എന്ന പേരിലെ കോൺഗ്രസിന്റെ സ്ഥാനത്ത് കോൺഫറൻസ് എന്നാക്കി.

1893 ഡിസംബർ 30 ന് അഹമ്മദ് ഖാൻ ഒരു സമ്മേളനം വിളിച്ചു കൂട്ടി. മുസ്ലീങ്ങൾക്ക് ഒരു രാഷ്ട്രീയ സംഘടന രൂപീകരിക്കുന്നതിന്റെ

ഭാഗമായിട്ടായിരുന്നു ഈ സമ്മേളനം. മുഹമ്മദൻസ് ഡിഫൻസ് അസോ
സിയേഷൻ എന്നായിരുന്നു ഈ രാഷ്ട്രീയ സംഘടനയുടെ പേര്.
എന്നാൽ വേണ്ടത്ര പ്രവർത്തനങ്ങളൊന്നുംതന്നെ നടത്താൻ ഈ സംഘ
ടനയ്ക്കായില്ല.

സ്ത്രീവിദ്യാഭ്യാസവും അഹമ്മദ് ഖാനും

സ്ത്രീവിദ്യാഭ്യാസത്തിനുവേണ്ടിയുള്ള നിരവധി പ്രവർത്തനങ്ങൾ
അഹമ്മദ് ഖാൻ നടത്തിയിരുന്നു. പ്രത്യേകിച്ചും മുസ്ലീം പെൺകുട്ടിക
ളുടെ വിദ്യാഭ്യാസത്തിൽ അഹമ്മദ് ഖാൻ പ്രത്യേകം ശ്രദ്ധവച്ചു. അദ്ദേഹം
തെഹ്ദീബെ നിസാൻ എന്ന പ്രസിദ്ധീകരണത്തിൽ ഇങ്ങനെ എഴുതി:

സ്ത്രീജന്മത്തിന് ഉത്തമവും ശ്രേഷ്ഠവുമായ ഉന്നതവിദ്യാഭ്യാസം
നല്കണമെന്നത് എന്റെ ആത്മാർത്ഥമായ ആഗ്രഹമാണ്. ഇപ്പോ
ഴത്തെ സാഹചര്യത്തിൽ കുമാരിമാർക്ക് വിദ്യാഭ്യാസം നല്കുന്ന
തിനുള്ള സമയമായി വരുന്നതേയുള്ളൂ.

മുഹമ്മദൻ വിദ്യാഭ്യാസ കോൺഗ്രസിന്റെ അലിഗഡ് സമ്മേളന
ത്തിൽവച്ച് മുസ്ലീം സ്ത്രീവിദ്യാഭ്യാസം അനിവാര്യമാണെന്ന പ്രമേയം
പാസാക്കപ്പെടുന്നുണ്ട്. ഇത്തരത്തിലുള്ള പ്രവർത്തനങ്ങൾ വ്യാപിപ്പിക്കു
ന്നതിന്റെ ഭാഗമായി പില്ക്കാലത്ത് സ്ത്രീവിദ്യാഭ്യാസത്തിനുവേണ്ടി
പ്രത്യേക കമ്മിറ്റികൾ രൂപീകരിക്കുകയും മുസ്ലീം വനിതാ വിദ്യാഭ്യാസ
സ്ഥാപനങ്ങൾ ആരംഭിക്കുകയും ചെയ്തു.

1873 ജൂലൈ പത്തിന് അലിഗഡിൽ കോളേജ് സ്ഥാപിക്കണമെന്ന
തീരുമാനം ഉയർന്നുവന്നു. ഇതിനായുള്ള ഫണ്ട് ശേഖരണത്തിനായി
അതേ വർഷം മെയ് 26 ന് പാട്നയിലേക്കും ഡിസംബർ 29 ന് ലാഹോ
റിലേക്കും ഒരു ജാഥ നടത്തി. 1874 ൽ കോളേജിന് ആവശ്യമായ സ്ഥലം
സൗജന്യമായി സർക്കാർ വിട്ടുകൊടുത്തു.

സർ പദവി ലഭിക്കുന്നു

1889 ൽ ബ്രിട്ടീഷ് ചക്രവർത്തി അഹമ്മദ്ഖാന് സർ പദവി നല്കി
ആദരിച്ചു. പിന്നീട് നിരവധി ബഹുമതികൾ അദ്ദേഹത്തെ തേടിയെത്തി.
1892 മാർച്ച് 28 നാണ് സർ സയ്യദ് അഹമ്മദ് ഖാൻ അന്തരിച്ചത്. അദ്ദേഹ
ത്തിന്റെ ജീവിതവും പ്രവർത്തനങ്ങളും പലരീതിയിൽ തെറ്റിദ്ധരിക്കപ്പെ
ട്ടിട്ടുണ്ട്. അദ്ദേഹത്തിന്റെ ജീവിതത്തിലെ മതനിരപേക്ഷ മൂല്യങ്ങളും
വിദ്യാഭ്യാസപ്രവർത്തനങ്ങളും വേണ്ടരീതിയിൽ വിലയിരുത്തപ്പെട്ടിട്ടില്ല.
കോൺഗ്രസിനോടും അതിന്റെ ദേശീയതാ സങ്കല്പനത്തോടുമുള്ള
അഹമ്മദ് ഖാന്റെ എതിർപ്പ് സാമ്പ്രദായിക ചരിത്രവീക്ഷണങ്ങളിൽ
വിമർശിക്കപ്പെട്ടിട്ടുണ്ട്. എന്നാൽ ദേശീയതാ സങ്കല്പത്തിലെ സവർണ്ണ

ഹിന്ദുത്വത്തിന്റെ ഹെജിമണിയെ കൃത്യമായി തിരിച്ചറിയുകയും പ്രതി രോധിക്കുകയും ചെയ്യുകയായിരുന്നു അഹമ്മദ് ഖാൻ.

സർ സയ്യദ് അഹമ്മദ് ഖാനെ ഇന്നു വായിക്കുമ്പോൾ അദ്ദേഹം അന്നുയർത്തിയ ആശങ്കകൾ ശരിയാണെന്ന ബോദ്ധ്യത്തിലേക്കാണ് നാം എത്തിച്ചേരുക. ഇന്ത്യൻ നവോത്ഥാന ധാരയിലെ വേറിട്ട വ്യക്തിത്വമാ യിരുന്നു അഹമ്മദ് ഖാൻ. അദ്ദേഹത്തെക്കുറിച്ചുള്ള കൂടുതൽ അന്വേഷ ണങ്ങളും പഠനങ്ങളും ഇനിയും നടക്കേണ്ടതുണ്ട്.

ഈശ്വരചന്ദ്ര വിദ്യാസാഗർ
(1820 – 1891)

ഇന്ത്യൻ നവോത്ഥാനത്തിൽ ഒരിക്കലും അവഗണിക്കാനാവാത്ത വ്യക്തിയാണ് ഈശ്വരചന്ദ്ര വിദ്യാസാഗർ. രാജാറാം മോഹൻ റോയിയെ പ്പോലെ ശൈശവ വിവാഹത്തിനെതിരെയും സ്ത്രീകൾ അനുഭവിക്കുന്ന വ്യത്യസ്ത തലത്തിലുള്ള ചൂഷണത്തിനെതിരെയും ശബ്ദമുയർത്തു കയും പ്രവർത്തിക്കുകയും ചെയ്ത നവോത്ഥാന പ്രതിഭയായിരുന്നു ഇദ്ദേഹം.

കൊളോണിയൽ ആധുനികതയുടെ നല്ല വശങ്ങൾ സ്വാംശീകരി ക്കുവാനും ആധുനിക ഇന്ത്യയുടെ വളർച്ചയ്ക്ക് മാർഗ്ഗദീപമാക്കാനും ഈശ്വരചന്ദ്ര വിദ്യാസാഗർക്ക് കഴിഞ്ഞു. സ്ത്രീകളുടെ അക്കാലത്തെ സാമൂഹിക നില വളരെ പരിതാപകരമായിരുന്നു. വിദ്യാഭ്യാസം ചെയ്യാനോ സ്വതന്ത്രമായ അഭിപ്രായങ്ങൾ രേഖപ്പെടുത്താനോ അവകാശമില്ലാതെ അജ്ഞതയിലും കഷ്ടപ്പാടുകളിലും ആണ്ടുകിടന്ന സ്ത്രീകൾക്ക് അവ കാശബോധവും സ്വാതന്ത്ര്യബോധവും നല്കാൻ അദ്ദേഹത്തിന്റെ പ്രവർത്തനങ്ങൾക്ക് കഴിഞ്ഞു.

മഹാകവി രവീന്ദ്രനാഥ ടാഗോർ ഈശ്വരചന്ദ്ര വിദ്യാസാഗറിനെക്കു റിച്ച് ഇങ്ങനെ അഭിപ്രായപ്പെട്ടു:

ഇന്ത്യൻ നവോത്ഥാന പ്രസ്ഥാനത്തിന്റെ അമരക്കാരൻ, സാമൂ ഹിക പരിഷ്കർത്താവ്, മനുഷ്യസ്നേഹി, പത്തൊമ്പതാം നൂറ്റാ ണ്ടിലെ ബംഗാൾ ഇന്ത്യക്കു നല്കിയ സംഭാവന, തലമുറകൾ ചർച്ച ചെയ്യുന്ന അപൂർവ്വ വ്യക്തിത്വം അതായിരുന്നു ഈശ്വരചന്ദ്ര വിദ്യാ സാഗർ.

രാജാറാം മോഹൻ റോയിയുടെ പിൻഗാമിയായി ഈശ്വരചന്ദ്ര വിദ്യാ

ഈശ്വരചന്ദ്ര വിദ്യാസാഗർ

സാഗറെ വിശേഷിപ്പിക്കാം. അദ്ദേഹത്തിന്റെ ജീവിതവും പ്രവർത്തനങ്ങളും ഇന്ത്യൻ നവോത്ഥാനത്തിന്റെ ചരിത്രത്തിൽ ചില സവിശേഷമായ അദ്ധ്യായങ്ങൾ എഴുതിച്ചേർത്തു.

ഗാന്ധിജിയുടെ അഭിപ്രായത്തിൽ "അദ്ദേഹം ഈശ്വരചന്ദ്ര വിദ്യാ സാഗരം മാത്രമായിരുന്നില്ല. ദയയുടെയും കാരുണ്യത്തിന്റെയും മറ്റനേകം സദ്ഗുണങ്ങളുടെയും സാഗരം കൂടിയായിരുന്നു."

ജനനവും വിദ്യാഭ്യാസവും

1820 സെപ്തംബർ 26 നാണ് ഈശ്വരചന്ദ്ര വിദ്യാസാഗർ ജനിച്ചത്. അദ്ദേഹത്തിന്റെ പിതാവ് ഠാക്കൂർ ദാസ് ഒരു സംസ്കൃത പണ്ഡിതനായി രുന്നു. മാതാവ് ഭഗവതീദേവി. ഈശ്വരചന്ദ്രൻ എന്നു കുട്ടിക്കു പേരുനല്കി യത് മുത്തച്ഛനായ രാംജയ് ആയിരുന്നു.

അഞ്ചാമത്തെ വയസ്സിൽ ഈശ്വരചന്ദ്രനെ വീടിനടുത്തുള്ള വിദ്യാ ലയത്തിൽ ചേർത്തു. അവിടത്തെ അദ്ധ്യാപകൻ കാളികാന്ത ചാറ്റർജി യായിരുന്നു. പഠിക്കാൻ മിടുക്കനായ ഈശ്വരചന്ദ്രനോട് അദ്ധ്യാപകന് വലിയ വാത്സല്യമായിരുന്നു. സ്കൂൾ വിട്ടതിനുശേഷവും അദ്ദേഹം കുട്ടിയെ പഠിപ്പിക്കും. അദ്ധ്യാപകന് ആ കുട്ടിയിൽ വലിയ പ്രതീക്ഷയു ണ്ടായിരുന്നു. ഈശ്വരചന്ദ്രനെ കല്ക്കത്തയിൽ വിട്ടു പഠിപ്പിക്കാൻ പിതാ വിനോട് ആ അദ്ധ്യാപകൻ നിർദ്ദേശിച്ചു.

തന്റെ മകനെ ഒരു സംസ്കൃത പണ്ഡിതനാക്കണം എന്നായിരുന്നു ഈശ്വരചന്ദ്രന്റെ പിതാവ് ആഗ്രഹിച്ചത്. കുടുംബപ്രാരാബ്ധങ്ങളിൽ കുടുങ്ങി തനിക്ക് ലഭിക്കാതെപോയ അവസരം തന്റെ മകന് നഷ്ടമായി ക്കൂടാ എന്ന ചിന്തയാണ് ഇതിന് അടിസ്ഥാനം. അങ്ങനെ സംസ്കൃതപ ഠനത്തിനായി ഈശ്വരചന്ദ്ര വിദ്യാസാഗർ പിതാവുമായി കല്ക്കത്തയി ലേക്ക് യാത്രയായി.

കല്ക്കത്തയിലെത്തിയ പിതാവ് ഠാക്കൂർ ദാസും തന്റെ അകന്ന ബന്ധുവായ ഭഗവദ്ചന്ദ്ര സിങ്ങിന്റെ വീട്ടിലേക്കാണ് പോയത്. ഭഗവദ്ച ന്ദ്രസിങ് ഇതിനോടകം മരണപ്പെട്ടിരുന്നു. അദ്ദേഹത്തിന്റെ ഭാര്യയും മകനും വിധവയായ മകൾ റായി മണിയുമായിരുന്നു അവിടെ താമസി ച്ചിരുന്നത്. കല്ക്കത്തയിലെ ബുറാബസാറിലെ ബംഗാളി വിദ്യാലയത്തിൽ ഈശ്വരചന്ദ്ര വിദ്യാസാഗർ ചേർന്നു. എന്നാൽ പഠനം പൂർത്തിയാക്കാൻ കഴിഞ്ഞില്ല. രോഗബാധയാൽ ഈശ്വരചന്ദ്രന് നാട്ടിലേക്ക് തിരിച്ചുപോ കേണ്ടിവന്നു.

പിന്നീട് കല്ക്കത്തയിലെ സംസ്കൃത കോളേജിലെ വ്യാകരണ വിഭാ ഗത്തിൽ മൂന്നാം ക്ലാസ് വിദ്യാർത്ഥിയായി ഈശ്വരചന്ദ്രൻ പഠനം തുടർന്നു. ഒമ്പത് വയസ്സായിരുന്നു അപ്പോൾ ഈശ്വരചന്ദ്രന്. ഇക്കാലത്തു കടുത്ത ദാരിദ്ര്യത്തിലൂടെയാണ് ഈശ്വരചന്ദ്രൻ കടന്നുപോയത്. വ്യാകരണ വിഭാ ഗത്തിൽനിന്ന് പഠനം പൂർത്തിയാക്കി സംസ്കൃതപഠനം ആരംഭിച്ചപ്പോൾ ഈശ്വരചന്ദ്രന് പതിനൊന്ന് വയസ്സാണുണ്ടായിരുന്നത്. അതുകൊണ്ടു തന്നെ ആ ബാലനെ സാഹിത്യപഠന ക്ലാസിൽ പ്രവേശിപ്പിക്കാൻ അദ്ധ്യാ പകർ തയ്യാറായില്ല. താൻ ഏത് പരീക്ഷയ്ക്കും തയ്യാറാണെന്ന് ഈശ്വര ചന്ദ്രൻ അദ്ധ്യാപകരെ അറിയിച്ചു. അദ്ധ്യാപകർക്ക് ആ ബാലന്റെ ആത്മ വിശ്വാസത്തിൽ മതിപ്പുതോന്നി; അതൊന്നു പരീക്ഷിക്കാൻ തന്നെ തീരുമാ നിച്ചു. അദ്ധ്യാപകരുടെ പരീക്ഷണത്തിൽ ഈശ്വരചന്ദ്രൻ വിജയിച്ചു. അങ്ങനെ സംസ്കൃത സാഹിത്യത്തിൽ ഈശ്വരചന്ദ്രൻ ഉപരിപഠനം ആരം ഭിച്ചു. ആ ബാലന്റെ പ്രതിഭയിൽ അദ്ധ്യാപകരും പണ്ഡിതന്മാരും അത്ഭു

തപ്പെട്ടു. സാധാരണ ആളുകൾ നാലു വർഷംകൊണ്ട് പഠിക്കേണ്ട ചില സംസ്കൃതപാഠങ്ങൾ ഈശ്വരചന്ദ്രൻ ആറു മാസംകൊണ്ട് പഠിച്ചു തീർത്തു. അങ്ങനെ വിദ്യാർത്ഥിയായിരിക്കുമ്പോൾത്തന്നെ ഈശ്വരചന്ദ്രന് കല്ക്കത്ത സർവ്വകലാശാല വിദ്യാസാഗർ എന്ന ബിരുദം നല്കി.

വേദാന്ത വിദ്യാർത്ഥി ആയിരിക്കുമ്പോൾത്തന്നെ ഈശ്വരചന്ദ്ര വിദ്യാ സാഗർ കല്ക്കത്തയിലെ ഫോർട്ട് വില്യം കോളേജിൽ അദ്ധ്യാപകനായി നിയമിക്കപ്പെട്ടു. ഇന്ത്യയിലെ ബ്രിട്ടീഷ് ഉദ്യോഗസ്ഥരെ ബംഗാളി പഠിപ്പി ക്കുവാൻ ഈസ്റ്റ് ഇന്ത്യാ കമ്പനി സ്ഥാപിച്ച കോളേജായിരുന്നു ഇത്. ആ കോളേജിൽ വിദേശ ഉദ്യോഗാർത്ഥികളെ ബംഗാളി പഠിപ്പിക്കുക എന്ന തായിരുന്നു ഈശ്വരചന്ദ്ര വിദ്യാസാഗരിന്റെ ചുമതല. ഇക്കാലയളവിൽ ഇംഗ്ലീഷ് ഭാഷയും സാഹിത്യവും അദ്ദേഹം അഭ്യസിച്ചു.

നവോത്ഥാന പരിശ്രമങ്ങൾ

ശാസ്ത്രത്തിന്റെയും യുക്തിയുടെയും അടിസ്ഥാനത്തിലാണ് ഈശ്വ രചന്ദ്ര വിദ്യാസാഗർ തന്റെ നവോത്ഥാന പരിശ്രമങ്ങൾ ആരംഭിച്ചത്. സ്ത്രീകൾ അനുഭവിക്കുന്ന സാമൂഹിക ചൂഷണത്തിനെതിരെ അദ്ദേഹം രംഗത്തുവന്നു. ശൈശവവിവാഹം, വിധവകളുടെ ദുരിതപൂർണ്ണമായ ജീവിതം എന്നിവയെക്കുറിച്ച് അദ്ദേഹം വിദ്യാർത്ഥികാലത്തുതന്നെ ഏറെ ചിന്തിച്ചിരുന്നു. "അനുകമ്പയും സദാചാരനിഷ്ഠയുമില്ലാത്ത, ന്യായാ ന്യായ ധാരണകളോ നന്മതിന്മ ബോധമോ ഇല്ലാത്ത, കാര്യഗൗരവമി ല്ലാത്ത വേദോപനിഷത്തുകളിലും പുരാണേതിഹാസങ്ങളിലുംമാത്രം അഭിരമിക്കുന്ന പുരുഷന്മാരുള്ള ഒരു രാജ്യത്ത് സ്ത്രീകൾ ജന്മമെടു ക്കാതെ പോകട്ടെ" എന്ന് ഈശ്വരചന്ദ്ര വിദ്യാസാഗർ എഴുതിയിട്ടുണ്ട്. (ഈശ്വരചന്ദ്ര വിദ്യാസാഗർ, ഇന്ത്യൻ നവോത്ഥാന പ്രസ്ഥാനത്തിന്റെ അഗ്രിമസാരഥി).

ബാല്യവിവാഹം നിർത്തലാക്കാനും വിധവാ വിവാഹവും സ്ത്രീ വിദ്യാഭ്യാസവും ആരംഭിക്കുന്നതിനുംവേണ്ടി ഈശ്വരചന്ദ്രൻ നില കൊണ്ടു. വിധവകളുടെ പുനർവിവാഹത്തിന് അനുകൂലമായി പുരാണേ തിഹാസങ്ങൾ എന്തെങ്കിലും പറയുന്നുണ്ടോ എന്ന് അദ്ദേഹം അന്വേ ഷിച്ചു. കാരണം സവർണ്ണമേധാവിത്വത്തിൽ അധിഷ്ഠിതമായ യാഥാസ്ഥി തിക പൗരോഹിത്യം അത്തരമെന്തെങ്കിലും ന്യായീകരണം തങ്ങളുടെ പുണ്യഗ്രന്ഥങ്ങളിൽ കണ്ടാൽ എതിർപ്പിന്റെ ശക്തി കുറയുമെന്ന യുക്തി ബോധമാണ് ഈശ്വരചന്ദ്രനെ ഈയൊരു അന്വേഷണത്തിലേക്ക് നയി ച്ചത്.

സതി, ശൈശവ വിവാഹം, വിധവകളുടെ ജീവിതം എന്നിവയെ പര മർശിക്കുന്ന എല്ലാ സംസ്കൃതശ്ലോകങ്ങളും തന്റേതായ രീതിയിൽ വിദ്യാ സാഗർ വ്യാഖ്യാനിച്ചു. തന്റെ ആശയങ്ങൾ ഉൾക്കൊള്ളിച്ചുകൊണ്ട് ഒരു പുസ്തകവും അദ്ദേഹം പ്രസിദ്ധീകരിച്ചു. ഈ പുസ്തകം ബംഗാളിൽ വലിയ കോളിളക്കമാണ് ഉണ്ടാക്കിയത്. സവർണ്ണ യാഥാസ്ഥിതികർ ഇതി

നെതിരെ രംഗത്തുവന്നു. അവർ ഈശ്വരചന്ദ്രനെതിരെ വ്യക്തിഹത്യയി
ലൂന്നിയ ലഘുലേഖകളും മറ്റും പ്രസിദ്ധീകരിച്ചു. എന്നാൽ ഈശ്വരചന്ദ്രൻ
പതറിയില്ല. വിധവാ വിവാഹത്തെ അനുകൂലിക്കുന്നവരുടെ ഒരു ഒപ്പുശേ
ഖരണം നടത്താൻ അദ്ദേഹം തീരുമാനിച്ചു. ചില പുരോഗമന ആശയ
ക്കാർ അദ്ദേഹത്തിന് പിന്തുണയുമായെത്തി.

1885 ഒക്ടോബർ നാലിന് വിദ്യാസാഗർ വിധവാ വിവാഹത്തിന് അനു
കൂലമായ നിയമനിർമ്മാണം ആവശ്യപ്പെട്ടുകൊണ്ട് സർക്കാറിന് ഒരു നിവേ
ദനം സമർപ്പിച്ചു. 987 പേർ ഇതിൽ ഒപ്പുവച്ചിരുന്നു. 1856 ജൂലൈ 26 ന്
വിധവാ വിവാഹം അനുവദിച്ചുകൊണ്ടുള്ള നിയമം പാസാക്കപ്പെട്ടു. വിദ്യാ
സാഗറിന്റെ പോരാട്ടത്തിന്റെ ഉജ്ജ്വല വിജയം. പിന്നീട് ബഹുഭാര്യത്വ
ത്തിനെതിരെയും അദ്ദേഹം രംഗത്തിറങ്ങി. ഇതുമായി ബന്ധപ്പെട്ട് ഒരു
പുസ്തകം തന്നെ അദ്ദേഹം എഴുതി.

വിദ്യാഭ്യാസത്തിലൂടെമാത്രമേ സ്ത്രീകൾക്ക് സ്വാതന്ത്ര്യം ലഭ്യമാവൂ
എന്ന് അദ്ദേഹം മനസ്സിലാക്കി. അതിനുള്ള പ്രവർത്തനങ്ങളാണ് പിന്നീട്
അദ്ദേഹം ഏറ്റെടുത്തത്.

വിദ്യാഭ്യാസപ്രവർത്തനങ്ങൾ

വിദ്യാഭ്യാസത്തെ മതത്തിന്റെ സ്വാധീനത്തിൽനിന്ന് വിമോചിപ്പിക്കാ
നുള്ള പ്രവർത്തനങ്ങളാണ് ഈശ്വരചന്ദ്ര വിദ്യാസാഗർ നടത്തിയത്. ഇക്കാ
ലയളവിൽ ബംഗാളിലെ വിദ്യാഭ്യാസ വകുപ്പുമായി ബന്ധപ്പെടാനുള്ള
സാഹചര്യം അദ്ദേഹത്തിനുണ്ടായി. 1848 ൽ സംസ്കൃതകോളേജിന്റെ
അസിസ്റ്റന്റ് സെക്രട്ടറിയായി അദ്ദേഹം നിയമിതനായി. എന്നാൽ ഒരു
വർഷക്കാലമേ ആ പദവിയിൽ തുടർന്നുള്ളൂ.

പിന്നീട് ഈശ്വരചന്ദ്ര വിദ്യാസാഗർ പണം വായ്പയെടുത്ത് ഒരു
പ്രസ് ആരംഭിച്ചു. പുസ്തകരചനയിലും പരിഭാഷയിലും വ്യാപൃതനായി.
കോപ്പർനിക്കസ്, ഗലീലിയോ, ഐസക് ന്യൂട്ടൻ എന്നിവരുടെ ജീവചരി
ത്രങ്ങൾ അദ്ദേഹം പ്രസിദ്ധീകരിച്ചു.

പ്രാഥമിക വിദ്യാഭ്യാസം മാതൃഭാഷയിലാകണമെന്ന ആശയം
ഈശ്വരചന്ദ്ര വിദ്യാസാഗറാണ് മുന്നോട്ടു വയ്ക്കുന്നത്. എന്നാൽ
ബംഗാളി ഭാഷ അക്കലത്ത് വേണ്ടരീതിയിൽ വികസിച്ചിരുന്നില്ല. അതു
കൊണ്ട് ബംഗാളി പഠനത്തിന് അനുകൂലമായ വിധത്തിൽ സംസ്കൃത
പഠനത്തെ ക്രമീകരിക്കാൻ അദ്ദേഹം പരിശ്രമിച്ചു. ഈശ്വരചന്ദ്രൻ രചിച്ച
വർണ്ണപരിചയം, ബോധോദയം, കഥാമാല തുടങ്ങിയ പുസ്തകങ്ങൾ
സംസ്കൃത വ്യാകരണത്തിന് ലളിതമായ വ്യാഖ്യാനങ്ങൾ നല്കുന്ന
വയാണ്. അതോടൊപ്പം ഇംഗ്ലീഷ് വിദ്യാഭ്യാസത്തിന്റെ പ്രസക്തിയെയും
അദ്ദേഹം തിരിച്ചറിഞ്ഞു.

തന്റെ പുസ്തകരചനകളോടൊപ്പംതന്നെ വിദ്യാലയങ്ങൾ ആരംഭി
ക്കാനും അദ്ദേഹം മുന്നിട്ടിറങ്ങി. ബംഗാളിലെ ഉൾനാടൻ ഗ്രാമങ്ങളിൽ
പ്പോലും വിദ്യാസാഗർ വിദ്യാലയങ്ങൾ സ്ഥാപിച്ചു. ഇവിടേക്ക് പെൺകുട്ടി

കളെ കൊണ്ടുവരുന്നതിനും അക്ഷരം പഠിപ്പിക്കുന്നതിനുമുള്ള ശ്രമ ങ്ങൾക്കായി അദ്ദേഹം നേതൃത്വം നല്കി.

1849 ൽ ഡ്രിംഗ്വാട്ടർ ബഥൂൺ ആദ്യമായി പെൺകുട്ടികൾക്കുവേണ്ടി ഒരു വിദ്യാലയം തുറന്നു. ഈശ്വരചന്ദ്ര വിദ്യാസാഗർ ആയിരുന്നു അതിന്റെ സെക്രട്ടറി. പിന്നീട് വിദ്യാസാഗറിന്റെ നേതൃത്വത്തിൽ ബംഗാ ളിലെ പലയിടങ്ങളിൽ നൂറിലധികം സ്കൂളുകൾ സ്ഥാപിക്കപ്പെട്ടു.

1850 ൽ സംസ്കൃതകോളേജിന്റെ പ്രിൻസിപ്പലായി അദ്ദേഹം നിയ മിതനായി. ഈ കോളേജിനോട് അനുബന്ധിച്ച് നല്ല അദ്ധ്യാപകരെ വാർത്തെടുക്കുന്നതിനായി ഒരു ട്രെയിനിങ് കോളേജ് അദ്ദേഹം ആരംഭി ച്ചു. സംസ്കൃതം പഠിക്കാനും പഠിപ്പിക്കാനും ബ്രാഹ്മണർക്കുമാത്രം അവ കാശമുണ്ടായിരുന്ന അക്കാലത്ത് വിദ്യ ചെയ്യാനുള്ള സ്വാതന്ത്ര്യം എല്ലാ വർക്കും അനുവദിക്കണമെന്ന് ശക്തമായി വാദിക്കാൻ ഈശ്വരചന്ദ്ര വിദ്യാ സാഗറിന് കഴിഞ്ഞു. ഈ നിലപാടിനെതിരെ യാഥാസ്ഥിതികർ രംഗത്തു വന്നെങ്കിലും തന്റെ ശക്തമായ ഇടപെടലിന്റെ ഭാഗമായി എല്ലാ ജാതി ക്കാർക്കും സംസ്കൃതകോളേജ് വിദ്യാഭ്യാസത്തിനായി തുറന്നുകൊ ടുത്തു.

1857 ൽ കല്ക്കത്ത സർവ്വകലാശാല രൂപംകൊണ്ടപ്പോൾ വിദ്യാ സാഗർ അതിന്റെ ഭരണസമിതിയിൽ അംഗമായിരുന്നു. ഇതിനിടയിൽ സംസ്കൃതകോളേജും മറ്റ് ഇന്ത്യൻ വിദ്യാഭ്യാസസ്ഥാപനങ്ങളും നിർത്ത ലാക്കാനുള്ള ശ്രമങ്ങൾ ബ്രിട്ടീഷുകാർ ആരംഭിച്ചിരുന്നു. എന്നാൽ ഈശ്വ രചന്ദ്ര വിദ്യാസാഗറിന്റെ ശ്രമഫലമായി സംസ്കൃതകോളേജ് നിലനിർ ത്താനായി. തന്നോട് അനുഭാവ നിലപാട് പുലർത്തിയിരുന്ന മേറ്റ് എന്ന ബ്രിട്ടീഷ് മേലുദ്യോഗസ്ഥനുശേഷം വന്ന യങ് എന്ന ഉദ്യോഗസ്ഥനുമാ യുള്ള അഭിപ്രായവ്യത്യാസങ്ങളുടെ പേരിൽ വിദ്യാസാഗർ തന്റെ ജോലി രാജിവച്ചു.

സാഹിത്യരംഗത്തെ സംഭാവനകൾ

ബംഗാളിഭാഷയ്ക്കും സാഹിത്യത്തിനും ഈശ്വരചന്ദ്ര വിദ്യാസാഗർ നല്കിയ സംഭാവനകൾ വളരെ വലുതാണ്. വിദ്യാഭ്യാസവുമായി ബന്ധ പ്പെട്ട രചനകളാണ് അദ്ദേഹം നടത്തിയത്. ബ്രിട്ടീഷ് ഭരണം ബംഗാളിൽ ആരംഭിച്ചതുമുതൽക്കുള്ള ചരിത്രം അദ്ദേഹം രചിച്ചു. *വംഗചരിതം* എന്നാ യിരുന്നു അതിന്റെ പേര്. അതുപോലെ മഹാന്മാരുടെ ജീവിതത്തെ പരി ചയപ്പെടുത്തുന്ന *ആത്മാനമഞ്ജരി, ജീവനചരിതം, ചരിതാവലി* എന്നി വയും അദ്ദേഹത്തിന്റെ ശ്രദ്ധേയമായ ഗ്രന്ഥങ്ങളാണ്. വിദ്യാർത്ഥികളെ ലക്ഷ്യംവച്ചുകൊണ്ട് *ശിശുശിക്ഷ* എന്നൊരു പുസ്തകവും അദ്ദേഹം രചിച്ചു.

ബംഗാളിഭാഷയെ നവീകരിക്കുന്നതിനും വികസിപ്പിക്കുന്നതിനും വിദ്യാസാഗർ തന്റെ രചനകളിലൂടെ ശ്രമിച്ചു. വിദ്യാസാഗർ വികസിപ്പി

ച്ചതും ഉപയോഗിച്ചതുമായ ഭാഷാരീതിയാണ് നമ്മുടെ മൂലധനമെന്ന് ബങ്കിംചന്ദ്ര ചാറ്റർജി അഭിപ്രായപ്പെടുകയുണ്ടായി. ബംഗാളി സാഹിത്യ ത്തിലെ ആദ്യത്തെ കലാകാരൻ എന്നാണ് രവീന്ദ്രനാഥ ടാഗോർ വിദ്യാ സാഗറിനെ വിശേഷിപ്പിച്ചത്. "രണ്ടു മഹാപുരുഷന്മാരെ ദർശിക്കാനുള്ള ഭാഗ്യം എനിക്കുണ്ടായി. ഒന്ന് ശ്രീരാമകൃഷ്ണപരമഹംസർ, രണ്ട് ഈശ്വ രചന്ദ്ര വിദ്യാസാഗർ" എന്നാണ് സ്വാമി വിവേകാനന്ദൻ അഭിപ്രായപ്പെട്ടത്.

ഇന്ത്യൻ നവോത്ഥാനത്തിൽ ബംഗാൾ നല്കിയ സംഭാവനയായി രുന്നു ഈശ്വരചന്ദ്ര വിദ്യാസാഗർ. പുസ്തകങ്ങളിലൂടെയും വിദ്യാഭ്യാസ പ്രവർത്തനങ്ങളിലൂടെയും സ്ത്രീകളുടെയും മറ്റ് അടിസ്ഥാന ജനവിഭാ ഗങ്ങളുടെയും ഉന്നമനത്തിനായി പ്രവർത്തിച്ച മഹാൻ, ഈശ്വരചന്ദ്ര വിദ്യാ സാഗർ 1891 ജൂലൈ 21 ന് അന്തരിച്ചു. അദ്ദേഹത്തിന്റെ ജീവിതവും പ്രവർ ത്തനങ്ങളും ബംഗാളിലെ സാമൂഹികജീവിതത്തെ അടിമുടി സ്വാധീനിച്ചു. പില്ക്കാലത്ത് നിരവധി സാമൂഹിക നേതാക്കളും സ്വാതന്ത്ര്യപോരാളി കളും ബംഗാളിൽ പിറന്നുവീണു. അവരൊക്കെത്തന്നെ ഈശ്വരചന്ദ്ര വിദ്യാസാഗർ എന്ന നവോത്ഥാന നായകന്റെ ആദർശങ്ങളെ ആഴത്തിൽ സ്വാംശീകരിച്ചു. ഇന്ത്യൻ സ്വാതന്ത്ര്യസമര പ്രസ്ഥാനത്തിന്റെ കേന്ദ്രമായി ബംഗാൾ മാറിയതിനു പിന്നിൽ ഇത്തരം നവോത്ഥാന നേതാക്കൾക്കും അവരുടെ പ്രവർത്തനങ്ങൾക്കും വലിയ പങ്കുണ്ട്.

ജ്യോതിറാവു ഫൂലെ

(1827 – 1890)

ഇന്ത്യയുടെ നവോ
ത്ഥാന ചരിത്രത്തിലെ മഹാവ്യ
ക്തിത്വങ്ങളിലൊരാളായിരുന്നു
ജ്യോതിറാവു ഫൂലെ. 19-ാം
നൂറ്റാണ്ടിൽ ഇന്ത്യൻ സാമൂഹ്യ
രാഷ്ട്രീയമണ്ഡലങ്ങളിൽ വലിയ
മാറ്റങ്ങൾ സംഭവിക്കുന്നുണ്ട്.
അത്തരം മാറ്റങ്ങൾക്ക് കാരണ
മായി നിരവധിപേർ പ്രവർത്തി
ച്ചിട്ടുണ്ട്. അത്തരത്തിലൊരാളാ
യിരുന്നു ഫൂലെ. എന്നാൽ
അദ്ദേഹത്തിന്റെ ജീവിതവും
പ്രവർത്തനങ്ങളും അടയാള
പ്പെടുത്താൻ സ്വാതന്ത്ര്യാന
ന്തര ഇന്ത്യയിൽ അധികമാരും
മുന്നോട്ടുവന്നിട്ടില്ലെന്നു കാ
ണാം. മലയാളത്തിലും വളരെ
വിരളമായി മാത്രമേ ജ്യോതി

റാവു ഫൂലെയെക്കുറിച്ചുള്ള പുസ്തകങ്ങൾ പുറത്തിറങ്ങിയിട്ടുള്ളൂ.

ഇന്ത്യയിലെ ബ്രാഹ്മണമേധാവിത്വത്തിനെതിരെയും ജാതിവ്യവസ്ഥ
യ്ക്കെതിരെയും ശക്തമായ പ്രയോഗങ്ങളും ആശയങ്ങളും മുന്നോട്ടുവച്ച
സാമൂഹിക നവോത്ഥാന നേതാവായിരുന്നു ജ്യോതി റാവു ഫൂലെ. കേര
ളത്തിൽ ശ്രീനാരായണഗുരുവിനെപ്പോലെയും അയ്യൻകാളിയെപ്പോ

ലെയും മഹാരാഷ്ട്രയിൽ അദ്ദേഹം നവോത്ഥാനത്തിന്റെ പുതിയ ചക്ര വാളങ്ങൾ വികസിപ്പിച്ചു. അസ്പൃശ്യരെയും സാധുക്കളായ കർഷക രെയും നിസ്സഹായരായ സ്ത്രീകളെയും സമൂഹത്തിന്റെ മുഖ്യധാരയി ലേക്ക് കൈപിടിച്ചുയർത്തുന്നതിൽ അദ്ദേഹം മുഖ്യപങ്ക് വഹിച്ചു. ഫുലെ യുടെ പ്രവർത്തനങ്ങൾക്ക് കൂട്ടായി അദ്ദേഹത്തിന്റെ സഹധർമ്മിണി സാവിത്രി ഫുലെയും ഉണ്ടായിരുന്നു.

മഹാരാഷ്ട്രയിലെ മാത്രമല്ല ഇന്ത്യയിലെതന്നെ സാംസ്കാരിക വിപ്ല വമായി ഫുലെയുടെ സത്യശോധക് സമാജ് മാറുകയുണ്ടായി. സ്ത്രീക ളുടെ വിദ്യാഭ്യാസത്തിന് ഇത്രയേറെ പ്രാധാന്യം കൊടുക്കുകയും അതിനുവേണ്ടിയുള്ള പ്രായോഗിക പ്രവർത്തനങ്ങൾ ആവിഷ്കരിക്കു കയും ചെയ്ത മറ്റൊരു നവോത്ഥാനനേതാവിനെ ഇന്ത്യൻ ചരിത്രത്തിൽ കാണാൻ കഴിയില്ല. ഡോ. അംബേദ്കറിനെപ്പോലുള്ളവർ അദ്ദേഹത്തെ മഹാത്മാവ് എന്നാണ് വിശേഷിപ്പിച്ചത്.

ജാതിവ്യവസ്ഥയുടെയും ബ്രാഹ്മണമേധാവിത്വത്തിന്റെയും കീഴിൽ മനുഷ്യരായിപ്പോലും പരിഗണിക്കപ്പെടാതിരുന്ന കീഴാളർ, ദളിതർ, സ്ത്രീകൾ തുടങ്ങിയവരെ പുനരധിവസിപ്പിക്കാനും മുഖ്യധാരയിലേക്ക് ഉയർത്താനും അദ്ദേഹം ശ്രമിച്ചു. ബ്രാഹ്മണിക്കൽ പ്രത്യയശാസ്ത്ര ങ്ങൾക്കെതിരായി ബദൽ പ്രത്യയശാസ്ത്രങ്ങളെ ഉയർത്തിപ്പിടിക്കാനും ഫുലെക്ക് കഴിഞ്ഞു.

ജനനവും കുട്ടിക്കാലവും

ആയിരത്തി എണ്ണൂറ്റി ഇരുപത്തി ഏഴ് ഫെബ്രുവരി 20 നാണ് ജ്യോതിറാവു ഫുലെ ജനിക്കുന്നത്. ഗോവിന്ദറാവു ചിമാനാഭായി ദമ്പതി കളുടെ രണ്ടാമത്തെ സന്താനമായിരുന്നു ജ്യോതി റാവു ഫുലെ. മഹാ രാഷ്ട്രയിലെ സത്താറയിലെ ഖാട്ടും വില്ലേജിൽനിന്ന് പൂനെയിൽ വന്നു താമസിച്ചിരുന്ന കുടുംബമായിരുന്നു ഫുലെയുടേത്. ഗോറെ എന്നായി രുന്നു അന്ന് ആ കുടുംബത്തിന്റെ പേർ. ജ്യോതിറാവു ഫുലെയുടെ മുത്ത ച്ഛനായ ഷേതി ബഗോറെയുടെ കാലത്താണ് ഈ കുടുംബം പൂനെയി ലേക്ക് കുടിയേറുന്നത്.

ജ്യോതിറാവുവിന്റെ പൂർവ്വികന്മാർ മഹാരാഷ്ട്രയിലെ പേഷ്വാമാരുടെ ജോലിക്കാരായിരുന്നു. അവർ പേഷ്വാമാർക്ക് പൂക്കൾ വില്ക്കുകയും പൂക്കൾകൊണ്ടുള്ള കിടക്കകളും തലയണയും മറ്റും നിർമ്മിച്ചുകൊടു ക്കുകയും ചെയ്തിരുന്നു. ജ്യോതിറാവുവിന്റെ കുടുംബത്തിന് ഫുലെ എന്ന് പേരുവരാൻ കാരണം ഇതായിരുന്നു. ഫൂൽ എന്നാൽ പൂവാണ്. ഫുലെ എന്നതിന്റെ അർത്ഥം പൂക്കാരൻ എന്നാണ്. പൂക്കൃഷിക്കും മറ്റുമായി 35 ഏക്കർ ഭൂമി ഫുലെ കുടുംബത്തിന് പേഷ്വാമാർ കൊടുത്തിരുന്നു. അതി നുമുമ്പ് ഫുലെ കുടുംബം സസ്യവ്യാപാരികളായിരുന്നു.

ജ്യോതിറാവുവിന്റെ പിതാവ് ഗോവിന്ദറാവുവിന്റെ കാലത്ത് പേഷ്വാ മാരുടെ പ്രതാപകലം അസ്തമിച്ചുകൊണ്ടിരിക്കുകയായിരുന്നു. ബ്രാഹ്മ

ണാധിപത്യവും ജാതിവ്യവസ്ഥയും കൊടികുത്തിവാണിരുന്ന കാലം. നിയമസംഹിതകൾ ബ്രാഹ്മണർക്കുമുമ്പിൽ തലകുനിച്ചുനിന്നു. ബ്രാഹ്മണർ എത്ര വലിയ തെറ്റുകൾ ചെയ്താലും യാതൊരുവിധ ശിക്ഷയും ലഭിച്ചിരുന്നില്ല. അഥവാ ലഭിച്ചാൽത്തന്നെയും അത് എന്തെങ്കിലും നിസ്സാര ശിക്ഷയായിരിക്കും. ജാതിവ്യവസ്ഥയിൽ അധി ഷ്ഠിതമായ ഒരു സാമൂഹ്യനിർമ്മിതിയെ ഉറപ്പിക്കാനാണ് അവർ ശ്രമിച്ച ത്. ബ്രാഹ്മണ സമൂഹത്തിലെ സ്ത്രീകളുടെ അവസ്ഥ വളരെ ദയനീയ മായിരുന്നു. വിദ്യാഭ്യാസം ചെയ്യുവാനോ അക്ഷരം പഠിക്കുവാനോ ഉള്ള സ്വാതന്ത്ര്യം അവർക്കില്ലായിരുന്നു. ബ്രാഹ്മണന്റെ കാലുകഴുകിയ വെള്ളം കുടിച്ചാൽ പാപം നീങ്ങുമെന്ന് വിശ്വസിച്ചിരുന്ന ഒരു കാലമായിരുന്നു അത്. ഇക്കാലഘട്ടത്തിലാണ് ഫുലെ ജനിക്കുന്നത്.

ജ്യോതിരാവു ഫുലെയ്ക്ക് ഒരുവയസ്സ് തികയുന്നതിനുമുമ്പേ മാതാവ് അന്തരിച്ചു. ശൈശവ വിവാഹം എന്ന അനാചാരം നിലനിന്ന കാലമായിരുന്നതിനാൽ തന്റെ പതിമൂന്നാത്തെ വയസ്സിൽ ഫുലെ വിവാ ഹിതനായി. വിദ്യാഭ്യാസം ചെയ്യാൻ അവകാശമില്ലായിരുന്ന ശൂദ്രവിഭാഗ ത്തിലാണ് അദ്ദേഹം ജനിച്ചത്. എങ്കിലും അദ്ദേഹത്തിന് പ്രാഥമിക വിദ്യാഭ്യാസം നേടാനായി. 1795 ൽ നാനാഫർണാവിന്റെ മരണത്തോടെ പേഷ്വാമാരുടെ പ്രതാപകാലം അസ്തമിച്ചു. പിന്നീടു വന്ന ബാജിറാവു രണ്ടാമൻ വെറും നാമമാത്രമായ പേഷ്വയായിരുന്നു. പേഷ്വാമാരുടെ അവ സാനകാലത്തോടെയാണ് ബ്രാഹ്മണർ ഒരു അധീശശക്തിയായി ഉയരു ന്നത്.

വിദ്യാഭ്യാസം താഴ്ന്നജാതിക്കാർക്ക് നിഷേധിക്കപ്പെട്ട ഈ കാലഘ ട്ടത്തിലായിരുന്നു ജ്യോതിരാവുവിന്റെ ബാല്യകാലം. ആരെങ്കിലും വിദ്യാ ഭ്യാസം ചെയ്യാൻ തയ്യാറായാൽ ബ്രാഹ്മണർ അതിനെ എതിർക്കുകയും കായികമായി അവരെ നേരിടുകയും ചെയ്തിരുന്നു. ഇത്തരം അനീതി കൾ ചെറുപ്പംമുതലേ കണ്ടും കേട്ടും വളർന്നതുകൊണ്ടായിരിക്കാം ജ്യോതിരാവുവിനെ പിൽക്കാലത്ത് കീഴാളമനുഷ്യരുടെ വിദ്യാഭ്യാസപ്ര വർത്തനങ്ങളിലേക്കാകർഷിച്ചത്.

പ്രൈമറിതലത്തിൽ വച്ചുതന്നെ ജ്യോതിരാവുവിന് വിദ്യാഭ്യാസം അവസാനിപ്പിക്കേണ്ടിവന്നിരുന്നല്ലോ. പിന്നീട് പിതാവിനോടൊപ്പം കൃഷി പ്പണിയിൽ സഹായിക്കുകയായിരുന്നു. യഥാർത്ഥത്തിൽ ജ്യോതിരാവു മിടുക്കനായ ഒരു വിദ്യാർത്ഥിയായിരുന്നു. ഇത് മനസ്സിലാക്കിയ രണ്ട് അദ്ധ്യാപകർ ഫുലെ കുടുംബത്തിന്റെ അയല്ക്കാരായി ഉണ്ടായിരുന്നു. പേർഷ്യൻ ഭാഷ പഠിപ്പിച്ചിരുന്ന ജാഫർ ബൈയിങ് മുൻഷിയും ക്രിസ് ത്യൻ മിഷനറിയായ ലിസിത്തുമായിരുന്നു ആ അദ്ധ്യാപകർ. ജ്യോതിരാ വുവിന്റെ പഠനം നിർത്തിയത് ശരിയായ തീരുമാനമല്ലെന്നും അവൻ മികച്ച ഒരു വിദ്യാർത്ഥിയാണന്നും ജ്യോതിരാവുവിന്റെ പിതാവിനെ കണ്ട് അവർ ബോധിപ്പിച്ചു. ജ്യോതിരാവുവിന്റെ വിദ്യാഭ്യാസം എന്തൊക്കെ തടസ്സങ്ങ ളുണ്ടെങ്കിലും തുടരണമെന്ന് അവർ പിതാവിനെ നിർബ്ബസധിച്ചു. അങ്ങനെ

പതിനാലാമത്തെ വയസ്സിൽ (13-ാമത്തെവയസ്സിൽ വിവാഹം കഴിഞ്ഞി രുന്നു) ജ്യോതിരാവു ഫുലെ വിദ്യാഭ്യാസം തുടർന്നു. പൂനെയിലെ സ്കോട്ടിഷ് മിഷനറിമാരുടെ ഒരു സ്കൂളിലാണ് ഫുലെ തുടർവിദ്യാഭ്യാസം നടത്തിയത്.

അന്ന് മഹാരാഷ്ട്രയിൽ സർക്കാർ സ്കൂളുകൾ ഉണ്ടായിരുന്നെ ങ്കിലും അവിടെ പഠിച്ചിരുന്നത് സവർണ്ണരുടെ കുട്ടികളായിരുന്നു. കീഴാള വിഭാഗത്തിലെ കുട്ടികൾക്കും വിദ്യാഭ്യാസത്തെക്കുറിച്ച് ചിന്തിക്കാൻ പോലും കഴിയാതിരുന്ന കാലം. അത്തരമൊരു കാലത്ത് കീഴാളനായ ഒരു വിദ്യാർത്ഥി അവിടെ പഠിക്കാനെത്തിയാൽ ഉണ്ടാകാൻ പോകുന്ന പ്രശ്നങ്ങൾ ഊഹിക്കാവുന്നതേയുള്ളൂ.

മിഷനറിസ്കൂളിലെ വിദ്യാഭ്യാസം അറിവിന്റെയും തിരിച്ചറിവുകളു ടെയും പുതിയ ലോകങ്ങളാണ് ജ്യോതിരാവുവിന് നല്കിയത്. ബൈബി ളുമായി പരിചയപ്പെടാനും അതിലെ ആശയങ്ങളെ മനസ്സിലാക്കാനുള്ള അവസരവും ലഭിക്കുന്നത് ഇവിടെനിന്നാണ്. മനുഷ്യാവകാശങ്ങളെക്കു റിച്ചും മനുഷ്യത്വത്തിന്റെ മഹോന്നതമായ മൂല്യബോധങ്ങളെക്കുറിച്ചും ജ്യോതിരാവു മനസ്സിലാക്കി. ജോർജ്ജ് വാഷിങ്ടണിന്റെയും ശിവജിയു ടെയും ജീവചരിത്രങ്ങൾ വായിക്കുന്നത് ഇവിടെവെച്ചായിരുന്നു. അതുപോ ലെതന്നെ തോമസ് പെയ്നിന്റെ *റൈറ്റ് ഓഫ് മാൻ* എന്ന പുസ്തകവും. ഈ പുസ്തകങ്ങൾ ഫുലെയുടെ മനസ്സിൽ ആഴത്തിലുള്ള സ്വാധീനമു ണ്ടാക്കി. സദാശിവഗോവിന്ദ ബല്ലാളയെ പരിചയപ്പെടുന്നത് ഈ സ്കൂളിൽ വച്ചായിരുന്നു. ആ സുഹൃദ്ബന്ധം ജീവിതകാലംവരെ നിലനിന്നു. ലാഹുജി വാവാ എന്ന ഗുരുവിന്റെ കീഴിൽ ഫുലെ കായികമുറകൾ അഭ്യ സിക്കുന്നതും ഇക്കാലത്തായിരുന്നു.

ഇംഗ്ലീഷ് വിദ്യാഭ്യാസം ജ്യോതിരാവു ഫുലെയ്ക്കുമുമ്പിൽ വലിയ ലോകം തുറന്നിട്ടു. 1847 ൽ ഫുലെ ഇംഗ്ലീഷ് വിദ്യാഭ്യാസം പൂർത്തിയാക്കി. അമേരിക്കൻ സ്വാതന്ത്ര്യസമരത്തെക്കുറിച്ച് ജ്യോതിരാവു വായിച്ചറിഞ്ഞു. മനുഷ്യാവകാശത്തിന്റെയും സ്വാതന്ത്ര്യത്തിന്റെയും സമത്വത്തിന്റെയും പാഠങ്ങൾ ആ വിദ്യാർത്ഥിയുടെ മനസ്സിനെ ആഴത്തിൽ സ്വാധീനിച്ചു.

ജീവിതം വഴിമാറിയൊഴുകുന്നു

ജ്യോതി റാവുവിന്റെ ജീവിതത്തിൽ വലിയൊരു വഴിത്തിരിവ് സംഭ വിക്കുന്നത് വിദ്യാഭ്യാസ കാലഘട്ടത്തിനുശേഷമാണ്. അത് അദ്ദേഹ ത്തിന്റെ തുടർന്നുള്ള ജീവിതത്തിലും പ്രവർത്തനങ്ങളിലും നിർണ്ണായക സ്വാധീനം ചെലുത്തി. 1848 ലാണ് അതിനാസ്പദമായ സംഭവം ഉണ്ടാ യത്. ഫുലെയുടെ സുഹൃത്തായ ഒരു ബ്രാഹ്മണയുവാവിന്റെ വിവാഹ ത്തിൽ പങ്കെടുത്തപ്പോഴുണ്ടായ തിക്താനുഭവങ്ങളായിരുന്നു അത്. മാലിസ് ജാതിയിൽപ്പെട്ട ഫുലെ വിവാഹഘോഷയാത്രയിൽ പലയിടത്തു വച്ചും ജാതിയുടെ പേരിൽ അപമാനിക്കപ്പെട്ടു. വിവാഹഘോഷയാത്ര യിൽ തീർത്തും അദ്ദേഹം ഒറ്റപ്പെട്ടു. ജാതിവ്യവസ്ഥ ഒരു വ്യക്തിയിലും

സമൂഹത്തിലുമേല്പിക്കുന്ന പ്രഹരങ്ങൾ എത്ര ക്രൂരമാണെന്ന് ഈ അനു ഭവത്തിലൂടെ അദ്ദേഹം തിരിച്ചറിയുകയായിരുന്നു. ബ്രാഹ്മണമേധാവിത്വ മാണ് ജാതിവ്യവസ്ഥയെ സൃഷ്ടിച്ചതെന്നും അത് അങ്ങേയറ്റം മനുഷ്യ വിരുദ്ധമാണെന്നും ഫുലെ മനസ്സിലാക്കി.

യുവാവായിരിക്കുമ്പോൾ ജ്യോതിറാവു ഫുലെയ്ക്ക് അനുഭവിക്കേ ണ്ടിവന്ന ജാതിയുടെ പേരിലുള്ള ദുരനുഭവങ്ങളാണ് പില്ക്കാല ഫുലെയെ രൂപപ്പെടുത്തിയത്. എല്ലാ ഹിന്ദുക്കളും ഒരു മതം പിന്തുടരുകയും എന്നാൽ അതിന്റെ ആശയങ്ങളാവട്ടെ സമത്വത്തിൽ അധിഷ്ഠിതമായ ഒരാത്മീയ ജീവിതത്തെയല്ല പിന്തുടരുന്നതെന്നും ഫുലെ മനസ്സിലാക്കി. അസ്പൃശ്യ തയും ചാതുർവർണ്ണ്യവ്യവസ്ഥയും ഒരു ജനതയെയും ഒന്നിപ്പിക്കില്ല എന്ന ബോദ്ധ്യത്തിലേക്ക് അദ്ദേഹം എത്തിച്ചേരുന്നതും മേല്പറഞ്ഞ സംഭവ ങ്ങളായിരുന്നു.

അറിവ് ബ്രാഹ്മണന്റെ കുത്തകയായിരുന്ന കാലമായിരുന്നു. യഥാർത്ഥത്തിൽ അറിവുകൾ എന്ന നിലയിൽ ബ്രാഹ്മണൻ കരുതിയി രുന്നത് യഥാർത്ഥ അറിവുകളായിരുന്നില്ല എന്നതാണ് സത്യം. കാരണം ഒരു ആധുനിക ഇന്ത്യയുടെ മുന്നേറ്റത്തിലോ വികാസത്തിലോ നില നില്പിനോ ഈ അറിവുകൾ അപര്യാപ്തമായിരുന്നു. ഇന്ത്യക്കാവശ്യം ആധുനിക വിദ്യാഭ്യാസമായിരുന്നു. രാജാറാം മോഹൻ റോയിയെപ്പോ ലുള്ള നവോത്ഥാന നായകർ ആധുനിക വിദ്യാഭ്യാസത്തിനുവേണ്ടിയാണ് നിലകൊണ്ടിരുന്നത്. ബ്രാഹ്മണനെ സംബന്ധിച്ച് ഇംഗ്ലീഷ് മ്ലേച്ഛഭാഷയാ യിരുന്നു. അതുകൊണ്ടുതന്നെ ആധുനിക വിദ്യാഭ്യാസത്തെ ഒരുതര ത്തിലും അവർ പ്രോത്സാഹിപ്പിച്ചിരുന്നില്ല.

ജ്യോതിറാവുഫുലെ അബ്രാഹ്മണർക്കുവേണ്ടി ഒരു സ്കൂൾ തുറ ക്കുകയാണ് ആദ്യം ചെയ്തത്. ആധുനിക വിദ്യാഭ്യാസത്തിലൂടെ സാമൂ ഹ്യമാറ്റത്തിന്റെ വാതിൽ തുറക്കാമെന്ന ബോദ്ധ്യം ഫുലെക്കുണ്ടായിരുന്നു എന്നാണ് ഇത് കാണിക്കുന്നത്.

വിദ്യാഭ്യാസപ്രവർത്തനങ്ങൾ

അറിവും അധികാരവും എങ്ങനെയാണ് കീഴാളസമൂഹത്തെ അടി ച്ചമർത്താൻ ഉപയോഗിക്കപ്പെടുന്നതെന്ന് ഫുലെ മനസ്സിലാക്കി. അക്ഷര ങ്ങൾ ഭാഷയുടെ ചിഹ്നങ്ങൾ മാത്രമല്ലെന്നും അത് സ്വാതന്ത്ര്യത്തിന്റെ വലിയ ലോകങ്ങളിലേക്കുള്ള വാതിലുകളാണെന്നും അദ്ദേഹം തിരിച്ച റിഞ്ഞു. നൂറ്റാണ്ടുകളായി ബ്രാഹ്മണിക്കൽ അധികാരവും ജാതിവ്യവ സ്ഥയും അധഃസ്ഥിതർക്കുമുമ്പിൽ ഈ വാതിൽ കൊട്ടിയടച്ചിരിക്കുകയാ യിരുന്നു.

സ്ത്രീകൾ, കീഴാളർ, ദലിതർ തുടങ്ങിയ വിഭാഗങ്ങളെ അക്ഷരം പഠിപ്പിക്കുക എന്ന വിപ്ലവകരമായ പ്രവർത്തനങ്ങൾ അദ്ദേഹം ആരംഭിച്ചു. അക്കാലത്ത് ഏത് ജാതിസമൂഹത്തിലെ സ്ത്രീകളാണെങ്കിലും അവരുടെ ജീവിതാവസ്ഥ ദയനീയമായിരുന്നു. ബ്രാഹ്മണസമൂഹത്തിലെ സ്ത്രീക

ളുടെ നില വളരെ പരിതാപകരമായി
രുന്നു. മനുഷ്യരായിപ്പോലും പരിഗണി
ക്കാത്തവിധത്തിലുള്ള ക്രൂരതകളാണ്
ആ സമൂഹത്തിൽ അവർ നേരിട്ടത്.
അവർക്ക് വിദ്യാഭ്യാസം നിഷേധിക്ക
പ്പെട്ടിരുന്നു, വിധവകളായ സ്ത്രീക
ളുടെ ജീവിതം നരകതുല്യമായിരുന്നു.
സതിപോലുള്ള ദുരാചാരങ്ങൾ നില
നിന്ന ഒരു കാലമായിരുന്നു അത്.

ഫുലെയുടെ ഭാര്യ സാവിത്രിക്ക്
അക്ഷരാഭ്യാസമില്ലായിരുന്നു എന്ന്
പ്രത്യേകം   പറയേണ്ടതില്ലല്ലോ.
സ്ത്രീകൾക്കുവേണ്ടി ഒരു സ്കൂൾ
ആരംഭിക്കാൻ അദ്ദേഹം തീരുമാനിച്ചു.
ഒരു സ്ത്രീ വിദ്യനേടിക്കഴിഞ്ഞാൽ
മറ്റുള്ള കുട്ടികളെയും സ്ത്രീകളെയും

സാവിത്രി ഫുലെ

വിദ്യയഭ്യസിപ്പിക്കാൻ അവർക്ക് കഴിയുമെന്ന് ഫുലെ വിചാരിച്ചു.
ഫുലെയും അദ്ദേഹത്തിന്റെ സുഹൃത്തായ സദാശിവ് റാവുവും കൂടി
മാഡം ഫെറർ നടത്തുന്ന ക്രിസ്ത്യൻ മിഷനറി സ്കൂൾ സന്ദർശിച്ചു.
അവരാകട്ടെ ഇന്ത്യൻ സാമൂഹ്യവ്യവസ്ഥ സ്ത്രീവിദ്യാഭ്യാസത്തെ നിരാ
കരിക്കുന്നതിൽ വേദനിക്കുന്ന ഒരാളായിരുന്നു. ഇന്ത്യയിലെ പുരുഷന്മാരെ
തങ്ങളുടെ ഭാര്യമാർക്കു വിദ്യാഭ്യാസം കൊടുക്കുന്നതിനായി അവർ
ബോധവല്ക്കരിക്കാറുണ്ടായിരുന്നു. അങ്ങനെ ഇതിന്റെ പ്രചോദന
മുൾക്കൊണ്ട് ഫുലെ തന്റെ ഭാര്യ സാവിത്രിഫുലെയെ വിദ്യാഭ്യാസം
ചെയ്യിച്ചു. ഇന്ത്യയിലെ വലിയൊരു സാംസ്കാരികവിപ്ലവമായിരുന്നു അത്.
അന്നത്തെ കാലഘട്ടത്തിൽ സ്ത്രീകൾ വിദ്യാഭ്യാസം ചെയ്യുക എന്നത്
സവർണ്ണ അധീശത്വത്തെ സംബന്ധിച്ച് അചിന്തനീയമായ കാര്യമായി
രുന്നു. സ്ത്രീയെ വെറും ഭോഗവസ്തുവായിമാത്രം കണ്ടിരുന്ന ബ്രാഹ്മണ
പുരുഷാധിപത്യ സമൂഹത്തിന്റെ അടിത്തറയെ പിടിച്ചുകുലുക്കാൻ പോന്ന
തായിരുന്നു ഫുലെയുടെ സ്ത്രീവിദ്യാഭ്യാസം. എന്ന ആശയം. സ്ത്രീവി
ദ്യാഭ്യാസത്തിനുവേണ്ടി ജ്യോതിറാവു ഫുലെ ഒരു സ്കൂൾ ആരംഭിക്കു
ന്നതും 1848 ആഗസ്ത് മാസത്തിലാണ്.

ബൈഡ് വാഡെയിലെ ബുധ്വാർ പേട്ടിലായിരുന്നു ഈ സ്കൂൾ
തുറന്നത്. അസ്പൃശ്യരായ വിവിധ പുറജാതി സമൂഹത്തിലെ പെൺകു
ട്ടികൾക്കുവേണ്ടിയായിരുന്നു ഫുലെ ഈ സ്കൂൾ ആരംഭിച്ചത്. യാഥാ
സ്ഥിതികബോധം അതിന്റെ അധികാരഗർവ്വോടെ ശക്തിയാർജ്ജിച്ചിരുന്ന
കാലഘട്ടമായിരുന്നു അത്.

ആദ്യം എട്ട് വിദ്യാർത്ഥിനികളായിരുന്നു സ്കൂളിൽ എത്തിയിരുന്ന
തെങ്കിൽ പിന്നീട് അതിന്റെ എണ്ണം നാല്പതിലധികമായി. സ്കൂൾ നട

ത്തിക്കൊണ്ടുപോകുന്നതിനുള്ള സാമ്പത്തിക വിഷമങ്ങൾ ഫുലെയെ അലട്ടിക്കൊണ്ടിരുന്നു. ജ്യോതിറാവുവിന്റെ ഭാര്യ സാവിത്രി ഫുലെ വിദ്യാർത്ഥികളെ പഠിപ്പിക്കാൻ മുന്നിട്ടിറങ്ങി. അവർ സ്കൂളിന്റെ പ്രധാനാദ്ധ്യാപിക എന്ന ചുമതലയും വഹിച്ചു. ജ്യോതിറാവുവിന്റെയും സാവിത്രിബായിയുടെയും ഇത്തരം പ്രവർത്തനങ്ങൾ ഏതെങ്കിലും വിധത്തിലുള്ള പ്രതിഫലം പറ്റിക്കൊണ്ടായിരുന്നില്ല.

1851 സെപ്തംബർ 17 ന് രാസ്താപേട്ടിൽ പെൺകുട്ടികൾക്കായി ഫുലെ മറ്റൊരു സ്കൂൾകൂടി തുറന്നു. മൂന്നാമത്തെ സ്കൂൾ 1859 മാർച്ച് 15 ന് വിത്തൽ പേട്ടയിൽ ആരംഭിച്ചു. ഭൂമിശാസ്ത്രം, കണക്ക്, വ്യാകരണം, ചരിത്രം തുടങ്ങി ആധുനികരീതിയിലുള്ള വിദ്യാഭ്യാസരീതിയാണ് ഫുലെയുടെ സ്കൂൾ; പിന്തുടർന്നത്. സ്കൂളിന്റെ സുപ്പർവൈസറായ മേജർ കാൻഡിയെപ്പോലുള്ളവരുടെ അകമഴിഞ്ഞ സഹകരണം ജ്യോതി റാവുവിന്റെ സ്കൂളിനുണ്ടായിരുന്നു.

പ്രാദേശിക ഗവൺമെന്റ് സ്കൂളിന്റെ സുപ്പർവൈസറായ ദാദോബ പാണ്ഡുരംഗ് 1851 ഒക്ടോബർ 16 ന് ജ്യോതിറാവുവിന്റെ സ്കൂൾ പരിശോ ധിക്കാനെത്തി. ചെറിയ കാലയളവുകൊണ്ട് ഫുലെയുടെ പെൺപള്ളി ക്കൂടങ്ങൾ വളരെ പുരോഗതിയുണ്ടാക്കിയതായി അദ്ദേഹം രേഖപ്പെടു ത്തി. ഇതിനിടയിൽ വിദ്യാർത്ഥിനികൾക്കായി ഫുലെ ഒരു ലൈബ്രറിയും ഉണ്ടാക്കിയിരുന്നു. മികച്ച വിദ്യാഭ്യാസത്തിന് ലൈബ്രറി കൂടിയേതീരൂ എന്ന് അദ്ദേഹം മനസ്സിലാക്കിയിരുന്നു. ചുരുങ്ങിയ കാലംകൊണ്ട് ജ്യോതി റാവുവിന്റെ സ്കൂൾ കുട്ടികളുടെ എണ്ണംകൊണ്ടും മറ്റ് സൗകര്യ ങ്ങൾകൊണ്ടും ഗവൺമെന്റ് സ്കൂളിനേക്കാൾ മികച്ചതായിത്തീർന്നു.

ജ്യോതിറാവുവിന്റെ പ്രവർത്തനങ്ങൾ അടിസ്ഥാനപരമായി ബ്രാഹ്മ ണമേധാവിത്വത്തിനും ഹിന്ദുത്വ മേധാവിത്വത്തിനുമെതിരായിരുന്നു. ആധുനിക വിദ്യാഭ്യാസം ലഭിച്ച ഹിന്ദുമതത്തിലെ തന്നെ പുരോഗമന കാരികളായ ഏതാനും പേർ ഹിന്ദുമതത്തിലെ അന്ധവിശ്വാസങ്ങൾക്കും അനാചാരങ്ങൾക്കും എതിരായി പോരാടാൻ ജ്യോതിറാവുവിനൊപ്പമുണ്ടാ യിരുന്നു. എന്നാൽ, മേലാളവർഗ്ഗത്തിലെ അതിപിന്തിരിപ്പന്മാരായ ചിലർ ജ്യോതിറാവുവിനെ കൊലപ്പെടുത്താനുള്ള ശ്രമങ്ങൾവരെ നടത്തി. അതി നായി പ്രത്യേകം വാടകക്കൊലയാളികളെ തന്നെ നിയോഗിച്ചു. അവർ ജ്യോതിറാവുവിന്റെ വീട്ടിൽ അതിക്രമിച്ചു കടന്നു. അവരോട് അക്ഷോ ഭ്യനായി അദ്ദേഹം ചോദിച്ചു: "നിങ്ങൾ എന്നെ എന്തിനാണ് കൊല്ലു ന്നത്?" "നിങ്ങളെ കൊന്നാൽ ഞങ്ങൾക്കോരുരുത്തർക്കും ആയിരം രൂപ ലഭിക്കു"മെന്ന് കൊലചെയ്യാൻ വന്നവർ മറുപടി പറഞ്ഞു. അപ്പോൾ ജ്യോതിറാവു പറഞ്ഞു: "അതുശരി. നിങ്ങളുടെ ദാരിദ്ര്യംകൊണ്ടാണ് നിങ്ങൾ ഇത് ചെയ്യുന്നതെന്ന് ഞാൻ മനസ്സിലാക്കുന്നു. ഇതാ ഞാൻ കഴുത്തു നീട്ടിത്തരുന്നു." അദ്ദേഹത്തിന്റെ ഈ മഹാമനസ്കതയിൽ അവർ അലിഞ്ഞുപോയി. ജ്യോതിറാവുവിന്റെ കാലിൽ വീണ് അവർ മാപ്പുചോദിച്ചു. പിന്നീട് അവർ ജ്യോതിറാവുവിന്റെ നല്ല അനുയായിക

ളായിത്തീർന്നു. ആ കൊലപാതക സംഘത്തിലുണ്ടായിരുന്ന ധാന്തിറാം കംമ്പർ ആധുനിക വിദ്യാഭ്യാസം നേടുകയും സത്യശോധക് സമാജ ത്തിന്റെ നെടുംതൂൺ ആയിത്തീരുകയും ചെയ്തു.

സാമൂഹിക പരിഷ്കരണ പ്രവർത്തനങ്ങൾ

വിദ്യാഭ്യാസപ്രവർത്തനങ്ങളുടെ ലക്ഷ്യം വിജയംകണ്ടതിനുശേഷം സാമൂഹിക പരിഷ്കരണപ്രവർത്തനങ്ങളിലേക്കായി ജ്യോതിറാവുവിന്റെ ശ്രദ്ധ. ഭർത്താവ് മരിച്ചുകഴിഞ്ഞാൽ അതേ ചിതയിൽ ഭാര്യയെക്കൂടി ദഹി പ്പിക്കുന്ന പ്രാകൃതവും മനുഷ്യത്വരഹിതവുമായ പ്രവർത്തനങ്ങൾ ഇന്ത്യ യിൽ സാധാരണമായിരുന്നു. അതുപോലെ തന്നെ വിധവകളായ സ്ത്രീകൾക്ക് മനുഷ്യാവകാശങ്ങൾ നിഷേധിക്കപ്പെട്ടിരുന്നു. മരണതുല്യ മായ ഒരവസ്ഥയാണ് ഭർത്താവ് മരിച്ച സ്ത്രീകൾ അനുഭവിക്കേണ്ടിയി രുന്നത്. തല മുണ്ഡനം ചെയ്ത് ഇരുട്ടുമുറിയിൽ കഴിയുക എന്നതായി രുന്നു അവളുടെ വിധി. ഡോ. അംബേദ്കറെപ്പോലുള്ളവർ പില്ക്കാലത്ത് ഇത്തരം അനാചാരങ്ങളെക്കുറിച്ച് പഠിച്ചിട്ടുണ്ട്. സതി, ശൈശവ വിവാഹം, നിർബ്ബന്ധിത വൈധവ്യം തുടങ്ങിയ അനാചാരങ്ങൾ ഇന്ത്യൻ മണ്ണിൽ നിന്ന് തുടച്ചുനീക്കുന്നതിനായി നിരവധി പോരാട്ടങ്ങൾ നടന്നിട്ടുണ്ട്. ജ്യോതിറാവുവിന്റെ വിദ്യാഭ്യാസപ്രവർത്തനങ്ങൾപോലെതന്നെ പ്രധാന പ്പെട്ടതായിരുന്നു വിധവകൾ, നിരാലംബരായ സ്ത്രീകൾ എന്നിവരുടെ പുനരധിവാസവും മറ്റും.

1864 ൽ അദ്ദേഹം ആദ്യമായി ഒരു വിധവാ വിവാഹം നടത്തി. വിധ വകളായ സ്ത്രീകൾ ലൈംഗികമായി ചൂഷണം ചെയ്യപ്പെട്ടിരുന്നു. ഗർഭി ണികളായ അവരെ പരിപാലിക്കുന്നതിനോ കുട്ടികളെ പ്രസവിക്കുന്ന തിനോ ഉള്ള യാതൊരു സാഹചര്യങ്ങളും അന്ന് നിലവിലുണ്ടായിരുന്നില്ല. പ്രാകൃതമായ ഗർഭച്ഛിദ്രങ്ങളും അന്ന് പതിവായിരുന്നു. അഥവാ പ്രസവി ച്ചാൽത്തന്നെ കുട്ടികളെ മാതാവിൽ നിന്നകറ്റി കൊന്നുകളയുകയോ തെരു വിൽ തള്ളുകയോ ചെയ്തിരുന്നു. അതുകൊണ്ടുതന്നെ ഫൂലെ ഒരു ആന്റി അബോർഷൻ സെന്റർ ആരംഭിച്ചു. യഥാർത്ഥത്തിൽ അത് വിധവകളുടെ ഒരു പുനരധിവാസകേന്ദ്രമായിരുന്നു. അവിടെ അവർക്ക് എല്ലാ പരിര ക്ഷയും നല്കപ്പെട്ടു. അവിടെവെച്ച് അവർ കുട്ടികളെ പ്രസവിച്ചു. ഇങ്ങനെ പ്രസവിച്ച കുട്ടികളുടെ സംരക്ഷണവും സ്ഥാപനം ഏറ്റെടുത്തു. സമൂഹ ത്തിലെ എല്ലാ ജാതിയിലുംപെട്ട സ്ത്രീകൾക്കും അഭയകേന്ദ്രമായിരുന്നു ഇത്.

ഏതു വിധവയ്ക്കും ഇവിടെ വന്ന് രഹസ്യമായി പ്രസവിച്ച് പോകാം. പ്രസവിച്ച കുട്ടിയെ കൂടെ കൊണ്ടുപോകുകയോ അവിടെ ഏല്പിക്കു കയോ ചെയ്യാം. യാഥാസ്ഥിതിക ബ്രാഹ്മണ്യം ഇത്തരം മനുഷ്യത്വപര മായ പെരുമാറ്റത്തെ ദൈവനിന്ദയായാണ് കണ്ടത്.

കുട്ടികളില്ലാതിരുന്ന ജ്യോതിറാവു – സാവിത്രി ദമ്പതികൾ 1873 ൽ ഈ അനാഥാലയത്തിലെ ഒരു കുട്ടിയെ ദത്തെടുക്കുകയാണ് ചെയ്തത്.

ആ കുട്ടിയാണ് യശ്വന്ത്.

പിതാവിന്റെ മരണത്തോടെ ജ്യോതിറാവുവിനെ സാമ്പത്തികമായ ക്ലേശങ്ങൾ അലട്ടാൻ തുടങ്ങി. സ്വന്തം കുടുംബജീവിതം മാത്രമല്ലല്ലോ അതിനേക്കാൾ പ്രധാനമായ ചില സാമൂഹിക ഉത്തരവാദിത്വങ്ങൾ; അതിന്റെ ചെലവുകൾ. അങ്ങനെ അദ്ദേഹം ഒരു ഗവൺമെന്റ് കോൺട്രാക്ടർ ആയിത്തീർന്നു. പൂനെക്കടുത്തുള്ള ഖഡ്കിവാസലയിൽ ഒരു അണക്കെട്ടിന്റെ ആവശ്യത്തിനുവേണ്ട കല്ലുകൾ എത്തിക്കുന്നതിന്റെ ജോലികൾ ഏറ്റെടുത്തു. ഇത്തരം പ്രവർത്തനങ്ങൾ സർക്കാരിലെ പ്രത്യേകിച്ച് പൊതുമരാമത്ത് വകുപ്പിലെ എഞ്ചിനീയർമാർ, മറ്റ് ഉദ്യോഗസ്ഥന്മാർ തുടങ്ങിയവരുടെ അഴിമതിയും പക്ഷപാതനിലപാടുകളും അടുത്തറിയാൻ സഹായകമായി. ബ്രിട്ടീഷ് ഉദ്യോഗസ്ഥർ കഴിഞ്ഞാൽ പിന്നീടുള്ള ഉദ്യോഗസ്ഥന്മാർ മുഴുവൻ ബ്രാഹ്മണരായിരുന്നു. ആധുനിക വിദ്യാഭ്യാസത്തിന് എതിരായിരുന്നു ബ്രാഹ്മണർ. അഴിമതിയുടെ ഒരു ഡിപ്പാർട്ടുമെന്റായിരുന്നു ഇതെന്ന് ഫൂലെ മനസ്സിലാക്കുന്നത് ഈ കോൺട്രാക്ട് ജോലിയിലൂടെയാണ്. ഉദ്യോഗസ്ഥന്മാർ പാവപ്പെട്ട തൊഴിലാളികളെ ചൂഷണം ചെയ്യുകയും വഞ്ചിക്കുകയും ചെയ്യുന്നത് അദ്ദേഹം നേരിട്ടു മനസ്സിലാക്കി. ഉദ്യോഗസ്ഥന്മാരുടെ കള്ളക്കളികളും വഞ്ചനകളും അദ്ദേഹത്തിന്റെ *അടിമത്തം* എന്ന പ്രശസ്തമായ കൃതിയിൽ വിശദമാക്കുന്നുണ്ട്.

ഗവൺമെന്റ് ഉദ്യോഗസ്ഥരുടെ തൊഴിലാളിവിരുദ്ധ നീക്കങ്ങൾ ഫൂലെ മനസ്സിലാക്കുകയും അത് തൊഴിലാളികൾക്ക് മനസ്സിലാക്കിക്കൊടുക്കുകയും ചെയ്തു. അക്കാലത്ത് തൊഴിലാളിപ്രവർത്തനങ്ങൾ ഇന്ത്യയിൽ ശക്തമായിത്തുടങ്ങിയിരുന്നില്ല എന്നോർക്കണം. *കമ്മ്യൂണിസ്റ്റ് മാനിഫെസ്റ്റോ* പുറത്തുവന്ന കാലഘട്ടം. സാമൂഹിക നവോത്ഥാനപ്രവർത്തനങ്ങളോടൊപ്പം കവിതകളും ചരിത്രഗ്രന്ഥങ്ങളും വായിക്കാൻ അദ്ദേഹം സമയം കണ്ടെത്തി.

1865 ൽ തന്റെ സുഹൃത്ത് തുക്കാറാം താത്യയുടെ *ജാതിഭേദ് വിവേക്സർ* എന്ന ഒരു പുസ്തകം ജ്യോതിറാവു പ്രസിദ്ധീകരിച്ചു. ഈ പുസ്തകത്തിന്റെ രണ്ടു പതിപ്പുകൾ ഇറങ്ങി. ബ്രാഹ്മണ മേധാവിത്വത്തിനും ജാതിവ്യവസ്ഥയ്ക്കും എതിരായ ആശയങ്ങളായിരുന്നു ഈ പുസ്തകത്തിൽ.

സാഹിത്യ പ്രവർത്തനങ്ങൾ

ജ്യോതിറാവു സാമൂഹ്യ പരിഷ്കരണപരിപാടിയിലെന്നപോലെ തന്റെ സാഹിത്യപ്രവർത്തനങ്ങളിലും ശ്രദ്ധിച്ചു. അദ്ദേഹം മികച്ചൊരു കവിയായിരുന്നു. *വിവിധ ധനവിസ്താർ* എന്ന മാസികയിലാണ് അദ്ദേഹത്തിന്റെ കൂടുതൽ കവിതകളും അച്ചടിച്ചുവന്നിട്ടുള്ളത്. അദ്ദേഹം *പൊവദാസ്* എന്ന പേരിൽ ഒരു പുസ്തകം പ്രസിദ്ധീകരിച്ചു. അന്നത്തെ ഇന്ത്യൻ സമൂഹ്യവ്യവസ്ഥയുടെ ചിത്രീകരണമായിരുന്നു ആ പുസ്തകം. ബ്രാഹ്മണരുടെ പിടിയിൽനിന്ന് കർഷകരെ മോചിപ്പിക്കണമെന്നും

അബ്രാഹ്മണ സമുദായത്തിൽനിന്ന് ഗുമസ്തന്മാരെയും അദ്ധ്യാപക രെയും നിയമിക്കണമെന്നും ബ്രിട്ടീഷ് രാജ്ഞിയോട് ഈ പുസ്തകം അഭ്യർത്ഥിക്കുന്നു. വിദ്യാഭ്യാസം നേടുകയും അതുവഴി സർക്കാർ ജോലി യിൽ പ്രവേശിക്കണമെന്നും അബ്രാഹ്മണസമൂഹത്തിലെ യുവാക്കളോട് ജ്യോതിറാവുവിന്റെ ഈ പുസ്തകം നിർദ്ദേശിക്കുന്നു. ബ്രാഹ്മണമേധാ വിത്വത്തിനും ജാതിവ്യവസ്ഥയ്ക്കും എതിരെയുള്ള ധീരമായ ശബ്ദമാ യിരുന്നു അദ്ദേഹത്തിന്റെ ഈ പുസ്തകം.

ജ്യോതിറാവുവിന്റെ കവിതാസമാഹാരത്തിന്റെ പേർ *ബ്രാഹ്മണാചെ കസബ്* എന്നായിരുന്നു. ഇന്ത്യയിലെ കീഴാളരായ കർഷകരെ ബ്രാഹ ണർ തങ്ങളുടെ ജാതിമേധാവിത്വമുപയോഗിച്ച് ചൂഷണം ചെയ്യുന്നതിന്റെ കാവ്യാവിഷ്കാരമായിരുന്നു അത്.

ഈ പുസ്തകം അദ്ദേഹം സ്വന്തമായാണ് പ്രസിദ്ധീകരിച്ചത്. ഈ പുസ്തകത്തിന്റെ കോപ്പികൾ വാങ്ങാനുള്ള ഒരപേക്ഷ വിദ്യാഭ്യാസവ കുപ്പിന് അയച്ചെങ്കിലും അത് സ്വീകരിക്കപ്പെട്ടില്ല. കുട്ടികളുടെ വായനാ മുറികളിൽ ഈ പുസ്തകമെത്തുന്നതിനെ അധികാരികൾ ഭയന്നു.

1867 ൽ പ്രാർത്ഥനാ സാമാജ് എന്നൊരു പ്രസ്ഥാനത്തിന് ബോംബെ യിൽ തുടക്കമായി. ബംഗാളിലെ ബ്രഹ്മസമാജം പോലുള്ള സാമൂഹിക പരിഷ്കരണ പ്രസ്ഥാനമായിരുന്നു അത്. ആധുനിക വിദ്യാഭ്യാസം ലഭിച്ച നിരവധി പുരോഗമനകാരികൾ ഈ പ്രസ്ഥാനത്തിലുണ്ടായിരുന്നു.

സാമൂഹ്യപരിഷ്കരണങ്ങൾ മതകാര്യങ്ങളിലേക്ക് തിരിയേണ്ട തുണ്ടോ എന്ന ചർച്ച ഈ പ്രസ്ഥാനത്തിൽ ഉയർന്നുവന്നു. ജ്യോതിറാ വുവിന്റെ പ്രവർത്തനങ്ങളെ അവർ മാനിച്ചിരുന്നു.

1870 ൽ സാർവജനിക് സഭ രൂപീകരിക്കപ്പെട്ടു. ഗണേഷ് വസുദിയോ ജോഷി എന്ന സാർവജനിക് കാക്കയും (ലോകത്തിലെ എല്ലാവരുടെയും അമ്മാവൻ) സദാശിവ് ഗോവിന്ദയുമായിരുന്നു അതിന്റെ നേതാക്കൾ. ഗവൺമെന്റിനു മുമ്പിൽ പൊതുജനങ്ങളുടെ പരാതികൾ സമർപ്പിക്കുക എന്നതായിരുന്നു സംഘടനയുടെ ലക്ഷ്യം. ജോതിറാവുവും അദ്ദേഹ ത്തിന്റെ സഹപ്രവർത്തകരും ചേർന്ന് സാർവജനിക് സമാജത്തിനു വേണ്ടി പൊതുജനതാല്പര്യാർത്ഥമുള്ള നിരവധി പരാതികൾ ഗവ ൺമെന്റിനു മുമ്പിൽ സമർപ്പിച്ചു. പിന്നീട് സാർവജനിക് സഭ ഒരു രാഷ്ട്രീയ പ്രസ്ഥാനമായി മാറുകയായിരുന്നു.

സത്യശോധക് സമാജ്

1873 സെപ്തംബർ 24 നാണ് ജ്യോതിറാവു ഫുലെയുടെ നേതൃത്വ ത്തിൽ സത്യശോധക് സമാജ് രൂപീകരിക്കപ്പെടുന്നത്. ഇന്ത്യയുടെ നവോ ത്ഥാനചരിത്രത്തിലെ തിളങ്ങുന്ന അദ്ധ്യായങ്ങൾ രചിച്ച പ്രസ്ഥാനം. അടി ച്ചമർത്തപ്പെടുന്ന കീഴാളജനതയുടെ സർവ്വോന്മുഖമായ പുരോഗതിയെ ലക്ഷ്യംവച്ചുള്ള സാമൂഹിക നവോത്ഥാന പ്രസ്ഥാനമായിരുന്നു സത്യ ശോധക് സമാജ്. ഫുലെ തന്റെ അനുയായികളെയും സഹപ്രവർത്തക

രെയുമെല്ലാം പങ്കെടുപ്പിച്ചുകൊണ്ടാണ് ഈ പ്രസ്ഥാനത്തിന് രൂപം കൊടു ത്തത്. ജ്യോതിരാവുവായിരുന്നു സമാജത്തിന്റെ പ്രസിഡന്റും ട്രഷററും.

കീഴാളരും ദലിതരും അടിച്ചമർത്തപ്പെടുന്ന സ്ത്രീകളും വിമോചി പ്പിക്കപ്പെടേണ്ടത് ബ്രാഹ്മണമേധാവിത്വത്തിന്റെ നുകത്തിനടിയിൽനിന്നാ ണെന്ന കാഴ്ചപ്പാടാണ് സത്യശോധക് സമാജ് ഉയർത്തിയത്. തന്റെ ഈ ആശയങ്ങൾ ക്രോഡീകരിച്ച് വിശദീകരിക്കുന്നതിനായി *സാർവജനിക് സത്യധർമ്മ* എന്നൊരു പുസ്തകം ജ്യോതിരാവു ഫുലെ പ്രസിദ്ധീകരി ച്ചു. മൂന്ന് അടിസ്ഥാനലക്ഷ്യങ്ങളാണ് സത്യശോധക് സമാജിനുണ്ടായി രുന്നത്. അത് താഴെപറയുന്നവയാണ്:

1. എല്ലാ മനുഷ്യരും ദൈവത്തിന്റെ മക്കളാണ്. അതിനാൽ അവർ സഹോദരങ്ങളാണ്.

2. ഒരാൾക്ക് അവന്റെ പിതാവിനോട് അഭ്യർത്ഥിക്കാനും സംസാരി ക്കാനും ഒരു മദ്ധ്യസ്ഥന്റെ ആവശ്യമില്ല. അതുപോലെ പിതാവായ ദൈവ ത്തോടു പ്രാർത്ഥിക്കാൻ ഒരു ബ്രാഹ്മണന്റെ ആവശ്യമില്ല.

3. ഓരോരുത്തരും അവരവരുടെ മക്കൾക്കും സഹോദരങ്ങൾക്കും അറിവുള്ള കാര്യങ്ങൾ പഠിപ്പിക്കുന്നു. അതുപോലെ വിദ്യാഭ്യാസം നേടി യവർക്ക് അത് നേടാത്ത ആളുകളെ പഠിപ്പിക്കാനുള്ള ചുമതലയുണ്ട്.

ഇന്ത്യയിലെ ഗ്രാമങ്ങളിൽ ബ്രാഹ്മണരുടെ ചൂഷണം തുടരുന്നതി നുള്ള എല്ലാ ഒത്താശകളും ബ്രിട്ടീഷുകാർ ചെയ്തുകൊടുത്തു. ജാതിവ്യവസ്ഥയുടെ മനുഷ്യത്വവിരുദ്ധപ്രവർത്തനങ്ങൾക്കെതിരെ ശക്ത മായ നിലപാടുകളെടുക്കാൻ അവർ തയ്യാറായിരുന്നില്ല. ബ്രാഹ്മണർക്ക് നികുതിപിരിക്കുവാനുള്ള അവകാശം അവർ നിയമപരമായി നല്കുക യാണ് ചെയ്തത്. ഇത് ഇന്ത്യയെ കൂടുതൽ അന്ധകാരത്തിലേക്ക് നയി ക്കുമെന്ന് ജ്യോതിരാവു മനസ്സിലാക്കി. ബ്രാഹ്മണമേധാവിത്വത്തിനെതിരെ അബ്രാഹ്മണ-കീഴാള സമൂഹത്തെ മുഴുവൻ അണിനിരത്തുകയയാണ് വേണ്ടതെന്ന ചിന്തയാണ് സത്യശോധക് പ്രസ്ഥാനത്തിന്റെ രൂപീകരണ ത്തിലേക്ക് നയിച്ചത്.

ദീനബന്ധു

1879 ൽ ഫുലെയുടെ സഹപ്രവർത്തകനായ കൃഷ്ണറാവു ഭലേക്ക റാണ് സത്യശോധക് സമാജത്തിന്റെ ആശയങ്ങൾ പ്രചരിപ്പിക്കുന്നതി നായി പൂനെയിൽനിന്നും *ദീനബന്ധു* എന്ന പേരിൽ ഒരു മാസിക തുട ങ്ങിയത്. കർഷകരുടെയും കർഷകത്തൊഴിലാളികളുടെയും പ്രശ്നങ്ങ ൾക്ക് പ്രാമുഖ്യമുള്ള മാസികയായിരുന്നു അത്. നിരവധി ലേഖനങ്ങൾ ഇതുമായി ബന്ധപ്പെട്ട് *ദീനബന്ധു* പ്രസിദ്ധീകരിക്കുകയുണ്ടായി. തൊഴി ലാളികളുടെ പ്രശ്നങ്ങൾ പുറംലോകമറിഞ്ഞത് അന്ന് ഈ മാസികയി ലൂടെയായിരുന്നു. *ദീനബന്ധു* മറ്റ് മുഖ്യധാരാപത്രങ്ങളുടെ സവർണ്ണ താല്പര്യങ്ങളെയും സത്യശോധക് സമാജത്തിനെതിരെ വരുന്ന വാർത്ത

കളെയും പ്രതിരോധിച്ചു. ഇത് അധികാരിവർഗ്ഗത്തെ അസ്വസ്ഥപ്പെടുത്തി. അങ്ങനെ *ദീനബന്ധു* നിരോധിക്കപ്പെട്ടു. പിന്നീട് ജ്യോതിറാവുവിന്റെ സഹ പ്രവർത്തകനായിരുന്ന ട്രേഡ് യൂണിയൻ പ്രസ്ഥാനത്തിന്റെ അമരക്കാര നായി അറിയപ്പെട്ടിരുന്ന നാരായൺ മേഘാജിയുടെ നേതൃത്വം *ദീനബ ന്ധു*വിനെ ശക്തിപ്പെടുത്തി. 1880 മുതൽ *ദീനബന്ധു*വിന്റെ പ്രവർത്തനം പൂനെയിൽനിന്നും അദ്ദേഹം ബോംബെയിലേക്കു മാറ്റി.

പൂനെ മുനിസിപ്പിൽ കൗൺസിലിൽ

ജ്യോതിറാവു ഫുലെ 1876 ൽ പൂനെ മുനിസിപ്പൽ കൗൺസിലിൽ മെമ്പറായി നാമനിർദ്ദേശം ചെയ്യപ്പെട്ടു. അന്ന് തിരഞ്ഞെടുപ്പുണ്ടായിരുന്നില്ല. ഗവൺമെന്റ് നേരിട്ട് അംഗങ്ങളെ നോമിനേറ്റ് ചെയ്യുന്നരീതിയായിരുന്നു അന്ന് നിലനിന്നിരുന്നത്. ജ്യോതിറാവുവിന്റെ സാമൂഹ്യപ്രവർത്തനങ്ങൾ കണക്കിലെടുത്താവാം അദ്ദേഹത്തെ ഗവൺമെന്റ് ഈ പദവിയിലേക്ക് തിരഞ്ഞെടുത്തത്. പൂനെ മുനിസിപ്പാലിറ്റിയിൽ ഒരു അബ്രാഹ്മണൻ അംഗ മാകുക എന്നത് അന്നത്തെക്കാലത്ത് അചിന്തനീയമായിരുന്നു.

1877 ൽ മഹാരാഷ്ട്രയിൽ വലിയക്ഷാമമുണ്ടായി. ക്ഷാമത്തിനിരയാ യവരെ സഹായിക്കുന്നതിന് തന്റെ മുനിസിപ്പൽ കൗൺസിലർ സ്ഥാനം അദ്ദേഹം നന്നായി ഉപയോഗിച്ചു.

ഹണ്ടർ കമീഷൻ കമ്മിറ്റിയിൽ

1822 ൽ ഇന്ത്യയിലെ വിദ്യാഭ്യാസ വിഷയത്തെക്കുറിച്ചു പഠിക്കാൻ സർക്കാർ ഒരു കമീഷനെ നിയമിച്ചു. സർ വില്യം ഹണ്ടർ ആയിരുന്നു അതിന്റെ ചെയർമാൻ. അദ്ദേഹം ഇന്ത്യയിലെ സാമൂഹിക പ്രവർത്തകരും പുരോഗമനകാരികളുമായവരെ സന്ദർശിക്കുകയും വസ്തുതകൾ പഠി ക്കുകയും ചെയ്തു. അതിന്റെ അടിസ്ഥാനത്തിൽ കമീഷനെ സഹായി ക്കുന്നതിനായി ഒരു കമ്മിറ്റിയെ തിരഞ്ഞെടുക്കുകയും ചെയ്തു.

ഫുലെ ഹണ്ടർ കമീഷൻ കമ്മിറ്റിയിൽ ഉൾപ്പെടുത്തപ്പെട്ടു. ജ്യോതി റാവുവിന്റെ വിദ്യാഭ്യാസ സങ്കല്പനങ്ങൾ മറ്റുള്ളവരിൽനിന്നു വ്യത്യസ്ത മായിരുന്നു. പല ഉന്നത വ്യക്തികളും സാമൂഹ്യപ്രവർത്തകരും പരി ഷ്കർത്താക്കളും ഈ കമ്മിറ്റിയുടെ മുമ്പിൽ വിദ്യാഭ്യാസ വിഷയങ്ങൾ അവതരിപ്പിക്കുകയുണ്ടായി. പക്ഷേ, അതെല്ലാം ഉയർന്നജാതി വിഭാഗ ത്തിന്റെ വിദ്യാഭ്യാസ വിഷയങ്ങൾ മാത്രമായിരുന്നു. എന്നാൽ ജ്യോതി റാവു ഫുലെ ഉന്നയിച്ച വിഷയം കീഴാളരുടെയും ദളിതരുടെയും സ്ത്രീ കളുടെയും വിദ്യാഭ്യാസപ്രശ്നമായിരുന്നു. അടിസ്ഥാനമനുഷ്യരുടെ വിദ്യാ ഭ്യാസവിഷയത്തിൽ സർക്കാർ ശ്രദ്ധകൊടുത്തിട്ടില്ല എന്ന് അദ്ദേഹം തെളിവു നല്കി.

ആധുനിക ഇന്ത്യയുടെ മതനിരപേക്ഷ ജനാധിപത്യമൂല്യങ്ങളെ ഊട്ടി യുറപ്പിക്കുന്നതിൽ വിദ്യാഭ്യാസത്തിന് പ്രാഥമികമായ പങ്കുവഹിക്കാനു ണ്ടെന്ന ശരിയായ ബോധ്യമുള്ള ആദ്യത്തെ നവോത്ഥാനനായകനായി

രുന്നു ജ്യോതിറാവു ഫൂലെ. അടിസ്ഥാനമനുഷ്യർക്കുവേണ്ടി പ്രത്യേക സ്കൂളുകൾ ആരംഭിക്കണമെന്ന് അദ്ദേഹം ഗവൺമെന്റിനോട് ശുപാർശ ചെയ്തു. അത് അവർ താമസിക്കുന്ന സ്ഥലത്തുതന്നെ ആരംഭിക്കണ മെന്നും അദ്ദേഹം അഭിപ്രായപ്പെട്ടു.

ഹണ്ടർ കമീഷൻ അടിസ്ഥാനവിഭാഗങ്ങളായ കർഷകരുടെയും കീഴാ ളരുടെയും അടുത്തുപോയി തെളിവുകൾ ശേഖരിച്ചില്ല, അവർ പോയത് ബ്രാഹ്മണന്മാരുടെയും ക്രിസ്ത്യൻപുരോഹിതന്മാരുടെയും ഇടങ്ങളിലേ ക്കാണ്. അതുകൊണ്ടുതന്നെ ഈ കമീഷന്റെ നേട്ടങ്ങൾ അടിസ്ഥാന മനുഷ്യർക്ക് ഗുണകരമായ നേട്ടങ്ങൾ ഉണ്ടാക്കുന്നതിൽ പരാജയപ്പെടു മെന്ന് ജ്യോതിറാവു ഫൂലെ അഭിപ്രായപ്പെട്ടു.

അവസാന നാളുകൾ

ഇന്ത്യയിലെ ബ്രാഹ്മണവിരുദ്ധപ്രസ്ഥാനത്തിന് ആധുനികമായ സംഘടിതരൂപം നല്കുന്നത് ജ്യോതിറാവു ഫൂലെയാണ്. അത് കേവല മായ ബ്രാഹ്മണവിരുദ്ധ സംഘടനയായിരുന്നില്ല. അത് പൗരോഹിത്യ ത്തിന്റെയും ജാതിയുടെയും സാമ്പത്തിക സാമൂഹിക ചൂഷണങ്ങൾക്കെ തിരായ ഭൂരിഭാഗം വരുന്ന അടിച്ചമർത്തപ്പെടുന്ന ജനങ്ങൾക്കുവേണ്ടിയുള്ള പ്രസ്ഥാനമായിരുന്നു. കർഷകരുടെയും ദരിദ്രരുടെയും പ്രശ്നങ്ങൾ പഠി ക്കുകയും അവരുടെ പക്ഷത്തുനിന്നുകൊണ്ട് പോരാടുകയും ചെയ്ത ഇന്ത്യയിലെ പ്രധാനപ്പെട്ട നവോത്ഥാനനായകനായിരുന്നു ജ്യോതിറാവു ഫൂലെ. സാമൂഹികമായ മാറ്റങ്ങൾ അടിത്തട്ടിൽ പ്രതിഫലിക്കണമെന്ന് അദ്ദേഹം ആഗ്രഹിച്ചു.

യുക്തിബോധമാണ് സാമൂഹികമുന്നേറ്റത്തിന്റെ അടിസ്ഥാനമെന്ന് അദ്ദേഹം കരുതി. ഈ യുക്തിബോധമാണ് മനുഷ്യനെ വിപ്ലവത്തി ലേക്കും സമത്വത്തിലേക്കും നയിക്കുന്നതെന്ന് ഫൂലെ അടിയുറച്ചുവിശ്വ സിച്ചു. സമൂഹത്തിലെ വേർതിരിവുകളും വിവേചനങ്ങളും യുക്തിവിരു ദ്ധവും മനുഷ്യവിരുദ്ധവുമാണെന്ന് അദ്ദേഹം പറയാറുണ്ടായിരുന്നു.

ജീവിതകാലം മുഴുവൻ ഇന്ത്യയിലെ അധഃസ്ഥിതരുടെ നാനാവിധ മായ ഉന്നമനത്തിനായി പ്രയത്നിച്ച ഫൂലെയെ അദ്ദേഹം അർഹിക്കുന്ന രീതിയിൽ മനസ്സിലാക്കപ്പെടുകയുണ്ടായില്ല എന്നത് യാഥാർത്ഥ്യമാണ്. ഡോ. അംബേദ്കറിനെപ്പോലുള്ളവർക്ക് വഴികാട്ടിയായിത്തീരാൻ അദ്ദേ ഹത്തിനു കഴിഞ്ഞു. ഇന്ത്യയിലെ സാമൂഹിക പ്രസ്ഥാനങ്ങളിലും മറ്റും അദൃശ്യരായിപ്പോയ ഒരു ജനതയെ ദൃശ്യപഥത്തിലേക്കുകൊണ്ടുവരിക യായിരുന്നു ഫൂലെ അടക്കമുള്ള കീഴാള നവോത്ഥാനനായകർ ചെയ്തത്.

അത് ആ അർത്ഥത്തിൽ പരിഗണിക്കപ്പെടുകയുണ്ടായില്ല. ബ്രാഹ്മ ണിസത്തിന്റെ പ്രത്യക്ഷവും പരോക്ഷവുമായ സ്വാധീനം നിലനില്ക്കുന്ന ഇന്ത്യൻ മണ്ണിൽ അബ്രാഹ്മണ പ്രസ്ഥാനം രൂപീകരിക്കുകയും ജാതിവ്യ വസ്ഥ മനുഷ്യരിലേല്പിക്കുന്ന അന്യവൽക്കരണങ്ങളെയും മാനസികവും ശാരീരികവുമായ ആഘാതങ്ങളെ ചെറുത്തുനില്ക്കാനുമായിരുന്നു അദ്ദേ

ഹത്തിന്റെ ശ്രമം. ജാതിവ്യവസ്ഥയുടെ കീഴിൽ സ്ത്രീകൾ അനുഭവി ക്കുന്ന ഇത്തരം പീഡനങ്ങളെ തിരിച്ചറിയാനും അവരെ പുനരധിവസി പ്പിക്കാനുമുള്ള പ്രായോഗിക പ്രവർത്തനങ്ങൾ ഫുലെയും അദ്ദേഹത്തിന്റെ സഹധർമ്മിണി സാവിത്രി ഫുലെയും നടത്തുന്നു. പ്രയോഗത്തെ സിദ്ധാ ന്തവല്ക്കരിച്ച സാമൂഹിക വിപ്ലവകാരിയായിരുന്നു ഫുലെ എന്നാണ് ഇതൊക്കെ കാണിക്കുന്നത്. പൂർവ്വമാതൃകകളില്ലാതിരുന്നിട്ടും തന്റെ പ്രായോഗികപ്രവർത്തനങ്ങൾ വിജയത്തിലെത്തിക്കാൻ അദ്ദേഹത്തിനു സാധിച്ചു.

ഇന്ത്യയുടെ പില്ക്കാല നവോത്ഥാനപ്രവർത്തനങ്ങൾക്കും അതിന്റെ ആശയരൂപീകരണത്തിനുമുള്ള മാതൃകയായിരുന്നു ജ്യോതിറാവു ഫുലെ യുടെ പ്രവർത്തനങ്ങൾ. എന്നാൽ മഹാരാഷ്ട്രയിലെ ഒരു പരിഷ്കരണ വാദിയായിമാത്രം അദ്ദേഹത്തെ ചുരുക്കിക്കാണാനാണ് മിക്ക ചരിത്രകാ രന്മാരും ശ്രമിച്ചത്. അദ്ദേഹത്തെ മഹാത്മാ എന്ന് വിളിക്കുന്നത് ഡോ. അംബേദ്കറാണ്. അദ്ദേഹത്തിന്റെ മൂന്നു ഗുരുക്കന്മാരിൽ ഒരാളായി ഫുലെയെ അദ്ദേഹം പരിഗണിക്കുന്നു. മറ്റ് രണ്ടുപേർ കബീറും ബുദ്ധ നുമായിരുന്നു. ഇന്ത്യയിൽ അധഃസ്ഥിത സമൂഹത്തിന്റെ സാംസ്കാരിക മുന്നേറ്റങ്ങളുടെ തുടക്കം ഫുലെയിൽനിന്നാരാംഭിക്കുന്നതായി നിരീക്ഷി ക്കപ്പെടുന്നുണ്ട്.

1890 ലാണ് അദ്ദേഹം അന്തരിക്കുന്നത്. 1888 ൽ ഒരു സ്ട്രോക്ക് സംഭ വിച്ചിരുന്നു. അങ്ങനെ ശരീരത്തിന്റെ വലതുഭാഗത്തിനു തളർച്ച സംഭവി ക്കുകയും ചെയ്തു. എങ്കിലും രണ്ടുവർഷത്തിനുശേഷം; അന്തരിക്കുന്ന തുവരെ തന്റെ പ്രവർത്തനങ്ങളിൽ അദ്ദേഹം കർമ്മനിരതനായിരുന്നു. 1890 നവംബർ 28 ന് പുലർച്ചെ രണ്ടുമണിക്ക് അദ്ദേഹത്തിന്റെ ശരീരം എന്നെന്നേക്കുമായി നിശ്ചലമായി.

നാരായണഗുരു
(1856 – 1928)

ആധുനിക കേരളത്തിന്റെ ശില്പി യായാണ് നാരായണഗുരുവിനെ പരിഗണിക്കുന്നത്. കേരളനവോത്ഥാനത്തിൽ അദ്ദേഹത്തിന്റെ പ്രവർത്തനങ്ങൾ വഹിച്ച പങ്ക് ഇന്ത്യക്കുതന്നെ മാതൃക യായിരുന്നു. ആധുനിക പാശ്ചാത്യ വിദ്യാഭ്യാസത്തിന്റെ ഫലമായി ബംഗാ ളിൽ രാജാറാം മോഹൻ റോയിയുടെ നേതൃത്വത്തിലുള്ള ബ്രഹ്മസമാജം, വിവേകാനന്ദന്റെ രാമകൃഷ്ണമിഷൻ, പഞ്ചാബിൽ രൂപംകൊണ്ട ദയാനന്ദസ രസ്വതിയുടെ ആര്യസമാജം, മഹാരാ ഷ്ട്രയിലെ മഹാദേവ ഗോവിന്ദറാനഡെ യുടെ പ്രാർത്ഥനാസമാജം, ജ്യോതി റാവു ഫുലെയുടെ സത്യശോധക് സമാ

നാരായണഗുരു

ജം, ഉത്തർപ്രദേശിൽ സർ സയ്യിദ് അഹമ്മദ് ഖാന്റെ അലിഗർ പ്രസ്ഥാനം തുടങ്ങി ഇന്ത്യയിലെ വിവിധ ഭാഗങ്ങളിൽ രൂപപ്പെട്ട നവോത്ഥാന പ്രസ്ഥാ നങ്ങളോടൊപ്പമാണ് കേരളത്തിലും നവോത്ഥാന മുന്നേറ്റങ്ങളുണ്ടാകു ന്നത്. ഈ പശ്ചാത്തലത്തിൽനിന്നുകൊണ്ടാണ് നാരായണഗുരുവിന്റെ നവോത്ഥാനശ്രമങ്ങളെയും വിലയിരുത്തേണ്ടത്.

ബാല്യകാലവും വിദ്യാഭ്യാസവും

തിരുവനന്തപുരം ജില്ലയിലെ ചെമ്പഴന്തി എന്ന ഗ്രാമത്തിൽ 1856

ലാണ് നാരായണഗുരു ജനിക്കുന്നത്. വയൽവാരം എന്ന കുടുംബത്തിലെ മാടൻ ആശാൻ, കുട്ടിയമ്മ എന്നിവരാണ് മാതാപിതാക്കൾ. ജാതിവ്യവസ്ഥ കൊടികുത്തിവാണ ഒരു കാലഘട്ടമായിരുന്നു അത്. ഗുരുവിന്റെ ബാല്യ കാലത്തെക്കുറിച്ച് കുമാരനാശാൻ ഇങ്ങനെ എഴുതുന്നു:

> സ്വാമി കുട്ടിക്കാലത്തിൽ ശാന്തനായിരുന്നില്ല. ചൊടിപ്പുള്ള ഒരു കുട്ടിയായിരുന്നു. ചില സംഗതികളിൽ ഒരുവിധം വികൃതിയായി രുന്നു എന്നുകൂടി പറയാം. വീട്ടിൽ പൂജയ്ക്കായി ഒരുക്കിവയ്ക്കുന്ന പഴവും പലഹാരങ്ങളും പൂജ കഴിയുന്നതിനുമുമ്പ് എടുത്ത് ഭക്ഷി ച്ചുകളയുന്നതിൽ കുട്ടി അസാമാന്യമായ കൗതുകം കാണിച്ചു. താൻ സന്തോഷിച്ചാൽ ദൈവവും സന്തോഷിക്കും എന്നു പറയു കയും തന്റെ ആ അകൃത്യത്തെ തടയാൻ ശ്രമിക്കുന്നവരെ എങ്ങ നെയെങ്കിലും ആ ബാലൻ തോല്പിക്കുകയും ചെയ്യും. തീണ്ടാൻ പാടില്ലാത്ത കീഴ്ജാതിക്കാരെ ദൂരത്തെവിടെയെങ്കിലും കണ്ടാൽ ഓടിയെത്തി അവരെ തൊട്ടിട്ട് കുളിക്കാതെ അടുക്കളയിൽ കടന്ന് സ്ത്രീകളെയും അധികം ശുദ്ധം ആചരിക്കാറുള്ള പുരുഷന്മാ രെയും തൊട്ട് അശുദ്ധമാക്കുന്നത് കുട്ടിക്ക് രസകരമായ ഒരു വിനോദമായിരുന്നു.

ഇത്തരത്തിലുള്ള നിരവധി പ്രവർത്തനങ്ങൾ നാരായണഗുരു ചെറു പ്പകാലത്ത് ചെയ്യുന്നുണ്ട്. കുട്ടിക്കാലത്തുതന്നെ സമൂഹത്തിലെ അനാ ചാരങ്ങൾക്കെതിരായി ചിന്തിക്കാനും പ്രതികരിക്കാനുമുള്ള ഗുരുവിന്റെ ആന്തരിക ചോദനയെയാണ് ഇത് വെളിവാക്കുന്നത്.

അഞ്ചാം വയസ്സിൽ കൊച്ചുനാണുവിനെ എഴുത്തിനിരുത്തി. കണ്ണൻകര മൂത്ത നാരായണപിള്ളയായിരുന്നു ആശാൻ. വൈദ്യവൃത്തി യിൽ പ്രാഗത്ഭ്യം ഉണ്ടായിരുന്ന പിതാവ് മാടനാശാനിൽനിന്നും അമ്മാവൻ കൃഷ്ണൻവൈദ്യനിൽനിന്നും വൈദ്യവും ജ്യോതിഷവും അദ്ദേഹം അഭ്യസിച്ചു.

പതിനഞ്ചാമത്തെ വയസ്സിൽ അമ്മ മരിച്ചതോടെ നാണുവിന്റെ വിദ്യാ ഭ്യാസം മുടങ്ങി. കുറച്ചുകാലം കൃഷിപ്പണിയിലും മറ്റും വീട്ടുകാരെ സഹാ യിച്ച് കഴിഞ്ഞുകൂടി. ചെറിയ കൃഷിത്തോട്ടങ്ങൾ ഉണ്ടാക്കുക, കന്നുകാ ലികളെ മേയ്ക്കുക എന്നീ ജോലികളാണ് അദ്ദേഹം ചെയ്തത്. അതോ ടൊപ്പം പുസ്തകവായനയ്ക്കും സമയം കണ്ടെത്തി.

വായനയുടെ ലോകത്തേക്ക്

പതിനെട്ടാം വയസ്സിൽത്തന്നെ രാമായണം മുഴുവൻ വായിക്കുകയും അത് വ്യാഖ്യാനിക്കാനുള്ള പ്രാപ്തി നേടുകയും ചെയ്തു. തൊൽക്കാ പ്പിയം, നന്നൂല്, തേവാരം, തിരുവാചകം, ചിലപ്പതികാരം എന്നീ തമിഴ് ഗ്രന്ഥങ്ങളും ഇതിനിടയിൽ വായിച്ചുതീർത്തു. ഇരുപത്തിമൂന്നാമത്തെ വയ

സ്സിൽ അമ്മാവൻ കൃഷ്ണൻ വൈദ്യന്റെ താല്പര്യപ്രകാരം നാണുവിനെ സംസ്കൃതപഠനത്തിനായി കരുനാഗപ്പള്ളി കുമ്മമ്പള്ളി രാമൻപിള്ള ആശാന്റെ അടുത്ത് അയച്ചു. സവർണ്ണരായ വിദ്യാർത്ഥികൾ അവിടെയു ണ്ടായിരുന്നു. അവരോടൊപ്പം മുൻനിരയിലിരിക്കാനുള്ള അവകാശം നാണുവിന് ഉണ്ടായിരുന്നില്ല. എന്നാൽ, പഠനത്തിലുള്ള മികവുകൊണ്ട് ആശാൻ അദ്ദേഹത്തെ ക്ലാസിലെ ചട്ടമ്പിയായി നിയമിച്ചു.

ജാതിചിന്തമൂലം അദ്ധ്യാപകൻ അദ്ദേഹത്തെ സംസ്കൃതവ്യാക രണം പഠിപ്പിച്ചില്ല. കാവ്യം, നാടകം, അലങ്കാരം എന്നിവയാണ് നാണു അവിടെ അഭ്യസിച്ചത്. ഇതിനിടയിൽ രക്താതിസാരം പിടികൂടിയതിനാൽ നാണുവിന് പഠിപ്പുനിർത്തി ചെമ്പഴന്തിയിലേക്ക് തിരിച്ചുപോകേണ്ടി വന്നു. കൃഷ്ണൻ വൈദ്യന്റെ ചികിത്സയിൽ രോഗം ഭേദമായെങ്കിലും വിദ്യാ ഭ്യാസത്തിനായി തിരിച്ചുപോയില്ല.

ജീവിതത്തിൽ ഒരു വിരക്തനെപ്പോലെയാണ് നാണു അക്കാലത്ത് പെരുമാറിയിരുന്നത്. വീട്ടുകാർ അദ്ദേഹത്തിന്റെ ഈ സ്വഭാവത്തിൽ ഉൾക്ക ണ്ഠാകുലരായിരുന്നു. നാണുവിനെ ഒരു ജോലിയിൽ പ്രവേശിപ്പിക്കുകയും വിവാഹം കഴിപ്പിക്കുകയും ചെയ്യുന്നതിനുള്ള ശ്രമങ്ങൾ വീട്ടുകാർ ആരം ഭിച്ചു. ചെമ്പഴന്തിയിൽത്തന്നെ ഒരു കുടിപ്പള്ളിക്കൂടം സ്ഥാപിച്ച് കുട്ടികളെ പഠിപ്പിക്കുന്നതിനായി അദ്ദേഹത്തെ നിയോഗിച്ചു. കുറച്ചുകാലം കഴിഞ്ഞ് അദ്ദേഹം സംസ്കൃത അദ്ധ്യാപകനായി അഞ്ചുതെങ്ങിലേക്ക് പോയി. അവിടെവെച്ചാണ് നാണുവാശാൻ എന്ന പേര് ലഭിക്കുന്നത്.

വിവാഹത്തോട് നാണുവാശാന് യാതൊരു താല്പര്യവുമില്ലായി രുന്നു. പക്ഷേ, വീട്ടുകാർ ഒരു വധുവിനെ കണ്ടുപിടിച്ചു. അക്കാലത്ത് വിവാഹത്തിന് വരൻ പങ്കെടുക്കണമെന്നില്ല. വീട്ടുകാർ നിശ്ചയിച്ച് ഉറ പ്പിച്ച പെൺകുട്ടിക്ക് വരന്റെ സഹോദരി പുടവ കൊടുത്താൽമാത്രം മതി. അങ്ങനെ നാണുവാശാന്റെ സഹോദരിമാർ അഞ്ചുതെങ്ങിനടുത്തുള്ള നെടുങ്ങണ്ടയിൽ താമസിച്ചിരുന്ന മാടനാശാന്റെ അനന്തരവൾ കാളിയെ പുടവകൊടുത്ത് 1884 ൽ വധുവായി സ്വീകരിച്ചു.

നാണുവാശാനെ സംബന്ധിച്ചിടത്തോളം വിവാഹജീവതത്തിന്റെ അർത്ഥങ്ങളെ സ്വജീവിതത്തിൽ മാറ്റിനിർത്താനാണ് ശ്രമിച്ചത്. മാതാപി താക്കളുടെയും മറ്റും നിർബ്ബന്ധത്താൽ സ്വാമിക്ക് വിവാഹം കഴിക്കേണ്ടി വന്നെങ്കിലും വിഷയസുഖങ്ങൾക്ക് സ്വാമിയെ വ്യാമോഹിപ്പിക്കാൻ കഴി ഞ്ഞില്ല എന്നാണ് കുമാരനാശാൻ ഇതിനെക്കുറിച്ച് എഴുതിയിട്ടുള്ളത്.

1885 ൽ നാണുവാശാന്റെ പിതാവ് അന്തരിച്ചു. നാണുവാശാൻ തന്റെ സുഹൃത്തായ ചട്ടമ്പിസ്വാമിയുമൊത്ത് തൈക്കാട് അയ്യാസ്വാമിയുടെ അടുത്ത് എത്തിച്ചേർന്നു. തൈക്കാട് അയ്യായുടെ കീഴിൽ യോഗമുറകളും മറ്റും അഭ്യസിച്ചു. തൈക്കാട് അയ്യായുടെ നിർദ്ദേശപ്രകാരം നാണുവാ ശാൻ മരുത്വാമലയിൽ എത്തിച്ചേർന്നു. അവിടെ പള്ളിത്തടം എന്ന ഗുഹ യിൽ നാണുവാശാൻ ധ്യാനനിരതനായി കഴിച്ചുകൂട്ടി. നാലുവർഷത്തോളം ഈ ഗുഹയിൽ അദ്ദേഹം കഴിഞ്ഞതായി ജീവചരിത്രകാരന്മാർ അഭിപ്രാ

യപ്പെടുന്നു. അക്കാലത്ത് അരുവികളിലെ വെള്ളം കുടിച്ചും കായ്കനി കൾ ഭക്ഷിച്ചുമാണ് അദ്ദേഹം കഴിച്ചുകൂട്ടിയത്.

ഈ തപസിനു ശേഷമാണ് നാണുവാശാൻ നാണുസ്വാമിയായി അറി യപ്പെട്ടു തുടങ്ങുന്നത്.

ഇതിനുശേഷം 1885 ൽ തിരുവനന്തപുരത്തെ നെയ്യാറ്റിൻകരയ്ക്കു സമീപമുള്ള അരുവിപ്പുറമാണ് തന്റെ തപസിനായി നാണുസ്വാമി തെര ഞ്ഞെടുത്തത്. വന്യമൃഗങ്ങളുടെ വിഹാരരംഗമായ അരുവിപ്പുറത്തെ കാടി നുള്ളിൽ അദ്ദേഹം ധ്യാനനിരതനായി കഴിഞ്ഞു. ഈ സമയത്ത് സ്വാമിയെ സന്ദർശിക്കാൻ നിരവധി ഭക്തന്മാർ എത്തുകയുണ്ടായി. അവർ സ്വാമിക്ക് ഒരു പർണ്ണശാല കെട്ടിക്കൊടുത്തു.

അരുവിപ്പുറം പ്രതിഷ്ഠ

അവർണ്ണരുടെ ജീവിതം അക്കാലത്ത് ദുരിതപൂർണ്ണമായിരുന്നു. ജാതിയുടെ മതിൽക്കെട്ടിനു പുറത്ത് അവർ അനാഥരെപ്പോലെ കഴിഞ്ഞു. അയിത്തവും മറ്റ് ഉച്ചനീചത്വങ്ങളും സമൂഹത്തിൽ രോഗാതുരമായി നില നിന്നിരുന്ന ഈ കാലത്ത് കീഴാളമനുഷ്യന്റെ ആത്മീയമായ ജീവിതത്തിന് അന്തസ്സും ഔന്നത്യവും ഉണ്ടാകണമെന്ന് നാരായണഗുരു ആഗ്രഹിച്ചു. അതിന്റെ ഭാഗമായുള്ള ചിന്തകൾ ഗുരുവിൽ വളരെ നേരത്തേതന്നെ അങ്കുരിച്ചിരുന്നു. പലരോടും അദ്ദേഹം ഇത്തരമൊരാശയം പങ്കുവച്ചിരുന്നു.

1888 ലാണ് ചരിത്രപ്രസിദ്ധമായ അരുവിപ്പുറം പ്രതിഷ്ഠ നടക്കുന്നത്. ഇത് കേരളത്തിന്റെ നവോത്ഥാനത്തിലെ വലിയൊരു വഴിത്തിരിവായി പരിഗണിക്കപ്പെടുന്നു. ഇന്ത്യയിലൊരിടത്തും ഇത്തരമൊരു മാതൃക ഉണ്ടാ യിട്ടില്ല.

"ജാതിഭേദം മതദ്വേഷം
ഏതുമില്ലാതെ സർവ്വരും
സോദരത്വേന വാഴുന്ന
മാതൃകാസ്ഥാനമാണിത്."

എന്ന് അരുവിപ്പുറം പ്രതിഷ്ഠയ്ക്കുശേഷം അദ്ദേഹം ആ ക്ഷേത്ര ത്തിന്റെ മുൻവശത്ത് എഴുതിവച്ചു. നാരായണഗുരുവിന്റെ ഈ പ്രതിഷ്ഠ യ്ക്കെതിരെ സവർണ്ണരുടെ ഇടയിൽനിന്ന് വലിയ പ്രതിഷേധമുയർന്നു. സവർണ്ണാധിപത്യത്തിനെതിരായ ഒരു വെല്ലുവിളിയായാണ് അവർ ഇതിനെ കണ്ടത്. എന്നാൽ ഗുരു ഇതിനെ തന്റെ സ്വതഃസിദ്ധമായ ശൈലി യിൽ 'നാം നമ്മുടെ ശിവനെയാണ് പ്രതിഷ്ഠിച്ചത്' എന്ന മറുപടിയിലൂടെ എതിർപ്പുകളെ മുഴുവൻ നിഷ്പ്രഭമാക്കി.

അരുവിപ്പുറം പ്രതിഷ്ഠയ്ക്കുശേഷം നാരായണഗുരു നിരവധി സ്ഥല ങ്ങളിൽ ക്ഷേത്രം നിർമ്മിക്കുകയും പ്രതിഷ്ഠകൾ നടത്തുകയും ചെയ്തു. ഇത്തരം പ്രതിഷ്ഠകളിൽ ചേർത്തല കളവംകോട്ടയിലെയും വൈക്കം ഉള്ളലയിലെ ഓങ്കാരേശ്വര ക്ഷേത്രത്തിലെയും കണ്ണാടി പ്രതിഷ്ഠകൾ അതുവരെ ഇല്ലാത്ത പുതിയൊരു ദാർശനിക കാഴ്ചയാണ് തുറന്നുവയ്

ക്കുന്നത്. അവനവനിൽത്തന്നെ കുടികൊള്ളുന്ന ചേതന തന്നെയാണ് യഥാർത്ഥ ദൈവികത്വം എന്നുള്ള സന്ദേശമാണ് ഗുരു ഇതിലൂടെ നല്കി യത്. ക്ഷേത്രങ്ങളെ സംബന്ധിച്ചുള്ള വ്യക്തമായ കാഴ്ചപ്പാട് അദ്ദേഹ ത്തിന് ഉണ്ടായിരുന്നു. 1904 ൽ അദ്ദേഹം ഇങ്ങനെ പറഞ്ഞു:

> ഈ ആരാധനകളെല്ലാം ഒരിക്കൽ വേണ്ടാതെ വന്നേക്കാം. വിദ്വാ ന്മാർക്ക് ഇത് ഹിതമില്ലാതെ വരും. അവിദ്വാന്മാരും ഗതാനുഗ തികന്യായേന വേണ്ടെന്നുവയ്ക്കും. അങ്ങനെ വരുമ്പോൾ ഈ കെട്ടിടങ്ങളെല്ലാം അവർക്ക് മറ്റാവശ്യങ്ങൾക്ക് ഉപയോഗിക്കാമല്ലോ.

അരുവിപ്പുറം പ്രതിഷ്ഠയ്ക്കുശേഷം അതൊരു തീർത്ഥാടനകേന്ദ്ര മായി മാറാൻ അധികകാലം വേണ്ടിവന്നില്ല. വാവുദിവസങ്ങളിൽ പിതൃ ക്കൾക്ക് ബലിയിടുന്നതിനായി അരുവിപ്പുറത്ത് ആളുകൾ എത്താൻ തുടങ്ങി. അതിന്റെ നടത്തിപ്പിനായി വാവൂട്ട് യോഗം എന്നൊരു സംഘം രൂപംകൊണ്ടു. പിന്നീട് 1899 ൽ വാവൂട്ട് യോഗം അരുവിപ്പുറം ക്ഷേത്ര യോഗമായി രൂപപ്പെട്ടു. ഈ യോഗത്തിന്റെ നേതൃത്വത്തിൽ ക്ഷേത്രകാ ര്യങ്ങൾ മാത്രമല്ല സാമൂഹികമായ പല കാര്യങ്ങളും ചർച്ച ചെയ്തു. നാരായണഗുരു അതിനൊക്കെ നേതൃത്വം നല്കി. ഈഴവ സമുദായ ത്തിൽ നിലനിന്നിരുന്ന അനാചാരങ്ങളായ താലികെട്ട് കല്യാണം, തിര ണ്ടുകുളി, പുളികുടി, പ്രാകൃതമായ വിവാഹച്ചടങ്ങുകൾ, ജന്തുബലി തുട ങ്ങിയവ നിർത്തലാക്കുകയോ പരിഷ്കരിക്കുകയോ ചെയ്യണമെന്ന് അരു വിപ്പുറം ക്ഷേത്രയോഗം ചർച്ച ചെയ്തു.

കുമാരനാശാനും പല്പുവും ഗുരുവിനെ കാണുന്നു

1891 ലാണ് കുമാരനാശാൻ ഗുരുവിനെ കണ്ടുമുട്ടുന്നത്. ആശാന് അന്ന് 18 വയസ്സായിരുന്നു. ഗുരുവിന്റെ കൂടെ കുമാരനാശാൻ അരുവിപ്പു റത്തെത്തി. അവിടെ ഗുരുവിന്റെ ശിഷ്യത്വം സ്വീകരിച്ച ആശാൻ സാമൂ ഹിക നവോത്ഥാന പ്രവർത്തനങ്ങളിൽ സജീവമായി.

ഡോക്ടർ പല്പു ഇക്കാലത്താണ് നാരായണഗുരുവുമായി ബന്ധ പ്പെടുന്നത്. തിരുവിതാംകൂറിൽ ജോലി നിഷേധിക്കപ്പെട്ട പല്പു ബാംഗ്ലൂ രിൽ ഡോക്ടറായി ജോലി ചെയ്യുകയായിരുന്നു. പല്പു നാരായണഗുരു വിനെ കാണാൻ അരുവിപ്പുറത്തെത്തി. ഒരു സംഘടന രൂപീകരിക്കേണ്ട ആവശ്യം സമൂഹത്തിൽ ശക്തമായി വരികയാണെന്ന് പല്പു ഗുരുവിനെ അറിയിച്ചു. കുമാരനാശാനും അരുവിപ്പുറത്ത് ഗുരുവിന്റെ ശിഷ്യനായി അവിടുണ്ടായിരുന്നു. കുമാരനാശാൻ തിരുവനന്തപുരത്തു വലിയൊരു യോഗം വിളിച്ചുകൂട്ടി. ആ സമ്മേളനത്തിലാണ് ശ്രീനാരായണ ധർമ്മ പരി പാലനയോഗം എന്നൊരു സംഘടന രജിസ്റ്റർ ചെയ്യാൻ തീരുമാനിച്ചത്. യോഗത്തിന്റെ സ്ഥിരാദ്ധ്യക്ഷനായി നാരായണഗുരുവിനെ തെരഞ്ഞെ ടുത്തു. കുമാരനാശാനായിരുന്നു പ്രഥമ ജനറൽ സെക്രട്ടറി.

എസ് എൻ ഡി പി യോഗം

1903 ജനുവരി ഏഴിന് എസ് എൻ ഡി പി യോഗം രജിസ്റ്റർ ചെയ്യ പ്പെട്ടു. യോഗത്തിന്റെ നിയന്ത്രണത്തിൽ കുമാരനാശാന്റെ പത്രാധിപത്യ ത്തിൽ ഒരു മാസികയും ആരംഭിച്ചു. നിലവിലെ അനാചാരങ്ങൾക്കെതിരെ യോഗം ശക്തമായ പ്രചരണങ്ങൾ നടത്തി. അതിൽ പ്രധാനം വിവാഹ പരിഷ്കരണമായിരുന്നു. വിവാഹത്തിനുമുമ്പ് വധുവരന്മാർ തമ്മിൽ കാണുകയും സംസാരിക്കുകയും ചെയ്യണമെന്ന് ഗുരു ആവശ്യപ്പെട്ടു. മാത്രമല്ല വിവാഹം ലളിതവും ആർഭാടരഹിതവുമായിരിക്കണമെന്നും അദ്ദേഹം ആഹ്വാനം ചെയ്തു.

അരുവിപ്പുറം പ്രതിഷ്ഠയെത്തുടർന്ന് 1904 ൽ നാരായണഗുരു വർക്ക ലയിലെ ഒരു കുന്നിൻപുറത്ത് ഒരു പർണ്ണശാല കെട്ടുകയും ശിവഗിരി എന്ന് പേരിടുകയും ചെയ്തു. 1912 ൽ ശാരദാപ്രതിഷ്ഠ നടത്തി. അതിനു ശേഷം ഗുരു ആലുവയിലെത്തി. ആലുവായിൽ ഒരു ആശ്രമം വേണ മെന്ന് അദ്ദേഹത്തിനു തോന്നി. അങ്ങനെ ആലുവയിൽ അദ്വൈതാശ്രമം സ്ഥാപിച്ചു. ശിവഗിരിയിലേതുപോലെ അവിടെ നിശാപാഠശാലയും സംസ്കൃതപാഠശാലയും ആരംഭിച്ചു. കൂടാതെ സ്ത്രീ വിദ്യാഭ്യാസ ത്തിനും വയോജന വിദ്യാഭ്യാസത്തിനും അവസരമൊരുക്കി.

ജാതിവ്യത്യാസമില്ലാതെ നിരവധി ആളുകൾ അദ്വൈതാശ്രമത്തിൽ പഠിക്കാനും സംവാദം നടത്താനും എത്തിച്ചേർന്നു. ജനങ്ങൾ ഇവിടേക്ക് കൂടുതലായി ആകർഷിക്കപ്പെട്ടു. 1924 ൽ മതത്തിന്റെ എല്ലാ വേർതിരിവു കളെയും പൊളിക്കുന്നതിനായി ഗുരുവിന്റെ നേതൃത്വത്തിൽ ഒരു സർവ്വ മത സമ്മേളനം വിളിച്ചുചേർക്കപ്പെട്ടു. 'വാദിക്കാനും ജയിക്കാനുമല്ല അറി യാനും അറിയിക്കാനും വേണ്ടിയാണ്' എന്നായിരുന്നു സമ്മേളനത്തിന്റെ മുദ്രാവാക്യം. എല്ലാ മതങ്ങളുടെയും ലക്ഷ്യം മനുഷ്യനന്മയാണെന്ന് ഗുരു ഈ സമ്മേളനത്തിൽ പറയുകയുണ്ടായി.

എസ് എൻ ഡി പി യോഗം ഡോ. പല്പുവിന്റെയും കുമാരനാ ശാന്റെയും നേതൃത്വത്തിൽ നിരവധി സാമൂഹികപ്രവർത്തനങ്ങൾക്ക് നേതൃത്വം നല്കി. ഗുരു അതിൽ നേതൃത്വപരമായ പങ്കുവഹിച്ചു. പിന്നീട് യോഗത്തിൽനിന്ന് ഗുരു അകലാൻ തുടങ്ങി. ജാതിഭേദങ്ങളെ ഇല്ലായ്മ ചെയ്യുന്നതിനുവേണ്ടി രൂപംകൊടുത്ത യോഗം അതിന്റെ ലക്ഷ്യങ്ങ ളിൽനിന്ന് അകലുന്നതായി അദ്ദേഹത്തിന് തോന്നി.

നാം പ്രത്യേക ജാതിയിലോ മതത്തിലോ ഉൾപ്പെടുന്നില്ല. വിശേ ഷിച്ച് നമ്മുടെ ശിഷ്യവർഗ്ഗത്തിൽനിന്ന് മേൽപ്രകാരമുള്ളവരെ മാത്രമേ നമ്മുടെ പിൻഗാമിയായി വരത്തക്കവിധം ആലുവാ അദ്വൈ താശ്രമത്തിൽ ശിഷ്യസംഘത്തിൽ ചേർത്തിട്ടുള്ളൂ എന്നും മേലും ചേർക്കുകയുള്ളൂ എന്നും വ്യവസ്ഥപ്പെടുത്തിയിരിക്കുന്നതുമാ കുന്നു. ഈ വസ്തുത പൊതുജനങ്ങളുടെ അറിവിലേക്കായി പ്രസിദ്ധം ചെയ്തിരിക്കുന്നു.

എന്ന ഗുരുവാക്യം 1916 ൽ *പ്രബുദ്ധകേരളത്തിൽ* പ്രസിദ്ധപ്പെടുത്തി യിട്ടുണ്ട്. ഇതിൽനിന്ന് ജാതിവ്യവസ്ഥയ്ക്കെതിരെയുള്ള ഗുരുവിന്റെ നില പാടുകൾ വ്യക്തമാണ്.

യോഗത്തിന്റെ സ്വസമുദായ നിലപാടുകളെ തിരുത്താൻ ഗുരു നിര ന്തരം പരിശ്രമിച്ചിരുന്നു.

നിങ്ങളിൽ ചിലർ നാം ഇപ്പോഴും ഒരു സമുദായത്തിലോ ഒരു മത ത്തിലോ ഉൾപ്പെട്ട ആളാണെന്ന് വിചാരിക്കുന്നു. നാം ഒരു ജാതി യിലും മതത്തിലും ഇപ്പോൾ ഉൾക്കൊള്ളുന്നില്ല. നാം അത്തരം സംഗതികളിൽനിന്ന് വിട്ടുമാറിയിട്ട് കുറേക്കാലമായി. നമ്മുടെ ആശ്ര മത്തിൽ ഭാഗഭാക്കാവുന്നവർ ഇതിനനുസരിച്ച് ജീവിക്കാൻ സന്ന ദ്ധരാകേണ്ടതാണ്.

എന്ന അദ്ദേഹത്തിന്റെ കത്ത് യോഗത്തിന്റെ നിലപാടുകളോടുള്ള വിയോജിപ്പിന്റെ തെളിവാണ്. എസ് എൻ ഡി പി യോഗത്തെക്കുറിച്ചുള്ള തന്റെ കാഴ്ചപ്പാടുകൾ വിശദമാക്കുന്ന ഒരു സന്ദേശം 1927 ൽ നടന്ന യോഗത്തിന്റെ പള്ളാത്തുരുത്തി സമ്മേളനത്തിലേക്ക് ഗുരു അയയ്ക്കു ന്നുണ്ട്.

സംഘടനയുടെ ഉദ്ദേശ്യം ഒരു പ്രത്യേക വർഗ്ഗക്കാരെമാത്രം ചേർത്ത് ഒരു സമുദായത്തെ സൃഷ്ടിക്കാനായിരിക്കരുത്. മതം വിശ്വാസസ്വാത ന്ത്ര്യത്തിനുവേണ്ടിയായിരിക്കണമെന്നും 'ഒരു ജാതി ഒരു മതം ഒരു ദൈവം മനുഷ്യന്' എന്നുള്ളതായിരിക്കണം അതിന്റെ തത്ത്വമെന്നും ഈ സന്ദേശത്തിൽ ഗുരു വ്യക്തമാക്കുന്നു. ഈ സന്ദേശത്തിന് ശേഷം ശിവ ഗിരിയിൽ കൂടിയ മഹായോഗത്തിൽ ഗുരു പങ്കെടുത്തു. അതിലും അദ്ദേഹം ജാതിമതത്തിനതീതമായ കാഴ്ചപ്പാടാണ് ഉയർത്തിപ്പിടിച്ചത്.

1917 ൽ സഹോദരൻ അയ്യപ്പന്റെ നേതൃത്വത്തിൽ ചെറായിയിൽ നടന്ന മിശ്രഭോജനത്തിന് അനുമതി നല്കിക്കൊണ്ട് ഗുരു ഇങ്ങനെ പറഞ്ഞു:

മനുഷ്യരുടെ മതം, വേഷം, ഭാഷ മുതലായവ എങ്ങനെയിരുന്നാലും അവരുടെ ജാതി ഒന്നായതുകൊണ്ട് അന്യോന്യം വിവാഹവും പന്തിഭോജനവും ചെയ്യുന്നതിന് യാതൊരു ദോഷവുമില്ല.

മിശ്രഭോജനത്തിനെതിരെ സ്വസമുദായത്തിൽനിന്നുതന്നെ വിമർശ നങ്ങൾ ഉയർന്നുവന്നു. ഇതു കാണിക്കുന്നത് എസ് എൻ ഡി പി യോഗ ത്തിൽ ജാതിവാദികളായ യാഥാസ്ഥിതികർ കടന്നുകൂടി എന്നാണ്. മിശ്ര ഭോജനം നടത്തിയവർ ഒരു പൊതുമാപ്പു പറയണമെന്ന അഭിപ്രായവു മായി അവർ ഗുരുവിനെ സമീപിച്ചു. ഗുരു അവരോട് ഇങ്ങനെ പറഞ്ഞു: "അവർ കുറ്റമൊന്നും ചെയ്തിട്ടില്ലല്ലോ മാപ്പു പറയുവാൻ. വേണ്ട കാര്യമല്ലേ അവർ ചെയ്തത്."

എസ് എൻ ഡി പി യോഗത്തിൽനിന്ന് അകന്ന ഗുരു 1928 ജനുവരി ഒമ്പതിന് ശ്രീനാരായണ ധർമ്മസംഘം രൂപീകരിച്ചു. സന്ന്യാസിമാരുടെ ഒരു സംഘമായിരുന്നു ഇത്. ശ്രീബോധാനന്ദസ്വാമികൾ, ഗോവിന്ദാനന്ദ സ്വാമികൾ, ആത്മാനന്ദസ്വാമികൾ, സുഗുണാനന്ദഗിരി സ്വാമികൾ, ശങ്ക രാനന്ദസ്വാമികൾ, നരസിംഹസ്വാമികൾ, രാമാനന്ദസ്വാമികൾ, ധർമ്മ കീർത്ത സ്വാമികൾ, നീലകണ്ഠൻ ബ്രഹ്മചാരി, വിദ്യാനന്ദസ്വാമികൾ, നടരാജഗുരു എന്നീ 11 ശിഷ്യന്മാരൊടൊപ്പം തൃശൂരിൽവച്ചാണ് സംഘം രജിസ്റ്റർ ചെയ്യുന്നത്. അതിനുശേഷം ഗുരുവുമൊത്ത് അവർ ഒരു ഫോട്ടോ യുമെടുത്തു. പക്ഷേ, എസ് എൻ ഡി പി യോഗമെന്നപോലെ ശ്രീനാരാ യണ ധർമ്മസംഘവും ഗുരുവിന്റെ പ്രതീക്ഷയ്ക്കൊത്ത് ഉയർന്നില്ല.

നാരായണഗുരുവിന്റെ പ്രവർത്തനങ്ങൾ കേരളത്തിൽമാത്രം ഒതുങ്ങി നിന്നില്ല. ബാംഗ്ലൂർ, മദ്രാസ്, ശ്രീലങ്ക എന്നിവിടങ്ങളൊക്കെ അദ്ദേഹം സന്ദർശിക്കുകയും അവടത്തെ പണ്ഡിതന്മാരുമായും സാമൂഹിക പ്രവർ ത്തകരുമായും സംവാദം നടത്തുകയും ചെയ്തു.

നാരായണഗുരുവിന്റെ കൃതികൾ

ആദ്ധ്യാത്മികമെന്ന് പൊതുവെ പരിഗണിക്കപ്പെടുന്ന പരിസരത്തുവ ച്ചാണ് നാരായണഗുരുവിന്റെ ഒട്ടുമിക്ക കൃതികളും പഠനവിധേയമാ ക്കേണ്ടത്. നാരായണഗുരുവിന്റെ കൃതികളെ അഞ്ച് ഭാഗങ്ങളായാണ് തരം തിരിക്കപ്പെട്ടിരിക്കുന്നത്.

ഒന്ന് സ്തോത്രകൃതികൾ, രണ്ട് ദാർശനികകൃതികൾ, മൂന്ന് ഉദ്ബോ ധനാത്മക കൃതികൾ, നാല് തർജ്ജുമകൾ, അഞ്ച് ഗദ്യകൃതികൾ എന്നി വയാണത്. സ്തോത്രകൃതികൾ സാഹിത്യഭംഗികൊണ്ട് ശ്രദ്ധേയമാണ്. അദ്ദേഹത്തിന്റെ ദാർശനിക കൃതികളിലൊന്നായ *ആത്മോപദേശശ തകത്തിൽ* (1897) നൂറ് ശ്ലോകങ്ങളാണുള്ളത്. ജ്ഞാനത്തിന്റെ ദാർശനി കമായ ആത്മാന്വേഷണങ്ങളെ തുറന്നിടുന്ന കൃതിയാണിത്. ഓരോരു ത്തരും സ്വയം ഉള്ളിലേക്കു നോക്കുമ്പോൾ വെളിവായി വരുന്ന അറി വിന്റെ അടയാളമാണ് *ആത്മോപദേശശതകം.* അന്തർമ്മുഖമായ ഈ അന്വേഷണത്തിൽ ഗുരുവിന്റെ ആത്മീയബോധ്യങ്ങളുടെ തീപ്പൊരിക ളാണ് ചിതറുന്നത്.

മതദ്വേഷത്തെയും അന്യദർശനങ്ങളോടുള്ള അസഹിഷ്ണുതകളെ യുംകുറിച്ച് ഈ കൃതിയിൽ ഗുരു വാചാലനാകുന്നുണ്ട്:

"ഒരു മതമന്യനു നിന്ദ്യ, മൊന്നിലോതും
കരുവപരന്റെ കണക്കിനുനമാകും;
ധരയിലിതിന്റെ രഹസ്യമൊന്നുതാനെ–
ന്നറിവളവും ഭ്രമമെന്നറിഞ്ഞിടേണം"

(ഒരു മതം മറ്റൊരു മതത്തിൽ വിശ്വസിക്കുന്നവന് നിന്ദ്യമായി തോന്നും. ഒന്നിൽ പറയുന്ന തത്ത്വം മറ്റൊരുവന്റെ കണക്കുകൂട്ടലിൽ ദോഷമുള്ളതാകാം. ലോകജീവിതത്തിൽ മതരഹസ്യമായിരിക്കുന്ന

തത്ത്വം ഒന്നുതന്നെയാണ് എന്ന് അറിയുന്നതുവരെ മാത്രമേ ഇത്തരം ഭ്രമബുദ്ധി ഉണ്ടായിരിക്കുകയുള്ളൂ എന്നുള്ളത് അറിഞ്ഞിരിക്കേണം.

"പൊരുതു ജയിപ്പതസാദ്ധ്യമൊന്നിനോടൊ–
ന്നൊരു മതവും പൊരുതാലൊടുങ്ങുവീല;
പരമതവാദിയിതോർത്തിടാതെ പാഴേ
പൊരുതു പൊലിഞ്ഞിടുമെന്ന ബുദ്ധി വേണം."

(തമ്മിൽ പൊരുതി ഒരു മതത്തിന് മറ്റൊരു മതത്തിനുമേൽ വിജയം കൈവരിക്കാം എന്നത് അസാദ്ധ്യമാണ്. ഒന്ന് മറ്റൊന്നിനോട് പൊരുതു ന്നതുകൊണ്ട് ഒരു മതവും നശിക്കുന്നില്ല. മറ്റു മതത്തിന്റെ ദോഷത്തെ ക്കുറിച്ച് പറഞ്ഞുനടക്കുന്നവർ ഇപ്പറഞ്ഞ തത്ത്വം ഓർക്കാതെ ഒരു അർത്ഥവുമില്ലാതെ പൊരുതി നശിക്കും എന്ന ബുദ്ധി ഉണ്ടാകണം (വ്യ ഖ്യാനം, മുനി നാരായണപ്രസാദ്).

വ്യത്യസ്ത മതങ്ങളിലെ ദർശനങ്ങളെയും മനുഷ്യജീവിതത്തിന്റെ ബഹുസ്വരതകളെയും മനസ്സിലാക്കാനും സഹിഷ്ണുതയോടെ അംഗീ കരിക്കാനുമുള്ള മാനസികമായ ഔന്നത്യത്തിനുള്ള ആഹ്വാനമാണ് ആത്മോപദേശശതകത്തിന്റെ കാതൽ.

ദൈവദശകം എന്ന കൃതി പ്രാർത്ഥനാ ശ്ലോകങ്ങളാണ്. ഏതു മത വിശ്വാസിക്കും സ്വീകരിക്കാവുന്ന വിധത്തിൽ രചിക്കപ്പെട്ട ഈ കൃതി ശിവ ഗിരിമഠത്തിൽ അന്തേവാസികളായിരുന്ന കുട്ടികൾക്കുവേണ്ടി രചിക്കപ്പെ ട്ടതാണ്. 1914 ൽ രചിക്കപ്പെട്ട ഈ കൃതി ഒരു നൂറ്റാണ്ട് പിന്നിട്ടിട്ടും ഇപ്പോഴും വായിക്കപ്പെടുകയാണ്.

നാരായണഗുരുവിന്റെ ഉദ്ബോധനാത്മക കൃതികളിൽപ്പെടുന്ന *ജാതി നിർണ്ണയം, ജാതിലക്ഷണം, സദാചാരം* എന്നിവ അദ്ദേഹത്തിന്റെ സാമു ഹികവീക്ഷണത്തെ പ്രതിഫലിപ്പിക്കുന്നു. 1914 ൽ രചിക്കപ്പെട്ട ജാതിനിർ ണ്ണയം ജാതിവ്യവസ്ഥയുടെ അശാസ്ത്രീയതയെയും അസംബന്ധ ത്തെയും തുറന്നു കാട്ടുന്നു.

ജാതിനിർണ്ണയം രചിച്ച അതേ വർഷത്തിൽ തന്നെയാണ് *ജാതില ക്ഷണവും* ഗുരു രചിക്കുന്നത്. ആണും പെണ്ണും ഇണചേർന്നു സന്ത തിയെ ജനിപ്പിക്കുന്ന സ്വഭാവമുള്ള എല്ലാ ജീവികളും ഒരു ജാതിയിൽപ്പെ ട്ടതാണ്. അങ്ങനെ ഇണചേരുന്ന സ്വഭാവമില്ലാത്തത് ഒരു ജാതിയിൽപ്പെ ട്ടതല്ല. ഇണകളായി ഒന്നിച്ചു കാണപ്പെടുന്നതും ഒരു ജാതിയിൽപ്പെട്ട ജീവി കളിൽപ്പെട്ടവരുമാണ് (വ്യാഖ്യാ:മുനി നാരായണ പ്രസാദ്).

നവോത്ഥാനം മുന്നോട്ടുവച്ച മാനവികതയുടെ ദർശമാണ് ഈ കൃതിയിൽ കാണാനാവുന്നത്. മനുഷ്യരെല്ലാം ഒറ്റ ജാതിയിൽ പിറന്നതാണ്. മനു ഷ്യരെ തമ്മിലകറ്റി 'ദുർബ്ബലരെ' അടിച്ചമർത്തി ഭരിക്കുവാനുള്ള സാമ സ്കാരികപ്രയോഗമാണ് ജാതി എന്ന തിരിച്ചറിവ് നാരായണഗുരുവിനു ണ്ടായിരുന്നു. ഇത്തരത്തിലുള്ള ജാതിയുടെ നിർവ്വചനങ്ങൾക്കായി ഗുരു രചിച്ച ഈ കൃതികൾ സാഹിത്യത്തിലും സമൂഹത്തിലും സമത്വത്തി ന്റെയും സാഹോദര്യത്തിന്റെയും പുതിയ ചിന്തകൾക്കാണ് വഴിതുറന്നത്.

തിരുക്കുറൾ, ഈശാവാസോപനിഷത്ത് തുടങ്ങിയവ നാരായണഗുരു പരിഭാഷപ്പെടുത്തിയിട്ടുണ്ട്. ഗുരുവിന്റെ അറുപതോളം വരുന്ന ഈ കൃതി കളെല്ലാംതന്നെ മികച്ച സാഹിത്യസൃഷ്ടികളാണെന്നു കാണാം. നവോ ത്ഥാനസാഹിത്യത്തിൽ അത്യുന്നത സ്ഥാനമാണ് നാരായണഗുരുവിന്റെ കൃതികൾക്കുള്ളത്.

അന്ത്യനാളുകൾ

1927 അവസാനത്തോടുകൂടി ഗുരുവിനെ ആരോഗ്യസംബന്ധമായ നിരവധി പ്രശ്നങ്ങൾ അലട്ടിത്തുടങ്ങി. 1928 മുതൽ ഗുരുവിന്റെ ആരോ ഗ്യനില വഷളായി വന്നു. കോട്ടയത്തു നടന്ന ധർമ്മ പരിപാലന യോഗ ത്തിനുശേഷം വൈക്കത്ത് വിശ്രമിക്കാനായെത്തിയ ഗുരുവിന് മൂത്രതടസ്സം അനുഭവപ്പെട്ടു. 1918 മുതൽ തന്നെ അദ്ദേഹത്തിന് മൂത്രാശയ രോഗം ആരംഭിച്ചിരുന്നു. വൈക്കത്തുനിന്ന് അസുഖം ഭേദമാകാതെ ഗുരു ആലുവാ അദ്വൈതാശ്രമത്തിലെത്തി. അവിടെവെച്ച് അലോപ്പതിയിലും ആയുർവേദത്തിലുമുള്ള പ്രഗത്ഭ ഡോക്ടർമാർ അദ്ദേഹത്തെ അവിടെ ചികിത്സിച്ചു. എന്നാൽ ചികിത്സയിൽ കാര്യമായ പുരോഗതി ഉണ്ടായില്ല. അങ്ങനെ ഗുരുവിനെ ശിവഗിരിയിൽ എത്തിച്ചു. അവിടെയും ചികിത്സ തുടർന്നു. എന്നാൽ 1928 സെപ്തംബർ 20 ന് ഗുരു സമാധിയായി. സമാധി വാർത്ത അറിഞ്ഞ് ജനം ശിവഗിരിയിലേക്ക് പ്രവഹിച്ചു. അദ്ദേഹത്തിന്റെ ആഗ്രഹപ്രകാരം ശിവഗിരിയിൽത്തന്നെ സമാധിയിരുത്തി.

മഹാത്മാഗാന്ധി, രവീന്ദ്രനാഥടാഗോർ എന്നിവർ ഗുരുവിനെ സന്ദർശിച്ച ദേശീയനേതാക്കളായിരുന്നു. 1922 ലാണ് ടാഗോർ ശിവഗിരി യിലെത്തി ഗുരുവിനെ സന്ദർശിക്കുന്നത്. 1925 ൽ ഗാന്ധിജി ഗുരുവുമായി കൂടിക്കാഴ്ച നടത്തി. ഇന്ത്യയുടെ നവോത്ഥാനചരിത്രത്തിൽ നാരായണ ഗുരുവിനുള്ള സ്ഥാനമാണ് ഈ സന്ദർശനങ്ങളൊക്കെ തെളിയിക്കുന്നത്. നാരായണഗുരുവിന്റെ വാക്കുകളും പ്രവർത്തനങ്ങളും കേരള നവോത്ഥാ നത്തിന്റെ തിളങ്ങുന്ന അദ്ധ്യായമായി ഇന്നും നിലനില്ക്കുന്നു.

സ്വാമി വിവേകാനന്ദൻ
(1863 – 1902)

ഇന്ത്യയെ ചുഴ്ന്നുനിന്നിരുന്ന അന്ധവിശ്വാസങ്ങൾക്കും അനാചാരങ്ങൾക്കുമെതിരെ ആത്മീയമായ ഒന്ന തൃത്തിലൂടെ പോരാടിയ നവോത്ഥാന നായകനാണ് സ്വാമി വിവേകാനന്ദൻ. ഇന്ത്യയിലെ ജാതിവ്യവസ്ഥയ്ക്കെതിരെ അദ്ദേഹം കടുത്ത നിലപാടുകൾ സ്വീക രിച്ചു. ഹിന്ദുമതത്തെ പരിഷ്കരിക്കു വാനും ആ മതത്തിലെ അനാചാര ങ്ങളെ തുടച്ചുനീക്കാനും അദ്ദേഹം ബദ്ധശ്രദ്ധനായി. ആത്മീയവാദി യായിരുന്നെങ്കിലും ഇന്ത്യൻഭൗതിക വാദ ധാരയെക്കൂടി തന്റെ ചിന്തകളിൽ സമന്വയിപ്പിക്കാൻ വിവേകാനന്ദൻ ശ്രമി

സ്വാമി വിവേകാനന്ദൻ

ച്ചിരുന്നു. അദ്ദേഹത്തിന്റെ ജീവിതവും പ്രവർത്തനങ്ങളും ആധുനിക ഇന്ത്യയുടെ മുന്നേറ്റത്തെ ഗുണകരമായി സ്വാധീനിച്ചു.

ബാല്യകാലം

1863 ജനുവരി 12 ന് കല്ക്കത്തയെയിൽ വിശ്വനാഥദത്തിന്റെയും ഭുവ നേശ്വരീ ദേവിയുടെയും മകനായാണ് വിവേകാനന്ദൻ ജനിച്ചത്. നരേ ന്ദ്രൻ എന്നായിരുന്നു മാതാപിതാക്കൾ ആ കുട്ടിയെ വിളിച്ചത്. നരേന്ദ്രന്റെ പിതാവിന് ഇംഗ്ലീഷ് പരിജ്ഞാനവും ഉന്നത വിദ്യാഭ്യാസയോഗ്യതയുമു ണ്ടായിരുന്നു.

മാതാവിന് *രാമായണത്തിലും മഹാഭാരതത്തിലും* അഗാധമായ അറി വുണ്ടായിരുന്നു.

കുട്ടിക്കാലം മുതൽതന്നെ സന്ന്യാസിമാരോടും ആത്മീയ ആചാര്യ ന്മാരോടും നരേന്ദ്രന് പ്രത്യേക ആഭിമുഖ്യം ഉണ്ടായിരുന്നു. ദാനധർമ്മ ങ്ങളിൽ നരേന്ദ്രൻ മറ്റു കുട്ടികളിൽനിന്ന് വ്യത്യസ്തമായി വളരെ ഉദാര മനസ്സ് കാട്ടിയിരുന്നു. അമ്മയുടെ പുരാണകഥകൾ കേട്ടാണ് നരേന്ദ്രൻ വളർന്നത്. ആറ് വയസ്സുള്ളപ്പോൾ നരേന്ദ്രനെ പാഠശാലയിൽ അയച്ചെ ങ്കിലും അവിടത്തെ അന്തരീക്ഷം തൃപ്തികരമല്ലാത്തതിനാൽ വീട്ടിലി രുത്തി പഠിപ്പിക്കുവാൻ മാതാപിതാക്കൾ തീരുമാനിച്ചു.

1870 ൽ നരേന്ദ്രന് ഏഴ് വയസ്സു തികഞ്ഞപ്പോൾ ഈശ്വരചന്ദ്രവിദ്യാ സാഗർ സ്ഥാപിച്ച മെട്രോപൊളിറ്റൻ സ്കൂളിൽ പ്രാഥമിക വിദ്യാഭ്യാസ ത്തിന് ചേർത്തു. വിദ്യാർത്ഥിജീവിതകാലത്ത് സഹജീവി സ്നേഹവും സത്യസന്ധതയും പുലർത്താൻ നരേന്ദ്രനു കഴിഞ്ഞു. അക്കാലത്ത് അന്ധ വിശ്വാസങ്ങൾക്കെതിരായി നരേന്ദ്രൻ കൈക്കൊണ്ട ധീരവും യുക്തിഭദ്ര വുമായ നിലപാടിനെ കുറിക്കുന്ന ഒരു കഥയുണ്ട്. തന്റെ കൂട്ടുകാരിലൊ രാളുടെ വീട്ടിൽ പോകുമ്പോൾ അവിടത്തെ മുറ്റത്തുള്ള വൃക്ഷത്തിൽ കയറി പൂ പറിക്കുകയും മരത്തിനുമേൽ സദാ കയറിയിറങ്ങുകയുമൊ ക്കെ ചെയ്യും. ചിലപ്പോൾ ശിഖരങ്ങളിൽ കയറി തലകീഴായി മറിയും. ഇതുകണ്ട വീട്ടിലെ വൃദ്ധനായ കാരണവർ നരേന്ദ്രനെ ഭയപ്പെടുത്താ നായി, ഒരു ബ്രഹ്മരക്ഷസിന്റെ ആസ്ഥാനമാണ് ഈ വൃക്ഷമെന്നും അതിൽ കയറുന്നവരുടെ കഴുത്ത് രക്ഷസ്സ് ഒടിച്ചുകളയുമെന്നും പറഞ്ഞു.

പക്ഷേ, നരേന്ദ്രൻ കാരണവരുടെ വാക്കുകൾ ചെവിക്കൊണ്ടില്ല. മരം കയറ്റം തുടർന്നു. കൂട്ടുകാർ വിലക്കിയപ്പോൾ നരേന്ദ്രൻ ഇങ്ങനെ പറഞ്ഞു: "അങ്ങനെ തന്റെ കഴുത്ത് ഒടിയുമായിരുന്നെങ്കിൽ ഇതിനുമുമ്പേ അത് സംഭവിക്കേണ്ടേ?"

1877 ൽ ജോലി സംബന്ധമായി പിതാവിന് കല്ക്കത്തയിൽനിന്ന് റായ്പുരിലേക്ക് താമസം മാറ്റേണ്ടിവന്നു. അങ്ങനെ നരേന്ദ്രന്റെ പഠനം മുടങ്ങി. 1879 ൽ പിതാവിന് കല്ക്കത്തയിലേക്ക് വീണ്ടും സ്ഥലംമാറ്റം ലഭിച്ചു. അതോടെ മുടങ്ങിപ്പോയ പഠനം പുനരാരംഭിച്ചു.

ഉപരിപഠനം

1879 ൽ തന്റെ പതിനാറാമത്തെ വയസ്സിൽ എൻട്രൻസ് പരീക്ഷ യിൽ വിജയിച്ച നരേന്ദ്രൻ ഉപരിപഠനത്തിനായി കല്ക്കത്തയിലെ പ്രസി ഡൻസി കോളജിൽ ചേർന്നു. ഒരുകൊല്ലം മാത്രമേ അദ്ദേഹത്തിന് അവിടെ പഠിക്കാൻ കഴിഞ്ഞുള്ളു. പിന്നീട് സ്കോട്ട്ചർച്ച് കോളേജിലാണ് പഠനം പൂർത്തിയാക്കിയത്. സ്കോട്ട്ചർച്ച് കോളേജിലെ പ്രിൻസിപ്പാളായ വില്ല്യം ഹാസ്റ്റിയിൽനിന്നാണ് ശ്രീരാമകൃഷ്ണ പരമഹംസൻ എന്ന പേര് നരേന്ദ്രൻ ആദ്യമായി കേൾക്കുന്നത്. കോളേജിൽനിന്ന് പാശ്ചാത്യ തർക്ക ശാസ്ത്രം, പാശ്ചാത്യദർശനം, യൂറോപ്പിന്റെ ചരിത്രം എന്നിവ അദ്ദേഹം പഠിച്ചു.

ലൗകിക ചിന്തയോടുള്ള വിരക്തിയും അക്കാലത്ത് അദ്ദേഹത്തിനു
ണ്ടായിരുന്നു. ഹിന്ദുസമുദായത്തിലെ അന്ധവിശ്വാസങ്ങൾക്കും അനാ
ചാരങ്ങൾക്കുമെതിരെ പ്രവർത്തിച്ചിരുന്ന ബ്രഹ്മസമാജത്തിൽ അദ്ദേഹം
ആകൃഷ്ടനായി. ഈ കാലത്തുതന്നെയാണ് പിതാവ് നരേന്ദ്രനെ വിവാഹം
കഴിക്കാൻ നിർബ്ബന്ധിക്കുന്നത്. എന്നാൽ അദ്ദേഹം അത് നിരസിക്കുകയാ
ണുണ്ടായത്.

ശ്രീരാമകൃഷ്ണപരമഹംസനെ കണ്ടുമുട്ടുന്നു

1881 നവംബർ മാസത്തിൽ സുരേന്ദ്രനാഥ മിത്രന്റെ വീട്ടിൽവച്ചാണ്
നരേന്ദ്രൻ ശ്രീരാമകൃഷ്ണപരമഹംസനെ കണ്ടുമുട്ടുന്നത്. പരമഹംസർ
ദക്ഷിണേശ്വരത്തേക്ക് ചെല്ലുവാൻ നരേന്ദ്രനെ ക്ഷണിച്ചു. അങ്ങനെ
അദ്ദേഹം ദക്ഷിണേശ്വരത്തെ ശ്രീരാമകൃഷ്ണപരമഹംസരുടെ സന്നിധി
യിലെത്തി. ആ കൂടിക്കാഴ്ചയെക്കുറിച്ച് പരമഹംസർ ഇങ്ങനെ എഴുതി:

എന്റെ മുറിയിലേക്ക് കയറിവന്ന നരേന്ദ്രന് ശരീരത്തിലും വേഷ
ഭൂഷാദികളിലും ലവലേശം ശ്രദ്ധയില്ലായിരുന്നു. മറ്റുള്ളവ
രിൽനിന്നും വ്യത്യസ്തമായ തരത്തിൽ, ചുറ്റുപാടുകളിലും നരേ
ന്ദ്രന് നോട്ടമുള്ളതായി തോന്നിയില്ല. കണ്ണുകൾ കണ്ടപ്പോഴേ
തോന്നി അന്തർദൃഷ്ടിയാണെന്ന്. കല്‍ക്കത്തയിലെ വെറും ഭൗതി
കമായ അന്തരീക്ഷത്തിൽനിന്ന് ഇത്തരമൊരു ആത്മാവ് വന്നതിൽ
എനിക്ക് അത്ഭുതമാണ് തോന്നിയത്.

ശ്രീരാമകൃഷ്ണപരമഹംസന്റെ ആത്മീയ വ്യക്തിത്വത്തിനോട് നരേ
ന്ദ്രനും വലിയ മതിപ്പായിരുന്നു. അദ്ദേഹത്തിന്റെ സന്നിധിയിൽ നില്‍ക്കു
മ്പോൾ വിശുദ്ധമായ ഒരു ശാന്തി
അനുഭവിക്കുന്നതായി നരേന്ദ്രൻ അഭി
പ്രായപ്പെട്ടു. നരേന്ദ്രൻ വീണ്ടും
വീണ്ടും പരമഹംസരെ സന്ദർശിച്ചു.
അദ്ദേഹത്തിന്റെ സ്നേഹവായ്പിനെ
അവഗണിക്കാൻ നരേന്ദ്രനായില്ല.
അസാധാരണമായ ഒരു ഗുരു–
ശിഷ്യബന്ധത്തിന്റെ തുടക്കമായിരു
ന്നു അത്.

തന്റെ സഹോദരന്മാരും ബന്ധു
ക്കളും മാതാവുപോലും തന്നെക്കുറി
ച്ചുള്ള അപവാദങ്ങൾ വിശ്വസിച്ച
പ്പോഴും ശ്രീരാമകൃഷ്ണപരമഹംസർ
തന്നിലർപ്പിച്ച വിശ്വാസത്തെക്കുറിച്ചും
സ്നേഹത്തെക്കുറിച്ചും നരേന്ദ്രൻ
ഓർമ്മിക്കുന്നുണ്ട്. ഗുരുവിൽനിന്ന്

ശ്രീരാമകൃഷ്ണപരമഹംസൻ

നരേന്ദ്രൻ നിരന്തരം പരീക്ഷണങ്ങൾ ഏറ്റുവാങ്ങി.

1884 ൽ നരേന്ദ്രന്റെ പിതാവ് അന്തരിച്ചു. അദ്ദേഹത്തിന്റെ കടബാ
ദ്ധ്യതയും മറ്റും നരേന്ദ്രന്റെ ചുമതലയിലായി. ബി എ പാസായതിനു
ശേഷം നരേന്ദ്രൻ ബി എൽ ബിരുദത്തിനു ചേർന്നു. സാമ്പത്തികബാദ്ധ്യ
തകൾ അദ്ദേഹത്തെ അലട്ടി. ആവശ്യത്തിന് വസ്ത്രമോ ഭക്ഷണമോ
ഇല്ലാതെ നരേന്ദ്രൻ കുഴങ്ങി. ഈ ലോകം ദരിദ്രർക്കും ദുർബ്ബലർക്കും
ജീവിക്കാൻ പറ്റിയ ഇടമല്ലെന്ന് പിന്നീട് ആ കാലഘട്ടത്തെക്കുറിച്ച്
അദ്ദേഹം അഭിപ്രായപ്പെട്ടു. ദാരിദ്ര്യത്തിന്റെ കാലഘട്ടത്തിൽ പല പ്രലോ
ഭനങ്ങളെയും അദ്ദേഹത്തിന് നേരിടേണ്ടിവന്നു. സമ്പന്നയായ ഒരു സ്ത്രീ
നരേന്ദ്രന് ധനസഹായം ചെയ്യാമെന്ന് പറഞ്ഞു. പക്ഷേ, അവരുടെ ഇംഗി
തങ്ങൾക്ക് വഴങ്ങിക്കൊടുക്കണമെന്നുമാത്രം. എന്നാൽ, നരേന്ദ്രൻ ആ
പ്രലോഭനത്തെ തിരസ്കരിച്ചു.

പരമഹംസരുമായുള്ള സമ്പർക്കം നരേന്ദ്രനെ പുതിയ ജീവിതപാഠ
ങ്ങൾ പഠിപ്പിച്ചു. പരമഹംസരും നരേന്ദ്രനുമായുള്ള ബന്ധം ആറു വർഷ
ക്കാലം നിലനിന്നു. ഇതിനിടയിൽ പരമഹംസരുടെ ആദ്ധ്യാത്മിക ജ്ഞാന
ങ്ങളും പ്രായോഗികചിന്തകളും നരേന്ദ്രനെ ഒരു പുതിയ മനുഷ്യനാക്കി
ത്തീർത്തു.

1885 ന്റെ പകുതിയിലാണ് പരമഹംസർക്ക് തൊണ്ടയിൽ അർബ്ബുദം
ബാധിക്കുന്നത്. പരമഹംസരുടെ ശിഷ്യന്മാർ പന്ത്രണ്ട് പേരായിരുന്നു.
അതിൽ പ്രധാനി നരേന്ദ്രനായിരുന്നു. ശിഷ്യന്മാർ ഗുരുവിനെ കല്ക്കത്ത
യിലെ കോസിപ്പൂർ എന്ന ഉദ്യാനത്തിലെ ഗൃഹത്തിലേക്ക് മാറ്റിപ്പാർപ്പിച്ചു.
ഗുരുവിനെ രോഗശയ്യയിൽ നരേന്ദ്രനും സുഹൃത്തുക്കളും ശുശ്രൂഷിച്ചു.

1886 ആഗസ്ത് 16 ന് രാത്രി ഒരുമണിക്കുശേഷം ശ്രീരാമകൃഷ്ണ
പരമഹംസർ സമാധിയായി. തുടർന്ന് അദ്ദേഹത്തിന്റെ ശിഷ്യന്മാരിൽ പ്രമു
ഖനായ നരേന്ദ്രന്റെ നേതൃത്വത്തിൽ പരമഹംസരുടെ ആശയങ്ങളും
ആദർശങ്ങളും പ്രചരിപ്പിക്കുക എന്ന ദൗത്യത്തിന് ആരംഭം കുറിച്ചു.

1887 മുതൽ 1893 വരെ നരേന്ദ്രൻ ഇന്ത്യ മുഴുവൻ ചുറ്റി സഞ്ചരിച്ചു.
കാശി, അയോദ്ധ്യ, ലക്നൗ, ആഗ്ര, വൃന്ദാവനം തുടങ്ങിയ സ്ഥലങ്ങളും
ദക്ഷിണേന്ത്യയിലെ വിവിധ പ്രദേശങ്ങളും അദ്ദേഹം ചുറ്റി സഞ്ചരിച്ചു.
അങ്ങനെ അദ്ദേഹം കന്യാകുമാരിയിലുമെത്തി. കരയിൽനിന്ന് ബഹുദൂരം
കടലിൽ ഉയർന്നുനില്ക്കുന്ന പാറയിലേക്ക് അദ്ദേഹം നീന്തിച്ചെന്നു.
അവിടെ അദ്ദേഹം ധ്യാനനിരതനായിരുന്നു. പില്ക്കാലത്ത് ഇത് വിവേ
കാനന്ദപ്പാറ എന്ന് അറിയപ്പെട്ടു.

ചിക്കാഗോയിലേക്ക്

1892 ന്റെ അവസാനഘട്ടത്തിൽ നരേന്ദ്രൻ കാൽനടയായി മദ്രാസി
ലേക്ക് യാത്ര പുറപ്പെട്ടു. മദ്രാസിൽവച്ചാണ് പാശ്ചാത്യപര്യടനത്തെക്കു
റിച്ച് നരേന്ദ്രൻ ലോകത്തെ അറിയിക്കുന്നത്. അദ്ദേഹത്തിന്റെ യാത്രയ്ക്കാ
വശ്യമായ പണം ശിഷ്യന്മാർ പൊതുജനങ്ങളിൽനിന്ന് പിരിച്ചെടുത്തു.

ഇന്ത്യ മുഴുവനുമുള്ള തന്റെ യാത്രകളാണ് നരേന്ദ്രനെ വിവേകാനന്ദ നാക്കി മാറ്റിയത്.

1893 മെയ് 31 ന് വിവേകാനന്ദൻ ബോംബെയിൽനിന്ന് ജപ്പാൻവഴി അമേരിക്കയിലേക്ക് തിരിച്ചു. ചിക്കാഗോയിലെ ലോക മത മഹാസമ്മേള നത്തിൽ പങ്കെടുക്കാനാണ് അദ്ദേഹം പോയത്. 1893 ജൂലൈ 30 ന് അദ്ദേഹം ചിക്കാഗോയിൽ എത്തിച്ചേർന്നു. അവിടെ ചില പ്രതിസന്ധി കൾ വിവേകാനന്ദൻ നേരിട്ടു. സമ്മേളന പ്രതിനിധിയാകണമെങ്കിൽ ഒരു മതസംഘടന നല്കുന്ന സാക്ഷിപത്രം ഹാജരാക്കണമായിരുന്നു. അങ്ങ നെയൊന്ന് അദ്ദേഹത്തിന്റെ കൈയിൽ ഇല്ലായിരുന്നു. മാത്രമല്ല സമ്മേ ളനം സെപ്തംബർ മാസത്തിലേ ആരംഭിക്കൂ. അതുവരെ വിദേശത്തു താമസിക്കാനുള്ള സാമ്പത്തികഭദ്രത വിവേകാനന്ദ സ്വാമികൾക്ക് ഇല്ലാ യിരുന്നു. എന്നാൽ അവിടെയുള്ള ചിലരുടെ സഹായംകൊണ്ട് അദ്ദേഹ ത്തിന് താമസവും ഭക്ഷണവുമൊക്കെ ലഭിച്ചു.

1893 സെപ്തംബർ 11 മുതൽ 27 വരെയായിരുന്നു മതമഹാസ മ്മേളനം. 'അമേരിക്കയിലെ സഹോദരീ, സഹോദരന്മാരെ' എന്നു തുട ങ്ങിയ വിവേകാനന്ദന്റെ പ്രസംഗം അവിടെക്കൂടിയ മുഴുവൻ ജനങ്ങളെയും ആകർഷിക്കാൻ പോന്നതായിരുന്നു. മതമഹാസമ്മേളനത്തിനുശേഷം വിവേകാനന്ദൻ ഇംഗ്ലണ്ടിലേക്ക് യാത്രതിരിച്ചു. ഇന്ത്യയെക്കുറിച്ചും ഇവ ടിത്തെ ദർശനങ്ങളെക്കുറിച്ചും അദ്ദേഹം സംസാരിച്ചു. വിവേകാനന്ദന്റെ പ്രസംഗങ്ങൾ കേൾക്കാൻ ധാരാളംപേർ എത്തുമായിരുന്നു. ഹാർവാർഡ് സർവ്വകലാശാലയിലെ പൗരസ്ത്യദർശന വിഭാഗത്തിലും കൊളംബിയ സർവ്വകലാശാലയിലെ സംസ്കൃത വിഭാഗത്തിലും അദ്ധ്യക്ഷപദവികൾ അദ്ദേഹത്തിന് വാഗ്ദാനം ചെയ്യപ്പെട്ടു. അമേരിക്കയിൽവച്ച് വിവേകാന ന്ദനെ അപകീർത്തിപ്പെടുത്താനുള്ള ശ്രമങ്ങളും നടക്കാതിരുന്നില്ല. എന്നാൽ അദ്ദേഹം അതിനെയെല്ലാം അതിജീവിച്ചു. പ്രൊഫസർ മാക്സ് മുള്ളറെപ്പോലുള്ള ചരിത്രപണ്ഡിതർ ഓക്സ്ഫോഡിലുള്ള തന്റെ വസ തിയിലേക്ക് വിളിക്കുകയും ചർച്ചകൾ നടത്തുകയും ചെയ്തിട്ടുണ്ട്. മാക്സ് മുള്ളറുടെ *ശ്രീരാമകൃഷ്ണ ഹിസ് ലൈഫ് ആന്റ് സേയിങ്സ്* എന്ന ഗ്രന്ഥരചനയിൽ വിവേകാനന്ദൻ നിർണ്ണായക സ്വാധീനം ചെലുത്തിയി ട്ടുണ്ട്.

നിരവധി ശിഷ്യന്മാരെയും അനുയായികളെയും അമേരിക്കയിലും ഇംഗ്ലണ്ടിലും അദ്ദേഹത്തിന് ലഭിച്ചു. 1895 ആഗസ്തുമുതൽ ഡിസംബർ വരെയുള്ള കാലം ഇംഗ്ലണ്ടിലും 1896 ഏപ്രിൽവരെ അമേരിക്കയിലും വിവേ കാനന്ദൻ തന്റെ ആത്മീയപ്രഭാഷണങ്ങളുമായി കഴിച്ചുകൂട്ടി.

അമേരിക്കയിലെ നിരന്തരമായ പ്രഭാഷണങ്ങളും പ്രവർത്തനങ്ങളും അദ്ദേഹത്തിന്റെ ആരോഗ്യസ്ഥിതി മോശമാക്കി. മാർഗരിറ്റ് നോബിളാണ് വിവേകാനന്ദന്റെ പ്രധാനശിഷ്യയായി മാറിയ സിസ്റ്റർ നിവേദിത. ലണ്ട നിലെ ഒരു സ്കൂളിൽ പ്രധാനാദ്ധ്യാപികയായിരുന്നു അവർ. ആ സ്കൂളിൽ സ്വാമി നടത്തിയ പ്രസംഗമാണ് വിവേകാനന്ദനിലേക്ക് അവരെ

അടുപ്പിച്ചത്. അന്ന് സിസ്റ്റർ നിവേദിതയ്ക്ക് 28 വയസ്സായിരുന്നു. 1898 ജനു
വരിയിൽ സിസ്റ്റർ സേവനപ്രവർത്തനങ്ങൾക്കായി ഇന്ത്യയിലെത്തി. അവ
രുടെ ഇംഗ്ലീഷ് ഗ്രന്ഥങ്ങളായ *ദ മാസ്റ്റർ ആസ് ഐ സേവ് ഹിം, നോട്ട്സ്
ഓഫ് സം വാണ്ടറിങ്സ് വിത്ത് സ്വാമി വിവേകാനന്ദ* എന്നിവ സ്വാമിയെ
പാശ്ചാത്യലോകത്തിന് കൂടുതൽ പരിചിതമാക്കി.

1897 ജനുവരി 17 ന് സ്വാമി വിവേകാനന്ദൻ കൊളംബിയയയിൽ എത്തി.
അദ്ദേഹത്തെ സ്വീകരിക്കാൻ മനുഷ്യമഹാസമുദ്രംതന്നെ ഉണ്ടായിരുന്നു.
ഇതേവർഷംതന്നെ കല്ക്കത്തയിൽവച്ച് ശ്രീരാമകൃഷ്ണപരമഹംസന്റെ
ശിഷ്യന്മാർ ഒരു സമ്മേളനം നടത്തി. ഇതിൽ വിവേകാനന്ദൻ പങ്കെടു
ത്തു. അവിടെവച്ചാണ് രാമകൃഷ്ണമിഷൻ രൂപംകൊള്ളുന്നത്. ഇതിന്റെ
പ്രവർത്തനപരിപാടികൾ താഴെക്കൊടുക്കുന്നു:

1. സാധാരണജനങ്ങളുടെ ഭൗതികവും ആത്മീയവുമായ നന്മയെ
വളർത്തുവാൻ ഉതകുന്ന ശിക്ഷണം ആളുകൾക്ക് നല്കുക.

2. കലകളെയും വ്യവസായങ്ങളെയും വളർത്തുകയും പ്രോത്സാ
ഹിപ്പിക്കുകയും ചെയ്യുക.

3. പരമഹംസരുടെ ജീവിതത്തിൽ പ്രകാശിച്ച വേദാന്താശയങ്ങളെ
പൊതുജന മദ്ധ്യത്തിൽ പ്രക്ഷേപിക്കുക.

രാമകൃഷ്ണമിഷന് രണ്ട് ശാഖകൾ ഉണ്ടായിരിക്കും. ഇന്ത്യയുടെ
വിവിധ ദേശങ്ങളിൽ മഠങ്ങളും ആശ്രമങ്ങളും സ്ഥാപിക്കുക, വിദേശങ്ങ
ളിൽ മതപ്രചരണത്തിനായി അംഗങ്ങളെ പരിശീലിപ്പിച്ച് അയയ്ക്കുക
എന്നിവയാണ് ഈ ശാഖകളുടെ ലക്ഷ്യം. മിഷന്റെ അദ്ധ്യക്ഷൻ വിവേ
കാനന്ദനായിരുന്നു. സ്ഥിരാദ്ധ്യക്ഷനായി സ്വാമി ബ്രഹ്മാനന്ദനെയും ഉപാ
ദ്ധ്യക്ഷനായി സ്വാമി യോഗാനന്ദനെയും തെരഞ്ഞെടുത്തു.

ഞാൻ തുടങ്ങിയ ഈ പ്രസ്ഥാനം അഭംഗം തുടരും. ഇന്ത്യയിലെ
ജനസഞ്ചയത്തെ ഉയർത്താൻപറ്റിയ ഒരു യന്ത്രം തയ്യാറാക്കാനാണ്
ഞാൻ വെമ്പിയത്. ചിലതൊക്കെ ചെയ്യാൻ എനിക്ക് കഴിഞ്ഞു.
എന്റെ സഹപ്രവർത്തകരുടെ സേവനസന്നദ്ധത ആരെത്തന്നെ
ആനന്ദിപ്പിക്കുകയില്ല? അമേരിക്കയിലും ഇംഗ്ലണ്ടിലും എന്നെ
തുണച്ച ഈശ്വരൻ ഇവിടെയും എന്നോടു കൂടെയുണ്ട്. എന്റെ
കർത്തവ്യം തീർന്നുവെന്നു തോന്നുന്നു. ഇനിയും ഏറിയാൽ
മൂന്നോ നാലോ വർഷംകൂടി ഞാൻ ഈ ഭൂമിയിൽ കാണും.
മോക്ഷത്തിൽ ഞാൻ ഒരിക്കലും ഭ്രമിച്ചിട്ടില്ല. ഞാൻ തയ്യാറാക്കിയ
ആ യന്ത്രം വെടിപ്പായി വ്യാപരിക്കുന്നത് എനിക്ക് കാണണം.
പിന്നെ ഞാൻ സുഖമായി ഉറങ്ങും. വീണ്ടും വീണ്ടും ഞാൻ ജനി
ക്കട്ടെ, ദുരിതങ്ങൾ അനുഭവിക്കട്ടെ, ജീവികളുടെ സമഷ്ടി എന്ന
ആ ഈശ്വരനെ എനിക്ക് വിശ്വാസമുള്ള ആ ഒരേയൊരു
ഈശ്വരനെ സേവിക്കാൻ.

വിവേകാനന്ദന്റെ ഈ വാക്കുകൾ രാമകൃഷ്ണ മിഷനെക്കുറിച്ചുള്ള അദ്ദേഹത്തിന്റെ കാഴ്ചപ്പാടാണ് പ്രതിഫലിക്കുന്നത്.

1897 ൽ മിഷന്റെ ആദ്യത്തെ ക്ഷാമനിവാരണ പ്രവർത്തനം മുർഷി ദാബാദ് ജില്ലയിൽ സംഘടിപ്പിക്കപ്പെട്ടു. അടുത്ത വർഷം കല്ക്കത്തയിൽ പടർന്നുപിടിച്ച പ്ലേഗ്ബാധയിൽ ദുരിതാശ്വാസപ്രവർത്തനങ്ങളുമായി മിഷൻ രംഗത്തിറങ്ങി. സിസ്റ്റർ നിവേദിത അടക്കമുള്ളവർ കല്ക്കത്തയി ലെത്തി ഈ പ്രവർത്തനങ്ങളിൽ പങ്കുകൊണ്ടു.

സ്ത്രീകളെ സഹായിക്കുന്നതിനുള്ള പ്രവർത്തനങ്ങളുടെ ഭാഗമായി സിസ്റ്റർ നിവേദിത പെൺകുട്ടികൾക്കായി ഒരു വിദ്യാലയം ആരംഭിച്ചു. കൂടാതെ *പ്രബുദ്ധഭാരതം* എന്ന അർത്ഥത്തിലുള്ള ഒരു ഇംഗ്ലീഷ് പ്രസി ദ്ധീകരണവും *ഉദ്ബോധൻ* എന്ന പേരിൽ ബംഗാളിഭാഷയിൽ ഒരു മാസി കയും മിഷന്റെ നേതൃത്വത്തിൽ ആരംഭിച്ചു. 1897 ൽ ആഗസ്ത് മുതൽ ഡിസംബർവരെ മിഷന്റെ പ്രവർത്തനങ്ങളുമായി ബന്ധപ്പെട്ട് പഞ്ചാബിലും കാശ്മീരിലും വിവേകാനന്ദൻ പര്യടനം നടത്തി. ഈ പര്യടന വേളയിൽ ജാതി അസമത്വങ്ങൾക്കെതിരെ അദ്ദേഹം ജനങ്ങളെ ഉദ്ബോധിപ്പിച്ചു. മിശ്രവിവാഹത്തെ പ്രോത്സാഹിപ്പിച്ചു.

വിവേകാനന്ദന്റെ ആരോഗ്യം ഈ കാലഘട്ടത്തിൽ മോശമായി വന്നു.

> സ്വന്തം മുക്തിക്കുവേണ്ടി ശ്രമിക്കുന്നവൻ അധഃപതിക്കും. മറ്റുള്ള വരുടെ മുക്തിക്കായി പ്രയത്നിക്കുക. പരമഹംസരുടെ ജീവിതം ലോകത്തിനുവേണ്ടി ബലികഴിക്കപ്പെട്ടില്ലേ? ഞാനുമതു ചെയ്യും. നിങ്ങളും ചെയ്യണം, ലോകത്തിൽ വിപ്ലവം ഉളവാക്കുന്ന ധീരന്മാ രായ പ്രവർത്തകർ, ഈശ്വരന്റെ ഭടന്മാർ നമ്മുടെ പ്രവർത്തനങ്ങ ളിൽനിന്ന് ഉയർത്തെഴുന്നേൽക്കും. വിവേകാനന്ദന്റെ ഈ വാക്കു കളിൽ ആസന്നമായ തന്റെ മരണത്തിന്റെ ധ്വനികൾ കാണാ നാകും.

തീർത്ഥാടനങ്ങളും പ്രസംഗപര്യടനങ്ങളുമാണ് വിവേകാനന്ദനെ നാമിന്നറിയുന്ന മഹാത്മാവാക്കി മാറ്റിയത്. സിസ്റ്റർ നിവേദിതയുടെ *സ്വാമി വിവേകാനന്ദന്റെ കൂടെയുള്ള യാത്രകൾ* എന്ന ഗ്രന്ഥത്തിൽ സ്വാമിയുടെ വഴികൾ തെളിഞ്ഞു കിടക്കുന്നുണ്ട്.

വിവേകാനന്ദന്റെ ശിഷ്യന്മാർ വീണ്ടുമൊരു വിദേശയാത്രയെക്കുറിച്ച് അദ്ദേഹത്തെ ഓർമ്മപ്പെടുത്തിക്കൊണ്ടിരുന്നു. അതിനുമുമ്പ് 1898 ഡിസം ബർ ഒമ്പതിന് ബേലൂർ മഠത്തിന്റെ പ്രതിഷ്ഠാപനം നടന്നു. ശ്രീരാമ കൃഷ്ണ പരമഹംസന്റെ ഭൗതികാവശിഷ്ടങ്ങൾ ആചാരപരമായി പൂജി ക്കാൻ അദ്ദേഹം സന്നദ്ധനായി. 1898 ഡിസംബർ മാസത്തിൽത്തന്നെ അദ്ദേഹം വിദേശരാജ്യങ്ങൾ സന്ദർശിക്കുമെന്ന് പ്രഖ്യാപിക്കുകയുണ്ടായി. എന്നാൽ അനാരോഗ്യം നിമിത്തം ആ യാത്ര നീട്ടിവയ്ക്കേണ്ടിവന്നു.

1899 ജൂൺ 20 ന് തുരിയാനന്ദസ്വാമി, സിസ്റ്റർ നിവേദിത എന്നിവ രോടൊപ്പം വിദേശരാജ്യത്തേക്ക് അദ്ദേഹം യാത്രതിരിച്ചു. 1899 ആഗസ്ത് 28 ന്

അദ്ദേഹം ന്യൂയോർക്കിലെത്തി. ആരോഗ്യസ്ഥിതി പ്രതികൂലമായതി നാൽ ന്യൂയോർക്കിൽ പൊതുപ്രസം ഗങ്ങൾ കൂടുതലായി നടത്താൻ അദ്ദേഹത്തിന് കഴിഞ്ഞില്ല. നവം ബർ 22 ന് വിവേകാനന്ദൻ ന്യൂയോർ ക്കിൽനിന്ന് കാലിഫോർണിയയി ലേക്ക് യാത്രതിരിച്ചു. വഴിക്ക് ചിക്കാ ഗോയിൽ തങ്ങി. ഇതിനിടയിൽ ആരോഗ്യസ്ഥിതി വീണ്ടും മോശമാ യി.

1900 സെപ്തംബറിൽ പാരീസ് പ്രദർശനത്തോട് അനുബന്ധിച്ച് നട ക്കുന്ന മതചരിത്ര മഹാസമ്മേളന ത്തിൽ പങ്കെടുക്കാൻ വിവേകാന ന്ദൻ ക്ഷണിക്കപ്പെട്ടു. അതിൽ പങ്കെ ടുക്കുവാനായി 1900 ജൂലൈ 26 ന് പാരീസിലേക്ക് അദ്ദേഹം കപ്പൽ

സിസ്റ്റർ നിവേദിത

കയറി. മതങ്ങളുടെ ചരിത്രസംബന്ധമായ ചർച്ചകളാണ് പാരീസിൽ നട ന്നത്. അവിടെ ചെലവഴിച്ച സമയത്ത് വിവേകാനന്ദൻ ഫ്രഞ്ച് ചരിത്രവും സംസ്കാരവും പഠിക്കാനാണ് സമയം ചെലവഴിച്ചത്. വിവേകാനന്ദന്റെ *കിഴക്കും പടിഞ്ഞാറും, യൂറോപ്യൻ യാത്രാസ്മരണകൾ* എന്നീ ഗ്രന്ഥങ്ങ ളിൽ ഇത്തരം വിദേശയാത്രാ അനുഭവങ്ങൾ അദ്ദേഹം എഴുതിയിട്ടുണ്ട്.

പാരീസിൽ മൂന്നുമാസം വിവേകാനന്ദൻ താമസിച്ചു. അതിനുശേഷം കോൺസ്റ്റാന്റിനേപ്പിളിലേക്ക് അദ്ദേഹം യാത്രയായി. അവിടെ മൂന്നു ദിവസം താമസിച്ചശേഷം ഗ്രീസിലേക്ക് കപ്പൽ കയറി. പുരാതന ഗ്രീക്ക് സംസ്കാരത്തെ മനസ്സിലാക്കി അവിടെനിന്ന് ഈജിപ്തിലേക്ക് പോവു കയും ചെയ്തു. പിന്നീട് അദ്ദേഹം ഇന്ത്യയിലേക്ക് കപ്പൽ കയറി ഡിസം ബർ ആറിന് ബോംബെയിൽ എത്തുകയും ചെയ്തു. വിവേകാനന്ദന്റെ അവസാനത്തെ പാശ്ചാത്യസന്ദർശനമായിരുന്നു ഇത്.

ഡിസംബർ ഒമ്പതിന് വിവേകാനന്ദൻ ബേലൂർ മഠത്തിൽ എത്തി ച്ചേർന്നു. അപ്പോഴേക്കും അദ്ദേഹത്തിന്റെ ആരോഗ്യം തീർത്തും വഷളാ യിരുന്നു. 1901 ആയപ്പോഴേക്കും പ്രമേഹം, ശ്വാസകോശരോഗം എന്നിവ മൂലം വിവേകാനന്ദൻ വളരെ ക്ഷീണിതനായി കാണപ്പെട്ടു. അതേവർഷം ബാലഗംഗാധര തിലകൻ, ഗാന്ധിജി തുടങ്ങിയ ദേശീയ നേതാക്കൾ വിവേ കാനന്ദനെ സന്ദർശിച്ചു.

1902 ജനുവരി 6 ന് അദ്ദേഹം ജപ്പാനിലെ തന്റെ സുഹൃത്തിനോ ടൊപ്പം അവിടത്തെ ഒരു മതസമ്മേളനത്തിൽ പങ്കെടുക്കാൻ യാത്രതിരി ച്ചു. 1902 മാർച്ച് 8 ന് തന്റെ അവസാനത്തെ തീർത്ഥാടനയാത്രയായ

വാരാണസി തീർത്ഥയാത്ര കഴിഞ്ഞ് തിരിച്ചെത്തിയപ്പോഴേക്കും വിവേ കാനന്ദന്റെ ആരോഗ്യസ്ഥിതി തീരെ വഷളായി. ഒരു കണ്ണിന്റെ കാഴ്ച നഷ്ടപ്പെട്ടു. കാലുകൾ നീരുവന്നു വീർത്തു. മഹാനന്ദഗുപ്തൻ എന്ന വൈദ്യന്റെ ചികിത്സയ്ക്ക് അദ്ദേഹം വിധേയനായി. ശാരീരികമായ ഈ അവശതകളിലും തന്റെ വായനയെ അദ്ദേഹം മുടക്കിയിരുന്നില്ല.

ജീവിതാന്ത്യത്തിലെ രണ്ടുമാസം വിവേകാനന്ദൻ കൂടുതൽ അന്തർ മ്മുഖനായിത്തീർന്നു. പൂർണ്ണസമയവും ധ്യാനത്തിൽത്തന്നെ മുഴുകി. സിസ്റ്റർ നിവേദിത അദ്ദേഹത്തോടൊപ്പം ഉണ്ടായിരുന്നു. അദ്ദേഹം അവ രോടു പറഞ്ഞു:

"ഒരു മഹത്തായ തപസ്യയും ധ്യാനവും എന്നിൽ നിവേശിച്ചിരി ക്കുന്നു. ഞാൻ മരണത്തിന് തയ്യാറാവുകയാണ്." ജൂലൈ രണ്ടിന് സിസ്റ്റർ നിവേദിത സ്വന്തം കൈകൊണ്ട് അദ്ദേഹത്തിന് ഭക്ഷണം നല്കി. സമാ ധിയാകുന്നതിന് മൂന്നുദിവസം മുമ്പ് പ്രേമാനന്ദസ്വാമിയുമൊത്ത് ഗംഗാ തീരത്തുള്ള മാത്തിന്റെ പുൽത്തകിടിയിൽ നടക്കുമ്പോൾ ഒരു പ്രത്യേക സ്ഥലം കാണിച്ചുകൊണ്ട് വിവേകാനന്ദൻ ഇങ്ങനെ പറഞ്ഞു:

"ഞാൻ ഈ ദേഹം ത്യജിച്ചാൽ അതിനെ അവിടെ സംസ്കരിക്കുക.' ഈ സ്ഥലത്താണ് അദ്ദേഹത്തിന്റെ സ്മാരകമായി പണിത ക്ഷേത്രം നിലകൊള്ളുന്നത്.

1902 ജൂലൈ നാലിന് രാത്രി ഒമ്പതുമണിക്ക് വിവേകാനന്ദൻ എന്ന പ്രകാശം അണഞ്ഞു. അദ്ദേഹത്തെക്കുറിച്ച് സുഭാഷ് ചന്ദ്രബോസ് ഇങ്ങനെ പറഞ്ഞു:

അസാധാരണ മാനസികാവസ്ഥയുള്ള അതിഗംഭീരൻ. സത്യവു മായി നേരിട്ട് ബന്ധപ്പെട്ട് ഏറ്റവും ഉയർന്ന നിലയിലെത്തിയ ഒരു യോഗി. തന്റെ രാഷ്ട്രത്തിന്റെയും മനുഷ്യരാശിയുടെയും സദാ ചാരപരവും ആദ്ധ്യാത്മികവുമായ ഉന്നമനത്തിനുവേണ്ടി ജീവിതം ഉഴിഞ്ഞുവച്ച മഹായോഗി. അദ്ദേഹം ജീവിച്ചിരുപ്പുണ്ടായിരുന്നുവെ ങ്കിൽ ഞാൻ അദ്ദേഹത്തിന്റെ പാദങ്ങളിൽ പ്രണമിക്കുമായിരുന്നു. എനിക്ക് തെറ്റു പറ്റിയിട്ടില്ലെങ്കിൽ ഞാൻ പറയുന്നു; ആധുനിക ഭാരതം അദ്ദേഹത്തിന്റെ സൃഷ്ടിയാണ്.

ആധുനിക ഇന്ത്യയുടെ രൂപീകരണത്തിൽ വിവേകാനന്ദന്റെ ആദർശ ങ്ങളും ആശയങ്ങളും വലിയ പങ്കുവഹിച്ചിട്ടുണ്ട്. അന്ധവിശ്വാസത്തിലും അനാചാരത്തിലും ആണ്ടുകിടന്ന ഇന്ത്യൻ ജനതയെ കർമ്മോന്മുഖമാ ക്കുവാൻ അദ്ദേഹം പരിശ്രമിച്ചു. ജാതിവ്യവസ്ഥയിൽ ജീർണ്ണിച്ചുപോയ കേരളത്തെ ചുണ്ടി ഇതൊരു ഭ്രാന്താലയമാണെന്ന് അദ്ദേഹം പറയുക യുണ്ടായി. 1882 ൽ തന്റെ കേരള സന്ദർശനത്തിനുശേഷം 1887 ൽ മദ്രാ സിൽ നടത്തിയ ഒരു പ്രസംഗത്തിലാണ് അദ്ദേഹം ഈ അഭിപ്രായം പറ യുന്നത്. ഇന്ത്യയിലെ നവോത്ഥാന നേതാക്കളിൽ പ്രമുഖസ്ഥാനം വിവേ

കാനന്ദനുണ്ട്. ഹ്രസ്വമായ തന്റെ ജീവിതകാലത്ത് ലോകത്തിന്റെ വിവിധ ഭാഗങ്ങളിൽ സഞ്ചരിക്കുകയും അവിടെയൊക്കെ തന്റെ പ്രസംഗങ്ങളി ലൂടെ ഇന്ത്യയുടെ മഹത്ത്വത്തെ ഉയർത്തിപ്പിടിക്കുകയും ചെയ്തു. സ്വാമി വിവേകാനന്ദന്റെ ജീവിതവും പ്രവർത്തനങ്ങളും നവോത്ഥാനത്തിന്റെ വെളിച്ചമായി ഇന്നും നിലനില്ക്കുന്നു.

അയ്യൻകാളി
(1863 – 1941)

അയ്യൻകാളി

കേരളത്തിന്റെ നവോത്ഥാന ചരിത്രത്തിൽ മാത്രമല്ല അയ്യൻകാളിയുടെ സ്ഥാനം, ഇന്ത്യയിലെ നവോത്ഥാന നേതാക്കളിൽത്തന്നെ പ്രമുഖസ്ഥാനം അദ്ദേഹത്തിനുണ്ട്. അക്ഷരാർത്ഥത്തിൽത്തന്നെ അദ്ദേഹം ഒരു വിപ്ലവകാരിയായിരുന്നു. സവർണ്ണജാതി മേൽക്കോയ്മയ്ക്കും ജന്മിത്വത്തിനുമെതിരെ പ്രതികരിക്കാൻ; അധഃസ്ഥിത ജനതയെ ആത്മവീര്യമുള്ളവരാക്കി മാറ്റാൻ അദ്ദേഹത്തിന് കഴിഞ്ഞു. അദ്ദേഹത്തിന്റെ ജീവിതവും പ്രവർത്തനങ്ങളും ഇന്ത്യൻ നവോത്ഥാന പരിസരത്തെ സമ്പന്നമാക്കി. അതുകൊണ്ടു തന്നെ കേരളത്തിൽ മാത്രമല്ല ഇന്ത്യയിലാകമാനം അയ്യൻകാളിയുടെ വിപ്ലവജീവിതം ഇന്നും ചർച്ച ചെയ്യപ്പെടുന്നു.

ജനനം

തിരുവനന്തപുരം ജില്ലയിലെ വെങ്ങാനൂർ എന്ന ഗ്രാമത്തിൽ 1863 ലാണ് അയ്യൻകാളി ജനിച്ചത്. പെരുങ്കാട്ടുവിള വീട്ടിൽ അയ്യൻ പിതാവും മാതാവ് മാലയുമായിരുന്നു. അയ്യൻകാളിയുടെ പിതാവിന് അക്കാലത്ത് ഭൂമിക്കുമേൽ അവകാശമുണ്ടായിരുന്നു. ചെറുപ്പത്തിൽ അദ്ദേഹത്തിന്റെ പേര് കാളിയെന്നായിരുന്നു. പിന്നീട് പിതാവിന്റെ പേരുകൂടി ചേർത്ത് അയ്യൻകാളി എന്ന പേര് സ്വീകരിക്കുകയായിരുന്നു.

ബാലനായ കാളി ശക്തനും ഉത്സാഹിയുമായിരുന്നു. ഒരിക്കൽ പന്തു

കളിച്ചുകൊണ്ടിരിക്കേ താൻ അടിച്ചുയർത്തിയ പന്ത് സവർണ്ണനായ ഒരാ
ളുടെ വീടിനുമുകളിലാണ് വീണത്. ബാലനായ കാളിയുടെ ഈ പ്രവൃത്തി
അയാളെ കുറച്ചൊന്നുമല്ല ക്ഷോഭിപ്പിച്ചത്. കാരണം ജാതിയുടെ തിമിര
ക്കണ്ണുകളിലൂടെയാണ് കാളിയുടെ കളിയെ അയാൾ കണ്ടത്. കാളിയെ
അയാൾ ജാതിപ്പേരുവിളിച്ച് ശകാരിച്ചു. തന്റേതല്ലാത്ത കാരണത്താലാണ്
താൻ വഴക്കുകേൾക്കുകയും അപമാനിക്കപ്പെടുകയും ചെയ്തതെന്ന്
കാളിക്കറിയാമായിരുന്നു. പന്ത് പുരയ്ക്കുമേൽ വീണതല്ല യഥാർത്ഥ കാര
ണമെന്ന് ആ ബാലന് മനസ്സിലായി. കുറേനാളുകൾ മറ്റാരുമായും കൂട്ടു
കൂടാതെ കാളി ഏകാന്തമായി കഴിഞ്ഞു.

വ്യവസ്ഥിതിയോടുള്ള അടങ്ങാത്ത രോഷം അയ്യൻകാളിയിൽ ഉണർ
ത്തിവിട്ട സംഭവമായിരുന്നു അത്. അയ്യൻകാളിയുടെ സഹോദരങ്ങളും
അവരുടെ കൂട്ടുകാരുമൊക്കെച്ചേർന്ന് കായികാഭ്യാസങ്ങളും മറ്റും അഭ്യ
സിക്കാൻ തുടങ്ങി.

ആയോധനാഭ്യാസം അയ്യൻകാളിയുടെ ജീവിതത്തിൽ വലിയമാറ്റ
ങ്ങളുണ്ടാക്കി. അദ്ദേഹത്തിന്റെ പെരുമാറ്റം സവർണ്ണരിൽ വലിയ എതിർപ്പു
കൾ ഉണ്ടാക്കി. ജാതിയെ കൂസാതെ നെഞ്ചുവിരിച്ച് നടക്കുന്ന അയ്യൻകാ
ളിയെ ഒരു ധിക്കാരിയായാണ് കണ്ടത്.

1888 മാർച്ച് മാസത്തിൽ അയ്യൻകാളി വിവാഹിതനായി. മഞ്ചാകുഴി
യിലെ ചെല്ലമ്മയായിരുന്നു വധു. വിവാഹശേഷം അവർ തെക്കേവിളയി
ലാണ് താമസിച്ചത്. അദ്ദേഹത്തിന് ഏഴ് സന്താനങ്ങളുണ്ടായെങ്കിലും
രണ്ടുപേർ മരിച്ചുപോയി. പൊന്നു, ചെല്ലപ്പൻ, കൊച്ചുകുഞ്ഞ്, ശിവതാണു,
തങ്കമ്മ എന്നിവരാണ് അയ്യൻകാളി, ചെല്ലമ്മ ദമ്പതികളുടെ മക്കൾ.

അയ്യൻകാളിക്ക് വിദ്യാഭ്യാസം നേടാൻ കഴിഞ്ഞിരുന്നില്ല. അയ്യൻ
കാളിക്കു മാത്രമല്ല, അന്നത്തെ അധഃസ്ഥിത സമൂഹത്തിന് വിദ്യ അഭ്യ
സിക്കാനുള്ള അവകാശമുണ്ടായിരുന്നില്ല. മാത്രമല്ല പൊതുവഴിയിലൂടെ
നടക്കാൻപോലും സ്വാതന്ത്ര്യമില്ലാത്ത ഒരു ജനത. മൃഗങ്ങൾക്ക് ലഭിക്കുന്ന
പരിഗണനപോലും അന്ന് ദളിത് സമൂഹത്തിന് ലഭിച്ചിരുന്നില്ല.

പൊതുവഴി ഉപയോഗിക്കാനുള്ള സ്വാതന്ത്ര്യം നേടിയെടുക്കുകയാണ്
ആദ്യം വേണ്ടതെന്ന് അദ്ദേഹം മനസ്സിലാക്കി. അതിനായി സവർണ്ണതയെ
വെല്ലുവിളിക്കാൻതന്നെ അദ്ദേഹം തീരുമാനിച്ചു. അതിന്റെ ഭാഗമായി പുറ
ത്തുനിന്ന് കളരി ആശാന്മാരെ വരുത്തുകയും തന്റെ അനുയായികൾക്ക്
കായികാഭ്യാസത്തിൽ പരിശീലനം കൊടുക്കുകയും ചെയ്തു.

1893 ൽ അയ്യൻകാളി തന്റെ വില്ലുവണ്ടിയിൽ വെള്ള ധോത്തിയും
ബനിയനും തലപ്പാവും ധരിച്ചുകൊണ്ട് പൊതുവഴിയിലൂടെ സഞ്ചരിക്കാൻ
ആരംഭിച്ചു. ജാതിയുടെ കോട്ടകൾ നടുങ്ങി വിറച്ചു. വില്ലുവണ്ടിയിലെ
കാളകളുടെ കഴുത്തിൽ കെട്ടിയ വലിയ മണി ജാതിക്കെതിരെയുള്ള
വെല്ലുവിളിപോലെ മുഴങ്ങിക്കൊണ്ടിരുന്നു. വെങ്ങാനൂരിന്റെ ജാതിവഴികളെ
വെല്ലുവിളിച്ചുകൊണ്ട് അയ്യൻകാളിയുടെ വില്ലുവണ്ടി കുതിക്കുകയാണ്.
ഈ സംഭവം നടന്ന വർഷങ്ങൾക്കുശേഷം 1910 ലാണ് പത്തുവയസ്സുള്ള

അംബേദ്കറിനും സഹോദരനും സത്താറയിലേക്കുള്ള യാത്രയിൽ അയി ത്തജാതിക്കാരായതിനാൽ കാളവണ്ടി ലഭിക്കാതിരുന്നത്. അയ്യൻകാളി അതിനുമുമ്പുതന്നെ കേരളത്തിൽ വഴിനടക്കാനുള്ള അവകാശത്തിനു വേണ്ടി വലിയ സമരം തുറന്നിരുന്നു.

ജാതിഭ്രാന്ത് പിടിച്ച സവർണ്ണ ഗുണ്ടകൾ അയ്യൻകാളിയുടെ വില്ലു വണ്ടിക്കുനേരെ കുതിച്ചെത്തി. അവർ കല്ലും വടിയുമായി വണ്ടിയിലി രുന്ന അയ്യൻകാളിയെ ആക്രമിക്കാൻ ശ്രമിച്ചു. പക്ഷേ, ഇതൊന്നും കണ്ട് അദ്ദേഹം പതറിയില്ല. ആത്മാഭിമാനവും ആത്മവിശ്വാസവും ആർജ്ജിച്ചെ ടുത്ത അയ്യൻകാളി തലയുയർത്തിപ്പിടിച്ചുകൊണ്ട് സവർണ്ണ ഗുണ്ടകളെ നേരിട്ടു. അദ്ദേഹത്തിന്റെ അടിപതറാത്ത ധീരതയിൽ ജാതിസർപ്പങ്ങളുടെ പത്തി മെല്ലെ താണുപോയി.

സ്കൂളിലേക്ക്

1905 ൽ വെങ്ങാനൂരിൽ ഒരു കുടിപ്പള്ളിക്കൂടം സ്ഥാപിക്കുകയായി രുന്നു അയ്യൻകാളി ആദ്യം ചെയ്തത്. ജാതിഭ്രാന്തന്മാർ അടങ്ങിയിരു ന്നില്ല. ഓലയും മുളയുംകൊണ്ട് കെട്ടിയുണ്ടാക്കിയ ആ പള്ളിക്കൂടത്തെ അവർ അന്നു രാത്രിതന്നെ തീയിട്ടുനശിപ്പിച്ചു. എന്നാൽ അയ്യൻകാളിയും കൂട്ടരും അടങ്ങിയിരുന്നില്ല. അതേപോലെ വീണ്ടും ഒരു പള്ളിക്കൂടം സ്ഥാപിക്കുകയും നിലത്തെഴുത്ത് വിദ്യാഭ്യാസം ആരംഭിക്കുകയും ചെയ്തു.

വിദ്യാഭ്യാസ പ്രക്ഷോഭം അവിടംകൊണ്ടവസാനിപ്പിക്കുവാൻ അയ്യൻ കാളി തയ്യാറായില്ല. തങ്ങളുടെ കുട്ടികൾക്ക് സ്കൂൾ പ്രവേശനം നേടി യെടുക്കാൻ അദ്ദേഹം അന്നത്തെ ദിവാനായിരുന്ന പി രാജഗോപാലാചാ രിയെ ചെന്നുകണ്ടു. അധഃസ്ഥിതരുടെ പഠിക്കാനുള്ള അവകാശം സാധിച്ചുതരുന്നതിലേക്കായി ഒരു നിവേദനം ദിവാൻ മുമ്പാകെ സമർപ്പി ച്ചിട്ടാണ് അയ്യൻകാളി മടങ്ങിയത്.

ചാലിയത്തെരുവ് കലാപം

വില്ലുവണ്ടി സമരംകൊണ്ട് അയ്യൻകാളി അടങ്ങിയിരുന്നില്ല. അദ്ദേഹം തന്റെ സഹപ്രവർത്തകരെ വിളിച്ചുകൂട്ടി അയ്യൻകാളിപ്പട എന്നൊരു സംഘമുണ്ടാക്കി. അവർക്ക് നല്ല നിലയിൽ കായികപരിശീലനം നല്കി. തന്റെ വില്ലുവണ്ടി പൊതുവഴിയിലൂടെ സഞ്ചരിച്ചതുകൊണ്ടുമാത്രം പൊതുവഴി ഉപയോഗിക്കുവാനുള്ള അവകാശം ലഭിക്കുമെന്ന് അയ്യൻ കാളി കരുതിയില്ല. 1907 ൽ അദ്ദേഹത്തിന്റെ നേതൃത്വത്തിൽ സാധുജന പരിപാലന സംഘം രൂപംകൊണ്ടു. അടിച്ചമർത്തപ്പെടുന്ന എല്ലാ മനു ഷ്യരുടെയും വിമോചനമായിരുന്നു സംഘടനയുടെ ലക്ഷ്യം.

സാധുജന പരിപാലന സംഘത്തിന്റെ പ്രധാന പരിപാടി സ്കൂൾ പ്രവേശനമായിരുന്നു. അതിനായി അയ്യൻകാളിക്കുപിന്നിൽ ദളിത് ജനത മുഴുവനും അണിനിരന്നു. 1907 ൽ തന്നെ അയിത്ത ജനവിഭാഗങ്ങൾക്ക്

സർക്കാർ സ്കൂളിൽ പ്രവേശനം അനുവദിച്ചുള്ള ഉത്തരവുണ്ടായിരുന്നെ
ങ്കിലും ഉദ്യോഗസ്ഥ പ്രമാണിമാർ ആ ഉത്തരവ് നടപ്പിലാക്കാതെ ഒളിച്ചു
വയ്ക്കുകയായിരുന്നു. ദിവാനുമായി നിരന്തരം ഇടപെട്ടുകൊണ്ടിരുന്ന
അയ്യൻകാളി ഈ ഉത്തരവിനെക്കുറിച്ചറിയാനിടയായി. സംഘംപ്രവർത്ത
കർ കുട്ടികളെ സ്കൂളിൽ ചേർക്കാൻ കൊണ്ടുചെന്നെങ്കിലും സ്കൂൾ
അധികൃതർ അതിനു തയ്യാറായില്ല. സർക്കാർ ഉത്തരവുപോലും ജാതി
മേധാവിത്വത്തിനു മുമ്പിൽ മുട്ടുമടക്കുന്ന കാഴ്ച.

സ്കൂൾ അധികൃതരുടെ നിഷേധാത്മക നിലാപാട് അയ്യൻകാളിയെ
പിടിച്ചുലച്ചു. ഇതിനെതിരെ സമരങ്ങൾ അഴിച്ചുവിടേണ്ടതുണ്ടെന്ന്
അദ്ദേഹം തീരുമാനിച്ചു. സർക്കാർ അനുകൂലനിലപാട് സ്വീകരിച്ചിട്ടും
ജാതിഭ്രാന്തന്മാർക്ക് മുമ്പിൽ നിഷ്ക്രിയമായിപ്പോകുകയാണ്.

1898 ൽ അയ്യൻകാളി തന്റെ അനുയായികളോടൊപ്പം വെങ്ങാ
നൂരിൽനിന്ന് ബാലരാമപുരം ആറാലുംമൂട് പുത്തൻകട ചന്തയിലേക്ക്
കാൽനടയായി വന്നു. ചാലിയാർ തെരുവിൽവച്ച് ആ യാത്രാസംഘം
സവർണ്ണ ഗുണ്ടകളാൽ തടയപ്പെട്ടു. പിന്നീട് കനത്ത പോരാട്ടമായിരു
ന്നു. സായുധമായ ആ പോരാട്ടങ്ങളിൽ നിരവധിപേർക്ക് പരിക്കേറ്റു.
അയ്യൻകാളിയും സംഘവും സവർണ്ണ ഗുണ്ടകളോട് പതറാതെ പോരാ
ടിനിന്നു. ചാലിയത്തെരുവ് കലാപമെന്ന് ചരിത്രം രേഖപ്പെടുത്തിയ ആ
സംഭവം ഇന്ത്യയിലെ ജാതിവ്യവസ്ഥയ്ക്കും അതിന്റെ പ്രയോഗ
ങ്ങൾക്കുമെതിരെയുള്ള ധീരമായ സമരമായിരുന്നു. ചാലിയത്തെരുവ് സമ
രത്തിന്റെ ആവേശത്തിൽ പല ഭാഗങ്ങളിലും പ്രക്ഷോഭങ്ങളുണ്ടായി. മണ
ക്കാട്, കണിയാപുരം, കഴക്കൂട്ടം, മുരുക്കുംപുഴ തുടങ്ങിയ സ്ഥലങ്ങളിൽ
കലാപം രക്തരൂഷിതമായി. അയ്യൻകാളിയുടെ നേതൃത്വത്തിലുള്ള യുവാ
ക്കൾ ഈ സമരങ്ങൾക്ക് നേതൃത്വം നല്കി. സവർണ്ണരും പൊലീസു
കാരും പ്രക്ഷോഭങ്ങളെ അടിച്ചമർത്താൻ ശ്രമിച്ചു.

നൂറ്റാണ്ടുകളായി നാവു നഷ്ടപ്പെട്ട ദളിതർക്ക് പ്രതിഷേധത്തിന്റെ
സ്വരം ലഭിച്ചപ്പോൾ അവർ ഇതുവരെ കാണിക്കാത്ത വീര്യത്തോടെ സമര
രംഗത്തേക്കിറങ്ങി. അവരുടെ നേതാവ് അയ്യൻകാളിയായിരുന്നു.

1910 ൽ വീണ്ടും സർക്കാർ അധഃസ്ഥിതരുടെ സ്കൂൾ പ്രവേശന
ത്തിനായി ഉത്തരവിറക്കിയെങ്കിലും അതും പ്രായോഗികമായില്ല. ഇനി
ആരുടെയും ഔദാര്യത്തിനു കാത്തിരുന്നിട്ട് അർത്ഥമില്ലെന്ന് അയ്യൻകാളി
മനസ്സിലാക്കി. ചാരം മൂടിക്കിടന്ന അവകാശബോധത്തിന്റെ കനലുകൾ
അങ്ങനെ ആളിക്കത്തുവാൻ തുടങ്ങി.

അയ്യൻകാളി പുജാരി അയ്യൻ എന്ന ദലിത് വിഭാഗത്തിൽപ്പെട്ട ഒരാ
ളുടെ മകളായ പഞ്ചമിയുടെ കൈപിടിച്ചുകൊണ്ട് ഊരുട്ടമ്പലം സ്കൂളി
ലെത്തി. 1907 ൽ സ്ഥാപിതമായ ആ സ്കൂളിന്റെ മുറ്റത്തുപോലും ഇന്നേ
വരെ ഒരു ദളിതനും കയറിയിരുന്നില്ല. 1910 ലാണ് ചരിത്രപ്രസിദ്ധമായ
ഈ സംഭവം നടക്കുന്നത്. അയ്യൻകാളിയുടെ ഈ ശ്രമം സവർണ്ണരെ
പ്രകോപിപ്പിച്ചു. അയ്യൻകാളി തന്റെ അനുയായികളുമൊത്താണ് പഞ്ച

മിയെ സ്കൂളിൽ ചേർക്കുവാൻ എത്തിയത്. ഇതറിഞ്ഞ ജാതിഭ്രാന്തന്മാർ ഊരൂട്ടമ്പലം കവലയിൽ ഒത്തുകൂടി. അയ്യൻകാളിയെയും സംഘ ത്തെയും അവർ കടന്നാക്രമിച്ചു. അയ്യൻകാളിയും സംഘവും ഒട്ടും പത റാതെ ധീരമായി ഈ അതിക്രമങ്ങളെ ചെറുത്തുനിന്നു. രാത്രിയിലും അക്രമവും ചെറുത്തുനില്പും തുടർന്നു. സവർണ്ണഗുണ്ടകൾ ദളിതരുടെ കുടിലുകളിൽ അതിക്രമിച്ചുകയറി വളർത്തുമൃഗങ്ങളെ കൊന്നൊടുക്കി. അനേകം ദളിത് സ്ത്രീകൾ മാനഭംഗം ചെയ്യപ്പെട്ടു. നിസ്സഹായരായ സ്ത്രീകളും കുട്ടികളും ചിതറിയോടി. അവരുടെ പുരുഷന്മാർ പ്രാണര ക്ഷാർത്ഥം പൊന്തക്കാടുകളിൽ ഒളിച്ചു. എന്നാൽ അയ്യൻകാളിയുടെ ഒപ്പ മുണ്ടായിരുന്ന സാഹസികരായ യുവാക്കൾ ശക്തരായി ചെറുത്തുനിന്നു. ഒരാഴ്ചയോളം ഈ കലാപ കലുഷിതമായ അന്തരീക്ഷം തുടർന്നു. കൊച്ചപ്പിപിള്ള എന്ന ജന്മി ഈ സ്കൂൾ ഇനിയിവിടെ വേണ്ട, അത് കത്തി ച്ചുകളയുമെന്ന് പ്രതിജ്ഞയെടുത്തു. അതുപോലെ തന്നെ സംഭവിച്ചു. അധഃസ്ഥിതർ തീണ്ടി അശുദ്ധമാക്കിയ സ്കൂൾ എന്നതിനപ്പുറം അയ്യൻ കാളി തുറന്നുവിട്ട ഈ സമരം സവർണ്ണരെ നടുക്കിക്കളഞ്ഞു. അതിന്റെ അസഹിഷ്ണുതയിൽനിന്നാണ് അവർ സ്കൂൾ അഗ്നിക്കിരയാക്കുന്നത്.

ഊരൂട്ടമ്പലത്തിൽ നടന്ന സ്കൂൾ പ്രവേശന സമരങ്ങൾക്ക് സമാന മായ സംഭവം തിരുവല്ലയിലെ പുല്ലാട്ട് സ്കൂളിലും നടന്നു. വെള്ളിക്കര ചോതിയുടെ നേതൃത്വത്തിൽ കുറെ ആളുകൾ സംഘടിച്ച് ഏതാനും കുട്ടി കളെ അവിടെ ചേർക്കാൻ എത്തി. അദ്ദേഹത്തെയും കുട്ടികളെയും തട യാൻ സവർണ്ണർ ശ്രമിച്ചെങ്കിലും പരാജയപ്പെട്ടു.

പക്ഷേ, സ്കൂളിലെ വിദ്യാർത്ഥികൾ സ്കൂളിൽനിന്നിറങ്ങിയോടി. അന്നു രാത്രിതന്നെ സ്കൂൾ അഗ്നിക്കിരയാക്കപ്പെട്ടു. അന്ന് വെള്ളിക്കര ചോതിയുടെ കൈപിടിച്ച് സ്കൂൾപ്രവേശനത്തിനെത്തിയ കുട്ടികളിൽ ഒരാൾ പില്ക്കാലത്ത് സാമൂഹികപ്രവർത്തകനും ഡെപ്യൂട്ടിസ്പീക്കറു മായിരുന്ന ടി ടി കേശവശാസ്ത്രിയായിരുന്നു.

കാർഷിക പണിമുടക്ക് സമരം

വിദ്യാഭ്യാസം ലഭിക്കുന്നതിന് ഇനിയും പോരാട്ടങ്ങൾ ശക്തിപ്പെടു ത്തേണ്ടതുണ്ടെന്ന് അയ്യൻകാളി മനസ്സിലാക്കി. സവർണ്ണരുടെ കലവറക ളിൽ ധാന്യം നിറയ്ക്കുന്നത് അടിയാളന്റെ വിയർപ്പിലൂടെയാണ്. അദ്ധ്വാ നത്തിന്റെ മഹത്ത്വത്തിന് വിലയില്ലാത്ത ദുഷിച്ചുനാറിയ സാമൂഹിക വ്യവ സ്ഥയിൽ അടിയാളന്റെ അദ്ധ്വാനത്തെ സമരായുധമാക്കിമാറ്റാൻ അയ്യൻ കാളി തീരുമാനിച്ചു. തന്റെ ജനതയുടെ കുട്ടികൾക്ക് പഠിക്കുവാൻ സ്കൂൾ വാതിൽ തുറക്കുന്നില്ലെങ്കിൽ ഇക്കാണുന്ന പാടങ്ങളിൽ ഞങ്ങൾ മുട്ടി പുല്ലു മുളപ്പിക്കുമെന്ന് അദ്ദേഹം പ്രഖ്യാപിച്ചു. അയ്യൻകാളിയുടെ ഈ സമരാഹ്വാനത്തിൽ അധഃസ്ഥിതജനത ഒരേമനസ്സോടെ പങ്കെടുത്തു.

അയ്യൻകാളിയും കൂട്ടരും നാടുമുഴുവൻ ചുറ്റിക്കറങ്ങി സമരാഗ്നിയെ

ആളിക്കത്തിച്ചു. ആദ്യമൊക്കെ പരിഹസിച്ചിരുന്ന ജന്മിമാർക്ക് അപകടം മണത്തു. പണിമുടക്ക് പൊളിയുന്ന ലക്ഷണമൊന്നും കാണുന്നില്ല.

വിശപ്പിനുമുമ്പിൽ തകർന്നുവീഴുമെന്നു കരുതിയ സമരം നാളുകൾ പിന്നിടുന്തോറും ശക്തിയാർജ്ജിക്കുകയാണ്. പട്ടിണിയാൽ സ്വയം തക രുമെന്ന് കരുതിയ ഈ സമരത്തെ പരാജയപ്പെടുത്തുവാനുള്ള ശ്രമങ്ങൾ അവർ ആരംഭിച്ചു. അതിന്റെ ആദ്യഘട്ടമെന്ന നിലയ്ക്ക് പുത്തലത്ത് കൃഷ്ണപിള്ള എന്ന ജന്മിയുടെ നേതൃത്വത്തിൽ ഒരു സംഘം ദളിതർക്കു നേരെ ഭീഷണിയും മർദ്ദനവും അഴിച്ചുവിട്ടു. പക്ഷേ, അതൊന്നും ഫലം കണ്ടില്ല. പിന്നീട് ചില കർഷകപ്രമാണിമാർ സ്വന്തം പാടത്തിറങ്ങി ഞാറു നട്ടുനോക്കി. പക്ഷേ, അതും ഫലംകണ്ടില്ല.

അന്നന്നത്തെ അന്നത്തിനുവേണ്ടി ജോലി ചെയ്തിരുന്ന അധഃസ്ഥിത ജനത പട്ടിണിയിലാണ്ടു. ഏതു നേതാവും പതറിപ്പോകുന്ന ഈ സാഹചര്യത്തിലും അയ്യൻകാളി ഇളകിയില്ല. ആത്മാഭിമാനവും ആത്മവിശ്വാസവും തെളിഞ്ഞ ബുദ്ധിയുമുള്ള അദ്ദേഹം ഈ പ്രതിസ ന്ധികളെ മറികടക്കാൻ ആവിഷ്കരിച്ച പദ്ധതി ഇന്ത്യൻ സമരചരിത്ര ത്തിലെ തന്നെ തിളക്കമുള്ള അദ്ധ്യായമാണ്. കാരണം ഈ സമരത്തിന്റെ രാഷ്ട്രീയസാദ്ധ്യതയാണ് ഇവിടെ തെളിയുന്നത്. അയ്യൻകാളി തീരദേ ശമേഖലയുമായി ബന്ധപ്പെട്ടു. അവിടത്തെ മത്സ്യത്തൊഴിലാളികളുമായി സംസാരിച്ച് കർഷകത്തൊഴിലാളികളെക്കൂടി മത്സ്യബന്ധനമേഖലയി ലേക്ക് കൊണ്ടുവന്നു. അങ്ങനെ പാടത്തും പറമ്പിലും പണിയെടുത്ത വർ വലയെറിയാനായി കടലിലേക്ക് യാത്രയായി. വയലിലെപ്പോലെ കട ലിൽപ്പോയ വലകളിൽ നൂറുമേനി സ്വപ്നങ്ങൾ പിടഞ്ഞുതിളങ്ങി.

കൃഷിപ്പണിയിലുണ്ടായ സ്തംഭനാവസ്ഥ വലിയ സാമ്പത്തികക്കുഴ പ്പങ്ങളാണ് ഉണ്ടാക്കിയത്. അനുരഞ്ജനത്തിന്റെ മാർഗ്ഗം സ്വീകരിക്കുവാൻ സവർണ്ണർ തയ്യാറായി. എന്നാൽ അങ്ങോട്ടുചെന്ന് ചർച്ചചെയ്യാൻ അയ്യൻകാളി തയ്യാറായില്ല. ആവശ്യക്കാർ തന്നെ സമീപിക്കട്ടെ എന്ന നിലപാടിൽ അദ്ദേഹം ഉറച്ചുനിന്നു. ജന്മിമാർ തോല്‍വി സമ്മതിച്ചു മദ്ധ്യ സ്ഥന്മാരെ നിയോഗിക്കാൻ തയ്യാറായി.

അന്നത്തെ ദിവാനായിരുന്ന പി രാജഗോപാലാചാരി സമരത്തിന് നിശ്ശ ബ്ദമായ പിന്തുണ കൊടുത്തുവെന്ന് പറയാം. കാരണം കാര്യങ്ങൾ കല ങ്ങിത്തെളിയാൻ അദ്ദേഹം ആഗ്രഹിച്ചു. അതുകൊണ്ട് പൊലീസിനെ ഉപ യോഗിച്ച് സമരം അമർച്ചചെയ്യുവാനൊന്നും അദ്ദേഹം ശ്രമിച്ചില്ല. ജാതി വ്യവസ്ഥയുടെ കീഴിൽ ഞെരിഞ്ഞമരുന്ന അധഃസ്ഥിതരുടെ ഉന്നമനം അദ്ദേഹം ആഗ്രഹിച്ചിരുന്നിരിക്കണം. പ്രശ്നങ്ങളുടെ പരിഹാരത്തിനായി ദിവാൻ അന്നത്തെ ഒന്നാം ക്ലാസ് മജിസ്ട്രേറ്റായിരുന്ന കണ്ടല നാരായ ണപിള്ളയെ നിയോഗിച്ചു. അധഃസ്ഥിത ജനതയുടെ വാദമുഖങ്ങൾ ന്യായ മായിരുന്നു എന്ന് പ്രത്യേകം പറയേണ്ടതില്ലല്ലോ. കൂലിക്കൂടുതൽ എന്ന കാര്യം ജന്മിമാർ അംഗീകരിച്ചു. സ്കൂൾപ്രവേശന വിഷയത്തിൽ അനു ഭാവപൂർവ്വമായ നടപടികൾ ഉണ്ടാവുമെന്ന ഉറപ്പിന്മേൽ ഒരുവർഷം നീണ്ടു നിന്ന സമരം അവസാനിപ്പിച്ചു.

പ്രജാസഭയിൽ

പ്രജാസഭയിലേക്കുള്ള പ്രവേശനവും പോരാട്ടത്തിന്റെ പുതിയ പാത കളിലേക്കുള്ള ചുവടുവയ്പായാണ് അയ്യൻകാലി കണ്ടത്. 1911 ഡിസം ബർ മാസത്തിന്റെ തുടക്കത്തിൽത്തന്നെ അയ്യൻകാലിയെ ശ്രീമൂലം പ്രജാ സഭയിലേക്ക് നോമിനേറ്റു ചെയ്തുകൊണ്ടുള്ള പ്രഖ്യാപനമുണ്ടായി.

മർദ്ദിതസമൂഹത്തിനുവേണ്ടിയുള്ള അയ്യൻകാലിയുടെ ധീരമായ പോരാട്ടങ്ങളെ മാനിച്ചാണ് അദ്ദേഹം ഈ പദവിയിലേക്ക് നോമിനേറ്റു ചെയ്യപ്പെട്ടത്. വർദ്ധിച്ചുവരുന്ന പ്രക്ഷോഭ സമരങ്ങളെ ഒതുക്കിനിർത്തു ന്നതിനും അവരുടെ നേതാക്കളെ അധികാരത്തിന്റെ പരിസരത്തേക്കടു പ്പിക്കുക വഴി സമരത്തിന്റെ ഊർജ്ജ സ്രോതസ്സുകളെ വറ്റിച്ചുകളയാ മെന്നുമാണ് അധികാരിവർഗ്ഗം കരുതിയത്. എന്നാൽ അയ്യൻകാലി ഈ പദവിയെ തങ്ങളുടെ അവകാശങ്ങൾ നേടിയെടുക്കുന്നതിനുള്ള ഒരു സാദ്ധ്യതയായായാണ് കണ്ടത്.

അധികാരം അയ്യൻകാലിക്ക് അലങ്കാരമായിരുന്നില്ല. മർദ്ദിതജനത യുടെ അവകാശങ്ങൾക്കുള്ള തന്റെ സുദീർഘമായ പോരാട്ടത്തിന്റെ ഭാഗ മായാണ് അദ്ദേഹം തന്റെ പദവിയെ കണ്ടത്. അയ്യൻകാലിയുടെ ആദ്യത്തെ പ്രജാസഭാപ്രസംഗം തന്നെ അതിനു തെളിവാണ്. കൃഷിഭൂമി ഭൂമിയിൽ പണിയെടുക്കുന്നവർക്ക് നല്കണമെന്ന് അദ്ദേഹം സഭയിൽ വാദിച്ചു. കേരളത്തിന്റെ ചരിത്രത്തിൽ ആദ്യമായാണ് അത്തരമൊരു ആവശ്യം ഉന്നയിക്കപ്പെടുന്നത്. മണ്ണിൽ പണിയെടുക്കുന്ന അധഃസ്ഥി തർക്ക് ഭൂമിക്കുമേൽ ഉടമസ്ഥാവകാശം ലഭിക്കണമെന്ന ആവശ്യം അധഃസ്ഥിതജനതയുടെ അവകാശ പോരാട്ടങ്ങളിലെ പ്രധാന അദ്ധ്യാ യമാണ്. ഫ്യൂഡൽ ഭൂബന്ധങ്ങൾക്കെതിരെയുള്ള ശക്തമായ കലാപമാ യിരുന്നു അത്. പുറംപോക്ക് ഭൂമി മുഴുവൻ അധഃസ്ഥിതർക്ക് പതിച്ചു നല്കണമെന്ന് അയ്യൻകാലി സഭയിൽ വാദിച്ചു. ജാതി ഉപജാതി ബന്ധ ങ്ങൾക്കതീതമായാണ് അയ്യൻകാലി സഭയിൽ നിലകൊണ്ടത്. പുലയ സമുദായത്തിന്റെമാത്രം ആവശ്യങ്ങൾ എന്ന നിലയ്ക്കല്ല തന്റെ കാഴ്ച പ്പാടുകളും നിർദ്ദേശങ്ങളും അഭ്യർത്ഥനകളും അദ്ദേഹം സഭയിൽ അവ തരിപ്പിച്ചത്.

പുല്ലാട്ടു കലാപം

വിദ്യാഭ്യാസ പ്രക്ഷോഭവുമായി ബന്ധപ്പെട്ട് നടന്ന കലാപമാണിത്. 1910 ൽ അധഃസ്ഥിതരുടെ കുട്ടികൾക്ക് സ്കൂളിൽ പ്രവേശിക്കാൻ സർക്കാ രിൽനിന്ന് അനുമതി ലഭിച്ചപ്പോൾ തിരുവല്ലയിലെ പുല്ലാട്ട് എന്ന സ്ഥലത്ത് സവർണ്ണ വിഭാഗം വലിയ എതിർപ്പുകളുമായി രംഗത്തുവന്നു.

ദളിതരുടെ വിദ്യാഭ്യാസ പ്രക്ഷോഭങ്ങൾക്ക് പുല്ലാട്ട് നേതൃത്വം കൊടു ത്ത് വെള്ളിക്കര ചോതി (വെള്ളിക്കര മത്തായി ആശാൻ)യായിരുന്നു.

പുല്ലാട്ടുസ്കൂൾ പ്രവേശനത്തിനായി ഉത്തരവുണ്ടായെങ്കിലും ദളി തരെ സ്കൂളിൽ പ്രവേശിപ്പിക്കില്ല എന്ന നിലപാടാണ് സവർണ്ണർ സ്വീക രിച്ചത്. അടിച്ചമർത്തപ്പെട്ടവരുടെ ഇടയിൽനിന്ന് ആരും പഠിക്കാനായി മുന്നി

ട്ടിറങ്ങിയതുമില്ല. എന്നാൽ, വെള്ളിക്കര ചോതിയുടെ ശ്രമഫലമായി പുല്ലാട്ട് സ്കൂളിൽ ചേർന്ന് പഠിക്കാൻ താല്പര്യമുള്ള മൂന്നു കുട്ടികളെ കണ്ടെത്തുകയും അവരുമായി സ്കൂളിലേക്ക് പോവുകയും ചെയ്തു. ഇവർ സ്കൂളിൽ പ്രവേശിച്ചതും എന്തോ അത്യാഹിതം സംഭവിച്ചതു പോലെ മറ്റ് കുട്ടികൾ നിലവിളിച്ചുകൊണ്ട് കൂട്ടമായി സ്കൂളിന് പുറ ത്തേക്ക് പാഞ്ഞു.

അയിത്തവിഭാഗത്തിലെ കുട്ടികളോടൊപ്പമിരുന്നു പഠിക്കാൻ ജാതി വെറി പിടിച്ചവർ തങ്ങളുടെ കുട്ടികളെ സ്കൂളിൽ അയയ്ക്കാതെയായി. സ്വന്തം കുട്ടിയുടെ പഠനത്തേക്കാൾ അവർക്ക് മുഖ്യം ജാതിയെ നില നിർത്തുക എന്നതായിരുന്നു. സ്കൂൾ പൂട്ടിയിടുന്ന നിലവരെയെത്തി. വെള്ളിക്കര ചോതിയും അദ്ദേഹത്തിന്റെ പിന്നിൽ അണിനിരന്ന അധഃ സ്ഥിത ജനതയും പിന്നോട്ടുപോകാൻ തയ്യാറായില്ല. സംഘർഷത്തിന്റെ അന്തരീക്ഷമായിരുന്നു അവിടെ. കായികമായ ഏറ്റുമുട്ടൽ ആഴ്ചകളോളം നിന്നു. വെള്ളിക്കര ചോതി ചേലക്കൊമ്പൻ എന്ന അതിവിദഗ്ദ്ധനായ കായികാഭ്യാസിയെ കൊണ്ടുവന്ന് ഈ അക്രമങ്ങളെ ചെറുത്തു.

കല്ലുമാല ബഹിഷ്കരണം

അധഃസ്ഥിത സ്ത്രീകൾ കഴുത്തിൽ ചാർത്തിയിരുന്ന കല്ലുമാല അവ രുടെ കീഴാളപദവിയുടെ ചിഹ്നമായിരുന്നു. അത് പൊട്ടിച്ചെറിയാൻ അയ്യൻകാളി ആഹ്വാനംചെയ്തു. എന്നാൽ, സവർണ്ണ വിഭാഗം അടങ്ങിയി രുന്നില്ല. ജാതിയെ താങ്ങിനിർത്തിയിരുന്ന ഈ കല്ലുമാലകൾ അധഃസ്ഥി തസ്ത്രീകളുടെ മാറിൽനിന്ന് ഇളകാതിരിക്കാനുള്ള എല്ലാശ്രമങ്ങളും ആരംഭിച്ചു. അതിന്റെ ഫലമായി വലിയകലാപങ്ങളാണ് പിന്നീട് നടന്ന ത്. 1915 ലാണ് പുല്ലാട്ടു ലഹള നടന്നത്.

അയ്യൻകാളിയുടെ നേതൃത്വത്തിൽ ജാതി അടിമത്തത്തിന്റെ ചിഹ്ന മായ കല്ലുമാല പൊട്ടിച്ചെറിഞ്ഞത് പെരിനാട്ടു വച്ച് നടന്ന കീഴാളവിഭാഗ ത്തിന്റെ ഒരു യോഗത്തിലാണ്.

പെരിനാട്ട് അധഃസ്ഥിതർ യോഗം ചേരുന്നതറിഞ്ഞ സവർണ്ണർ അത് കലക്കാനുള്ള ശ്രമങ്ങൾ ആരംഭിച്ചു. ഗുണ്ടകളെ ഉപയോഗിച്ച് യോഗത്തെ കായികമായി നേരിടാൻതന്നെയായിരുന്നു അവർ പദ്ധതിയിട്ടത്. യോഗം ആരംഭിച്ചപ്പോൾ സവർണ്ണർ ആയുധങ്ങളുമായി അതിനെ നേരിട്ടു. അധഃസ്ഥിത ജനത ഈ അതിക്രമത്തെ സർവ്വശക്തിയുമുപയോഗിച്ചു പ്രതിരോധിച്ചു. പൊലീസ് പക്ഷപാതപരമായാണ് പെരുമാറിയത്. നിസ്വ രായ അധഃസ്ഥിതരെ മാത്രമാണ് പൊലീസ് വേട്ടയാടിയത്. പലരും വീടു വിട്ടോടി. ഓടാൻപോലും കഴിയാത്തവർ എന്തുചെയ്യണമെന്നറിയാതെ പകച്ചുനില്ക്കുകമാത്രം ചെയ്തു.

ഈ അവസരത്തിൽ ക്രിസ്ത്യൻ മിഷനറി പ്രവർത്തകനായ എഡ് മണ്ട് സായ്പ് അശരണരായ അധഃസ്ഥിതരെ സഹായിക്കാൻ മുന്നിട്ടി റങ്ങി. അദ്ദേഹം വീട് നഷ്ടപ്പെട്ടവരെ മിഷൻ സ്കൂളിൽ പാർപ്പിക്കുകയും

അവർക്ക് ആഹാരവും വസ്ത്രങ്ങളും നല്കുകയും ചെയ്തു. കലാപ ത്തിൽ പരിക്കേറ്റവർക്ക് ചികിത്സാ സഹായവും നല്കി.

കലാപം അവസാനിപ്പിക്കുന്നതിനായി അയ്യൻകാളി രംഗത്തിറങ്ങി. പൊലീസിന്റെ വേട്ടയാടൽ അവസാനിപ്പിക്കുവാൻ അദ്ദേഹം ദിവാനോട് അഭ്യർത്ഥിച്ചു. ദിവാൻ ഈ ആവശ്യം അംഗീകരിക്കുകയും ചെയ്തു.

ഒരു സർവ്വസമുദായ സമ്മേളനം വിളിച്ചുചേർക്കേണ്ടതുണ്ടെന്ന് അയ്യൻകാളി മനസ്സിലാക്കി. കലാപത്തിന്റെ തീയണഞ്ഞെങ്കിലും സമു ഹത്തിൽ വിദ്വേഷത്തിന്റെ കനലുകൾ നീറിക്കൊണ്ടിരുന്നു. സർവ്വസമു ദായ സമ്മേളനത്തിന് ദിവാന്റെ അനുമതി ലഭിച്ചു. എന്നാൽ, കൊല്ലം ദിവാൻ പേഷ്കാർ സമ്മേളനത്തിന് എതിരായിരുന്നു. കൊല്ലം സർക്കിൾ ഇൻസ്പെക്ടർ ഗോപാലപിള്ള കലാപമുണ്ടാകാതെ ശ്രദ്ധിക്കാമെന്ന ഉറപ്പ് കൊടുത്തതിന്റെ അടിസ്ഥാനത്തിൽ യോഗം കൂടാൻതന്നെ തീരുമാനിച്ചു. യോഗാദ്ധ്യക്ഷനായി ചങ്ങനാശ്ശേരി പരമേശ്വരൻ പിള്ളയെ തീരുമാനി ച്ചു. യോഗത്തിൽവച്ച് അയ്യൻകാളി സ്ത്രീകളുടെ ഇടയിൽനിന്ന് രണ്ടു പേരെ വിളിക്കുകയും സദസ്യരുടെ മുന്നിൽവച്ചുതന്നെ തങ്ങളുടെ കല്ലു മാല അറുത്തുകളയാൻ ആഹ്വാനം ചെയ്യുകയും ചെയ്തു. അവർ മാത്ര മല്ല അവിടെ കൂടിയിരുന്ന മുഴുവൻ അധഃസ്ഥിത സ്ത്രീകളും തങ്ങളുടെ കഴുത്തിൽ അണിഞ്ഞിരുന്ന അടിമത്തത്തിന്റെ കല്ലുമാലകൾ പൊട്ടിച്ചെ റിയുകയും ചെയ്തു.

അവസാന നാളുകൾ

അയ്യൻകാളിയുടെ ജീവിതം പോരാട്ടത്തിന്റേതായിരുന്നു. നാല്പതാ മത്തെ വയസ്സുമുതൽ കാസരോഗം അദ്ദേഹത്തെ ബാധിച്ചിരുന്നു. രോഗം കൊണ്ടുണ്ടായ ശാരീരിക വിഷമതകൾ തന്റെ പ്രവർത്തനങ്ങൾക്ക് വിഘാ തമാകാൻ പാടില്ല എന്ന് അദ്ദേഹത്തിന് നിർബ്ബന്ധമുണ്ടായിരുന്നു. തന്റെ പ്രവർത്തനങ്ങൾ ലക്ഷ്യപ്രാപ്തിനേടുന്നതിന് രോഗം തടസ്സമാകാൻ പാടി ല്ലെന്ന ചിന്തയാണ് അദ്ദേഹത്തെ നയിച്ചത്.

1941 ആയപ്പോഴേക്കും അദ്ദേഹം ക്ഷീണിതനായിക്കഴിഞ്ഞിരുന്നു. അതേവർഷം മെയ് മാസത്തോടെ അദ്ദേഹത്തിന്റെ രോഗം ഗുരുതരാവ സ്ഥയിലെത്തുകയും 1941 ജൂൺ 18 ന് മഹാത്മാ അയ്യൻകാളിയുടെ കർമ്മ നിരതമായ ശരീരം നിശ്ചലമാവുകയും ചെയ്തു.

പെരിയാർ ഇ വി രാമസ്വാമി
(1879 – 1973)

ഇന്ത്യൻ നവോത്ഥാനത്തിൽ സവി
ശേഷമായ പ്രവർത്തനങ്ങളും ചിന്താപ
ദ്ധതികളുംകൊണ്ട് വേറിട്ടുനില്ക്കുന്ന
വ്യക്തിയാണ് പെരിയാർ ഇ വി രാമസ്വാ
മി. ബ്രാഹ്മണമേധാവിത്വത്തിനെതി
രെയും ജാതിവ്യവസ്ഥയ്ക്കെതിരെയും
കർക്കശമായ നിലപാടുകൾ സ്വീകരിച്ച
മഹാനായിരുന്നു അദ്ദേഹം.

ദേശീയ പ്രസ്ഥാനത്തിലെ സവർ
ണ്ണമേധാവിത്വത്തിനെതിരെയും ദേശീയ
നേതൃത്വത്തിന്റെ കീഴാള വിരുദ്ധത
യെയും പെരിയാർ തുറന്നു കാണിച്ചു.
ഒരു ദ്രാവിഡ ദേശീയതയ്ക്കുവേണ്ടി നില
കൊണ്ട അദ്ദേഹം ഇന്ത്യക്ക് സ്വാതന്ത്ര്യം

പെരിയാർ ഇ വി രാമസ്വാമി

ലഭിച്ചാലും ദക്ഷിണേന്ത്യ പൂർണ്ണ സ്വാതന്ത്ര്യത്തിലേക്ക് എത്തില്ലെന്ന്
നിരീക്ഷിച്ചു. ഹിന്ദുമതം നശിച്ചാൽമാത്രമേ ജാതിവ്യവസ്ഥ അവസാനി
ക്കൂ എന്ന് അദ്ദേഹം ഉറച്ചുവിശ്വസിച്ചു.

1879 സെപ്തംബർ 17 ന് തമിഴ്നാട്ടിലെ ഈറോഡിലാണ് പെരി
യാർ ജനിച്ചത്. വെങ്കടപ്പ നായ്ക്കരുടെയും ചിന്നത്തായമ്മയുടെയും നാലാ
മത്തെ മകനായിരുന്നു അദ്ദേഹം. ആറാം വയസ്സിൽ വിദ്യാഭ്യാസം തുട
ങ്ങിയെങ്കിലും പ്രൈമറി സ്കൂളിൽ ചേരുന്നത് ഒമ്പതാം വയസ്സിലാണ്.
പതിനൊന്നാമത്തെ വയസ്സിൽ ഔപചാരിക വിദ്യാഭ്യാസം അവസാനിച്ചു.
പിന്നീട് രാമസ്വാമി പിതാവിന്റെ വ്യാപാരത്തിൽ സഹായിയായി ചേർന്നു.

തന്റെ പത്തൊമ്പതാമത്തെ വയസ്സിൽ പെരിയാർ പതിമൂന്ന് വയ
സ്സുള്ള നാഗമ്മയെ വിവാഹം കഴിച്ചു. നാഗമ്മ–രാമസ്വാമി ദമ്പതികൾക്ക്
രണ്ടുവർഷത്തിനുശേഷം ഒരു പെൺകുട്ടി ജനിച്ചു. പക്ഷേ, അഞ്ചു മാസ
മായപ്പോഴേക്കും ആ കുട്ടി മരിച്ചു.

പിതാവിന്റെ വ്യാപാരത്തിന് തകർച്ച നേരിട്ടതിനെത്തുടർന്ന് തന്റെ
ഇരുപത്തഞ്ചാമത്തെ വയസ്സിൽ രാമസ്വാമി നാടുവിട്ടു. കാശി, കൽക്കത്ത
തുടങ്ങിയ സ്ഥലങ്ങളിൽ അദ്ദേഹം അലഞ്ഞു. ബ്രാഹ്മണ്യത്തിന്റെ മനു
ഷ്യവിരുദ്ധത മനസ്സിലാക്കാൻ ഈ യാത്ര പെരിയാറിന് സഹായകമാ
യി. ആചാരങ്ങളിലും അനുഷ്ഠാനങ്ങളിലും ജനങ്ങളെ കുരുക്കിയിടുകയും
ജാതിയുടെ പേരിൽ മനുഷ്യരെ വേർതിരിക്കുകയും ചെയ്യുന്ന ഹിന്ദുമ
തത്തെ അദ്ദേഹം വെറുക്കുന്നതും ഈ കാലയളവിലാണ്.

കാശിയിലെത്തിയ പെരിയാർ ദിവസങ്ങളോളം പട്ടിണിയിലായിരുന്നു.
കാരണം ഗംഗാനദീ തീരത്തുള്ള പണ്ടകശാലയിൽ ബ്രാഹ്മണർക്ക്
മാത്രമേ ഭക്ഷണം ലഭിച്ചിരുന്നുള്ളൂ. അദ്ദേഹം ഒരു ബ്രാഹ്മണന്റെ വേഷ
വിധാനത്തോടെ പൂണൂൽ ധരിച്ച് പണ്ടകശാലയിൽ കടക്കാൻ ശ്രമിച്ചു.
പക്ഷേ, അദ്ദേഹത്തിന്റെ താടിമീശ ചതിച്ചു. കാവല്ക്കാരൻ പെരിയാറിനെ
നിഷ്കരുണം തള്ളി പുറത്താക്കി. പണ്ടകശാലയിലെ സദ്യ അപ്പോ
ഴേക്കും കഴിഞ്ഞിരുന്നു. എച്ചിലുകൾ തെരുവിലേക്ക് വലിച്ചെറിയപ്പെട്ടു.
കഠിനമായ വിശപ്പ് എച്ചിലിലയിലെ ഭക്ഷണാവശിഷ്ടങ്ങൾ കഴിക്കാൻ
അദ്ദേഹത്തെ നിർബ്ബന്ധിതനാക്കി. തെരുവു നായ്ക്കളോട് അദ്ദേഹത്തിന്
എച്ചിലിനുവേണ്ടി യുദ്ധം ചെയ്യേണ്ടിവന്നു. ഈ അനുഭവം പെരിയാറിന്റെ
മനസ്സിൽ വലിയ ചലനങ്ങളുണ്ടാക്കി. ബ്രാഹ്മണനുമാത്രം ഭക്ഷണം
കൊടുക്കുന്ന ഈ അനീതി ജാതിവ്യവസ്ഥയിൽനിന്ന് ഉടലെടുത്തതാ
ണെന്ന് അദ്ദേഹം മനസ്സിലാക്കി.

പിന്നീട് പിതാവ് മകനെ തേടിപ്പിടിച്ച് കണ്ടെത്തുകയും തിരിച്ച് വീട്ടി
ലേക്ക് കൂട്ടുകയും ചെയ്തു. പിതാവിന്റെ വ്യാപാരങ്ങൾ ഒറ്റയ്ക്ക് നട
ത്താൻ പെരിയാർ തീരുമാനിച്ചു. അച്ഛന്റെ വ്യാപാരം ഏറ്റെടുത്തതോടെ
സാമ്പത്തികമായി ഉന്നതനിലയിൽ എത്തിച്ചേരാൻ അദ്ദേഹത്തിന്
കഴിഞ്ഞു. എന്നാൽ, സാമൂഹികമായ ഉത്തരവാദിത്വത്തിൽനിന്ന് പെരി
യാർ ഒഴിഞ്ഞുമാറി നിന്നില്ല.

അരിക്കൽ ഈറോഡ് നഗരത്തെ പ്ലേഗ് എന്ന പകർച്ചവ്യാധി വ്യാപ
കമായി പടർന്നുപിടിച്ചു. നൂറുകണക്കിനാളുകൾ മരിക്കുകയും ആയിര
ക്കണക്കിനുപേർ പലായനം ചെയ്യുകയും ചെയ്തു. എന്നാൽ മറ്റ് ധനിക
രെപ്പോലെ പെരിയാർ ഈറോഡ് ഉപേക്ഷിച്ച് പോയില്ല. മരണപ്പെട്ടവരുടെ
ബന്ധുക്കളും സ്നേഹിതരും ഒക്കെത്തന്നെ രോഗഭീതിയാൽ ശവശരീര
ങ്ങൾ സംസ്കരിക്കാൻ മടിച്ചുനിന്നപ്പോൾ പെരിയാർ ആ ശവശരീരങ്ങളെ
ശ്മശാനത്തിലേക്ക് കൊണ്ടുപോയി. മനുഷ്യസ്നേഹത്തിന്റെ മഹത്തായ
ഈ പ്രവൃത്തി ജനമനസ്സുകളിൽ പെരിയാറിന് വലിയ സ്ഥാനമാണ്
നല്കിയത്.

ചെറുപ്പകാലത്തുതന്നെ ചില തമിഴ് പണ്ഡിതരുമായി അദ്ദേഹം ബന്ധം പുലർത്തിയിരുന്നു. ഹിന്ദുമതത്തിലെ ജാതിവ്യവസ്ഥയെ യുക്തി വാദത്തിന്റെയും ബുദ്ധിസത്തിന്റെയും നിലപാടിൽ നിന്നുകൊണ്ട് പ്രതി രോധിക്കാനാണ് പെരിയാർ ശ്രമിച്ചത്. കാരൂരിൽ പുലവർ മരുതൈപിള്ളൈ എന്ന തമിഴ് പണ്ഡിതനുമായുള്ള സൗഹൃദമാണ് പെരിയാറിന്റെ മനസ്സിൽ നിരീശ്വരവാദ ആശയങ്ങൾ വളരാൻ പ്രേരകമായത്. മറ്റൊരു തമിഴ് പണ്ഡി തൻ സന്ന്യാസിയായ കൈവല്യവുമായുള്ള അടുപ്പവും പെരിയാറിന്റെ ആശയങ്ങൾക്ക് ദൃഢതയേകി. 1909 ൽ ചരിത്രപ്രസിദ്ധമായ തീരുമാന മെടുക്കാൻ പെരിയാർ തയ്യാറായി. തന്റെ സഹോദരിയുടെ പുനർവിവാ ഹത്തിനുള്ള ഒരുക്കങ്ങൾ നടത്തി എന്നതാണ് ആ സംഭവം. യാഥാസ്ഥി തികരായ കുടുംബത്തിന്റെ എതിർപ്പിനെ മറികടന്നായിരുന്നു ഈ തീരു മാനം.

1918 ലാണ് ഈറോഡ് മുനിസിപ്പാലിറ്റിയുടെ അദ്ധ്യക്ഷനായി പെരി യാർ തിരഞ്ഞെടുക്കപ്പെട്ടത്. ഈ കാലയളവിലാണ് സി രാജഗോപാലാ ചാരിയുമായി പെരിയാർ സൗഹൃദം സ്ഥാപിക്കുന്നത്. 1919 ലാണ് മുനി സിപ്പൽ ചെയർമാൻ സ്ഥാനം രാജിവെച്ച് പെരിയാർ കോൺഗ്രസിൽ അംഗമായത്. രാജഗോപാലാചാരിയും പി വരദരാജലുവുമാണ് അദ്ദേ ഹത്തെ ഇതിന് പ്രേരിപ്പിക്കുന്നത്. കോൺഗ്രസിൽ ചേരുന്നതിന് അദ്ദേഹം പല സ്ഥാനമാനങ്ങളും വേണ്ടെന്നുവച്ചു. കോൺഗ്രസിലെ തീവ്രവാദ വിഭാഗത്തിലെ ഒരാളായാണ് അദ്ദേഹം അറിയപ്പെട്ടത്. മദ്യനിരോധനം, പിന്നോക്ക വിഭാഗങ്ങളുടെ ഉന്നമനം എന്നിവയിലായിരുന്നു പെരിയോർ അധികവും ശ്രദ്ധിച്ചത്.

1920 ൽ ഗാന്ധി നയിച്ച നിസ്സഹരണ പ്രസ്ഥാനത്തിൽ പെരിയാർ സജീവമായി പങ്കെടുത്തു. തുടർന്ന് ഗാന്ധിയൻ ആശയങ്ങളോട് കൂടു തൽ അടുക്കാൻ തുടങ്ങി. ഗാന്ധിയുടെ ലളിതജീവിതം എന്ന ആശയം ജീവിതത്തിൽ പകർത്തുന്നതിന്റെ ഭാഗമായി ഖാദി വസ്ത്രം ധരിക്കാൻ പെരിയാർ തയ്യാറായി.

മദ്യനിരോധനം സ്വന്തം കുടുംബത്തിൽത്തന്നെയാണ് പെരിയാർ ആദ്യമായി നടപ്പാക്കിയത്. ഗാന്ധി ഈറോഡിൽ വന്നപ്പോൾ പെരിയാ റിന്റെ വീട്ടിലായിരുന്നു താമസിച്ചത്. മദ്യത്തോടുള്ള നിലപാടിന്റെ അടി സ്ഥാനത്തിൽ 1921 ൽ ഈറോഡിൽ പെരിയാറിന്റെ നേതൃത്വത്തിൽ പ്രക്ഷോഭവവും കള്ളുഷാപ്പ് ഉപരോധം ഉൾപ്പെടെയുള്ള സമരങ്ങളും നട ത്തി. ഭാര്യ നാഗമ്മാളും പെരിയാറിന്റെ സഹോദരി കണ്ണമ്മാളും ഈ പ്രക്ഷോഭത്തിൽ പങ്കെടുത്തു. വനിതാ വളണ്ടിയർമാരെ നയിച്ചത് ഇവരാ യിരുന്നു. എന്നാൽ, മുതിർന്ന കോൺഗ്രസ് നേതാക്കളിൽ ചിലർ പ്രക്ഷോഭം നിർത്തണമെന്ന് ആവശ്യപ്പെട്ടെങ്കിലും പെരിയാർ അത് സ്വീക രിക്കാൻ തയ്യാറായില്ല.

1922 ലാണ് പെരിയാറിനെ തമിഴ്നാട് കോൺഗ്രസ് കമ്മിറ്റി പ്രസി ഡന്റായി തിരഞ്ഞെടുത്തത്. തിരുപ്പൂരിൽ നടന്ന കോൺഗ്രസ് സമ്മേളന

ത്തിൽ പങ്കെടുത്ത പെരിയാർ അധഃസ്ഥിത വിഭാഗങ്ങൾക്കു നേരെയു ണ്ടാകുന്ന എല്ലാത്തരം അസ്പൃശ്യതകൾക്കുമെതിരെ പോരാടാൻ തീരു മാനിച്ചു. ആരാധന നടത്തുന്നതിനായി അധഃസ്ഥിതർക്ക് ക്ഷേത്രങ്ങൾ തുറന്നു കൊടുക്കണമെന്ന് പെരിയാർ സമ്മേളനത്തിൽ പ്രമേയം അവ തരിപ്പിച്ചെങ്കിലും കോൺഗ്രസിലെ ബ്രാഹ്മണർ ഇതിനെ എതിർത്തു.

പെരിയാറിന്റെ പല നിലപാടുകളെയും എതിർക്കാൻ സവർണ്ണർ രംഗത്തുവന്നു. എന്നാൽ, തന്റെ നിലപാടുകളിൽ അദ്ദേഹം വിട്ടുവീഴ്ച യ്ക്കു തയ്യാറായില്ല. ഇത്തരം എതിർപ്പുകൾ ശക്തമായതോടെയാണ് *മനു സ്മൃതിയും രാമായണവും* കത്തിക്കാൻ അദ്ദേഹം തീരുമാനിക്കുന്നത്.

1923 ൽ ഹിന്ദുക്ഷേത്രങ്ങളിൽ ബ്രാഹ്മണർ നടത്തുന്ന ചൂഷണങ്ങൾ അവസാനിപ്പിക്കുന്നതിനുവേണ്ടി മദ്രാസിലെ സ്റ്റേറ്റ് ലജിസ്ലേറ്റീവ് കൗൺസിൽ ഒരു ആക്ട് പാസാക്കി. പെരിയാർ ഈ ആക്ടിനെ പിന്താങ്ങി.

1924 ൽ നടന്ന വൈക്കം സത്യഗ്രഹത്തിൽ പെരിയാർ സജീവമായി പങ്കെടുത്തു. സത്യഗ്രഹത്തെക്കുറിച്ച് അദ്ദേഹം ഇങ്ങനെ എഴുതി:

> നായും പന്നിയും നടക്കുന്ന തെരുവിൽ നമുക്കും നടക്കാൻ കഴി
> യണമെന്ന സത്യഗ്രഹത്തിന്റെ യഥാർത്ഥോദ്ദേശ്യം; പൊതുജീവി
> തത്തിൽ മനുഷ്യർക്കിടയിൽ വ്യത്യാസം ഉണ്ടാവാൻ പാടില്ല എന്ന
> താണ്. ഈ തെരുവിൽ നടന്നു എന്നതുകൊണ്ടു മാത്രം ആ തത്ത്വ
> ത്തിന്റെ പ്രസക്തി അവസാനിക്കുന്നില്ല. തെരുവിൽ പ്രായോഗിക
> മാക്കിയ സ്വാതന്ത്ര്യം അമ്പലത്തിനുള്ളിലും കാണിക്കണം എന്ന
> താണ് നമ്മുടെ കടമ.

കേരളത്തിന്റെ നവോത്ഥാന ചരിത്രത്തിലെ തിളങ്ങുന്ന അദ്ധ്യായ മാണ് വൈക്കം സത്യഗ്രഹം. ഗാന്ധിജി അടക്കമുള്ള ദേശീയനേതാക്കൾ വൈക്കം സത്യഗ്രഹവുമായി ബന്ധപ്പെട്ടു. പെരിയാറിന്റെ സാന്നിദ്ധ്യവും ഇടപെടലും സത്യഗ്രഹത്തിന് കൂടുതൽ ഊർജ്ജം നല്കി.

1924 സെപ്തംബർ 11 ന് ഖാദി വസ്ത്രത്തിന്റെ പ്രചരണത്തിനായി അദ്ദേഹം നിരവധി പ്രസംഗങ്ങൾ നടത്തി. വിദേശവസ്ത്രങ്ങൾ ബഹി ഷ്കരിക്കാൻ പെരിയാർ ജനങ്ങളോട് ആഹ്വാനംചെയ്തു. അതിന്റെ പേരിൽ ബ്രിട്ടീഷ് ഭരണകൂടം അദ്ദേഹത്തിന് ജയിൽശിക്ഷ വിധിച്ചു.

തിരുനൽവേലിക്കടുത്തുള്ള ചേരമൻദേവി എന്ന സ്ഥലത്ത് നാഷ ണൽ ട്രെയിനിങ് സ്കൂളിന്റെ ഒരു ഹോസ്റ്റലുണ്ടായിരുന്നു. ഗുരുകുലം എന്ന പേരിലറിയപ്പെട്ട ഈ ഹോസ്റ്റലിന്റെ ചുമതല ബ്രാഹ്മണനായ വി വി എസ് അയ്യർക്കായിരുന്നു. കോൺഗ്രസിലെ ദ്രാവിഡ അംഗങ്ങളാ യിരുന്നു ഹോസ്റ്റൽ നിർമ്മിച്ചത്. അബ്രാഹ്മണരായ വിദ്യാർത്ഥികളോട് അയ്യർ കടുത്ത വിവേചനമാണ് പുലർത്തിയത്. ഈ വിവേചനത്തിനെ തിരെ പെരിയാർ ശക്തമായി രംഗത്തുവന്നു. തമിഴ്നാട് കോൺഗ്രസ് കമ്മി റ്റിയിൽനിന്ന് അദ്ദേഹം രാജിവയ്ക്കുകവരെയുണ്ടായി. എങ്കിലും അടുത്ത സമ്മേളനത്തിൽ അദ്ദേഹത്തെ വീണ്ടും പ്രസിഡന്റായി തിരഞ്ഞെടുത്തു.

സാമുദായിക സംവരണത്തിനുവേണ്ടി അദ്ദേഹം സേലത്തു നടന്ന
കോൺഗ്രസിന്റെ സമ്മേളനത്തിൽ ശബ്ദമുയർത്തി. സർക്കാർ ജോലി
കളിലും വിദ്യാഭ്യാസ മേഖലകളിലും സംവരണം അനിവാര്യമാണെന്ന്
അദ്ദേഹം ഉറക്കെ പ്രഖ്യാപിച്ചു. ദ്രാവിഡ ജനതയുടെ അവകാശങ്ങളെ
നിഷേധിക്കുന്നത് ബ്രാഹ്മണിസമാണെന്ന കാഴ്ചപ്പാടാണ് അദ്ദേഹം
ഉയർത്തിയത്. 'ബ്രാഹ്മണോക്രസി' എന്നാണ് അദ്ദേഹം ബ്രാഹ്മണിസ
ദുഷ്പ്രഭുത്വത്തെ വിശേഷിപ്പിച്ചത്.

കോൺഗ്രസിൽനിന്ന് വിടപറയുന്നു

1925 നവംബർ 25 ന് കാഞ്ചീപുരത്തു നടന്ന കോൺഗ്രസ് സമ്മേള
നത്തിൽവച്ച് അബ്രാഹ്മണർക്ക് അമ്പത് ശതമാനം സംവരണം നല്ക
ണമെന്ന് ആവശ്യപ്പെട്ടുകൊണ്ടുള്ള പ്രമേയം പെരിയാർ അവതരിപ്പിച്ചു.
പതിവുപോലെ ബ്രാഹ്മണരായ കോൺഗ്രസ് അംഗങ്ങൾ അതിനെ
എതിർത്തു. പെരിയാറിന്റെ ആത്മാഭിമാനം മുറിപ്പെട്ടു. അദ്ദേഹം
കോൺഗ്രസ് ഉപേക്ഷിക്കാൻ തീരുമാനിച്ചു. അങ്ങനെ കോൺഗ്രസിനോ
ടുള്ള തന്റെ അഭിപ്രായ വ്യത്യാസം ധീരമായി പ്രഖ്യാപിച്ച് ഇറങ്ങി
പ്പോന്നു. "ഇനിയെന്റെ ലക്ഷ്യം കോൺഗ്രസിനെ നശിപ്പിക്കുകയാണ്"
എന്ന് പറഞ്ഞുകൊണ്ടാണ് അദ്ദേഹം സമ്മേളനത്തിൽനിന്ന് ഇറങ്ങിപ്പോ
ന്നത്. അദ്ദേഹത്തോടൊപ്പം ചില അനുയായികളും സമ്മേളനം ബഹി
ഷ്കരിച്ചു. ഈ സംഭവത്തിന് ഏതാനും ദിവസം മുമ്പു കുടിയരച്
എന്നൊരു പ്രസിദ്ധീകരണം ഈറോഡിൽനിന്ന് പെരിയാർ പുറത്തിറ
ക്കാൻ തുടങ്ങിയിരുന്നു.

സ്വാഭിമാന പ്രസ്ഥാനം രൂപീകരിക്കുന്നു

1925 ൽ കോൺഗ്രസ് സമ്മേളനം നടന്ന കാഞ്ചീപുരത്തുവെച്ച് പെരി
യാർ അബ്രാഹ്മണരുടെ ഒരു സമ്മേളനം വിളിച്ചുകൂട്ടി. തനതായ ഭാഷയും
സംസ്കാരവുമുള്ള ജനതയാണ് ദ്രാവിഡരെന്ന് അദ്ദേഹം പ്രഖ്യാപിച്ചു.
ദ്രാവിഡരും ആര്യന്മാരും തമ്മിലുള്ള വർഗ്ഗവ്യത്യാസം പുരാതനകാലം
മുതൽക്കേ നിലനിന്നിരുന്നതായി അദ്ദേഹം തന്റെ പ്രസംഗത്തിൽ സൂചി
പ്പിച്ചു. കോൺഗ്രസ് പാർട്ടിയിൽ ബ്രാഹ്മണാധിപത്യമാണെന്നും അതു
കൊണ്ട് നമുക്ക് നമ്മുടേതായ ഒരു സ്വാഭിമാനപ്രസ്ഥാനം ആവശ്യമാ
ണെന്നും അദ്ദേഹം പ്രഖ്യാപിച്ചു.

പിന്നീട് തമിഴ്നാടിന്റെ വിവിധ പ്രദേശങ്ങളിൽ അബ്രാഹ്മണരെ
സംഘടിപ്പിച്ചുകൊണ്ട് അദ്ദേഹം സമ്മേളനം വിളിച്ചുചേർത്തു. സ്വാഭി
മാനപ്രസ്ഥാനം തമിഴ്നാട്ടിലെ ജനതയിൽ വലിയ സ്വാധീനം ചെലുത്തി.

1927 ൽ ഗാന്ധിജിയുമായി പെരിയാർ ജാതിവ്യവസ്ഥയെക്കുറിച്ചും
വർണ്ണാശ്രമധർമ്മത്തെക്കുറിച്ചും ദീർഘമായ വാദപ്രതിവാദങ്ങൾ നടത്തി.
അധഃസ്ഥിതരെ ഗാന്ധി ഹരിജൻ എന്നു വിളച്ചതിനെതിര പെരിയാർ

ശക്തമായ ഭാഷയിൽ വിയോജിച്ചു. ഗാന്ധിയുടെ ഹിന്ദുമതത്തിന് അനു കൂലമായ നിലപാടുകൾക്കെതിരെ അദ്ദേഹം സന്ധിയില്ലാത്ത സമരമുഖം തുറന്നു. ഗാന്ധിയുമായി ഈ വിഷയത്തിൽ പെരിയാർ സംവാദങ്ങൾ നടത്തിയിട്ടുണ്ട്. അതിലെ ചില പ്രസക്ത ഭാഗങ്ങൾ ചുവടെ കൊടു ക്കുന്നു:

ഇ വി ആർ   : ഹിന്ദുമതം നശിക്കണം.

ഗാന്ധിജി   : എന്തിന്?

ഇ   : ഹിന്ദുമതം എന്നൊരു മതമില്ല.

ഗാ   : ഉണ്ടല്ലോ

ഇ   : ഉണ്ടെന്ന് ബ്രാഹ്മണർ സങ്കല്പിച്ച് അതിനെ ജനങ്ങളുടെ
               മനസ്സിൽ പകർത്തിയിരിക്കുകയാണ്.

ഗാ   : എല്ലാ മതങ്ങളും അങ്ങനെയല്ലേ?

ഇ   : അങ്ങനെയല്ല; മറ്റു മതങ്ങൾക്ക് ചരിത്രപരമായ ആധാര
               ങ്ങളും വിശ്വാസികളെല്ലാവരും സമ്മതിക്കുന്ന ലക്ഷ്യങ്ങ
               ളുമുണ്ട്.

ഗാ   : ഹിന്ദുമതത്തിന് അങ്ങനെയൊന്നുമില്ലേ?

ഇ   : എന്താണുള്ളത്? ഒരാൾ ബ്രാഹ്മണൻ, ഒരാൾ ശൂദ്രൻ,
               ഒരാൾ പഞ്ചമൻ എന്ന മാതിരിയുള്ള വ്യത്യാസങ്ങൾ
               അല്ലാതെ വേറെ എന്തു പൊതു ലക്ഷ്യങ്ങളാണുള്ളത്.
               അതിൽ ബ്രാഹ്മണൻ ഉയർന്നവൻ, ശൂദ്രനും പഞ്ചമനും
               താഴ്ന്നവൻ എന്നിങ്ങനെയുള്ള ആചാരസമ്പ്രദായമ
               ല്ലാതെ വേറെന്താണുള്ളത്.

ഗാ   : ശരി ആ ലക്ഷ്യമെങ്കിലുമുണ്ടല്ലോ?

ഇ   : ഉണ്ടെങ്കിൽ നമുക്കെന്ത് ലാഭം. അതുമൂലം ബ്രാഹ്മണർ
               വലിയ ജാതി. താങ്കളും ഞങ്ങളും ചെറിയ ജാതി എന്ന
               വ്യത്യാസമല്ലേ തുടർന്നു വരുന്നത്.

സ്വാതന്ത്ര്യത്തിനുവേണ്ടി പൊരുതുന്നതിനു മുമ്പ് ഇന്ത്യ നേരിടുന്ന മൂന്ന് ഭീഷണിയെക്കുറിച്ച് പെരിയാർ ഗാന്ധിയോട് സംസാരിച്ചു. അവ താഴെ പറയുന്നതാണ്.

ഒന്ന്, ബ്രാഹ്മണാധിപത്യത്തിന്റെ കീഴിലുള്ള കോൺഗ്രസ് പാർട്ടി.

രണ്ട്, ഹിന്ദുമതവും അതിലെ ജാതിവ്യവസ്ഥയും.

മൂന്ന്, സമൂഹത്തിൽ നിലനില്ക്കുന്ന ബ്രാഹ്മണാധിപത്യം.

1927 ൽ നാഗ്പൂരിൽ റയിൽവേ വർക്ക്ഷോപ്പിലെ തൊഴിലാളികളുടെ സമരം പൊട്ടിപ്പുറപ്പെട്ടു. പെരിയാറിനെയും സമരത്തിന് നേതൃത്വം കൊടുത്ത ഏതാനും തൊഴിലാളികളെയും അറസ്റ്റ് ചെയ്ത് ജയിലില ടച്ചു.

1928 ൽ *റിവോൾട്ട്* എന്ന പേരിൽ പെരിയാർ ഒരു ഇംഗ്ലീഷ് പ്രസി ദ്ധീകരണം ആരംഭിച്ചു. സാമുദായിക സംവരണത്തിനുവേണ്ടിയുള്ള പ്രവർത്തനങ്ങളിൽ അദ്ദേഹം സജീവമായി പങ്കെടുക്കാൻ തുടങ്ങിയത് ഇക്കാലത്താണ്.

1929 ഫെബ്രുവരിയിൽ സ്വാഭിമാനപ്രസ്ഥാനത്തിന്റെ ഒരു പ്രാദേശിക സമ്മേളനം ചെങ്കൽപ്പേട്ടയിൽ നടന്നു. അതേവർഷംതന്നെ സ്വാഭി മാനവിവാഹം എന്ന പേരിൽ വിവാഹ സമ്പ്രദായം അദ്ദേഹം കൊണ്ടു വന്നു. ഈ വിവാഹത്തിൽ മതപരമായ ആചാരങ്ങളും ബ്രാഹ്മണർ ചൊല്ലുന്ന മന്ത്രങ്ങളും ഒഴിവാക്കി. ഈ പുതിയ വിവാഹസമ്പ്ര ദായത്തിനൊപ്പം മിശ്രവിവാഹവും വിധവാ വിവാഹവും അദ്ദേഹം നടത്തി.

ഇതേവർഷം ഡിസംബറിലാണ് പെരിയാർ മലേഷ്യ സന്ദർശിക്കു ന്നത്. അവിടുത്തെ തമിഴരുടെ ക്ഷണമനുസരിച്ചാണ് നാഗപട്ടണ ത്തിൽനിന്ന് അനുയായികളോടൊപ്പം അദ്ദേഹം കപ്പലിൽ യാത്രതിരിച്ചത്. പെനാങ് തുറമുഖത്ത് വമ്പിച്ച സ്വീകരണമാണ് അദ്ദേഹത്തിന് ലഭിച്ചത്. അമ്പതിനായിരത്തോളം തമിഴരാണ് അവിടെ ഉണ്ടായിരുന്നത്. ഡിസം ബർ 23 ന് മലേഷ്യയിൽ തമിഴ് നവോത്ഥാന സംഘം സംഘടിപ്പിച്ച സമ്മേ ളനം പെരിയാർ ഉദ്ഘാടനംചെയ്തു.

പിന്നീട് ഡിസംബർ 26 ന് പെരിയാറും സംഘവും സിംഗപ്പൂർ സന്ദർശിച്ചു. ആവേശകരമായ സ്വീകരണമാണ് അദ്ദേഹത്തിന് അവിടെ ലഭിച്ചത്. സ്വാഭിമാന പ്രസ്ഥാനത്തിന്റെ ആദർശങ്ങളാണ് തന്റെ സ്വീക രണ പ്രസംഗങ്ങളിൽ പെരിയാർ ഉയർത്തിപ്പിടിച്ചത്.

1930 മെയ് 10, 11 തീയതികളിൽ പ്രസ്ഥാനത്തിന്റെ രണ്ടാമത് പ്രാദേ ശിക സമ്മേളനം വിളിച്ചുചേർത്തു. ഇതിനോട് അനുബന്ധിച്ച് യുവജന സമ്മേളനം, വനിതാ സമ്മേളനം, തമിഴ് ബോധനസംഗീത സമ്മേളനം, എന്നിവ സംഘടിപ്പിച്ചു. ദേവദാസി സമ്പ്രദായം നിർത്തലാക്കാനുള്ള ബില്ല് പാസാക്കുന്നതിന് പെരിയാർ പിന്തുണ നല്കി. വനിതാ പരിഷ്കർത്താ വായ ഡോ. മുത്തുലക്ഷ്മി റെഡ്ഡി മദ്രാസ് നിയമസഭയിൽ ഈ ബില്ല് പാസാക്കി.

1931 ഡിസംബർ 13 ന് ചെന്നെയിൽനിന്ന് വിദേശപര്യടനത്തിനായി പെരിയാർ കപ്പൽ കയറി. ഈജിപ്ത്, ഗ്രീസ്, തുർക്കി, സോവിയറ്റ് റഷ്യ, ജർമ്മനി, ഇംഗ്ലണ്ട്, ഇറ്റലി, സ്പെയിൻ, ഫ്രാൻസ്, പോർച്ചുഗൽ തുടങ്ങിയ രാജ്യങ്ങൾ അദ്ദേഹം സന്ദർശിച്ചു. സോവിയറ്റ് യൂണിയനിൽ മൂന്നുമാസ ത്തോളം താമസിച്ചു. അവിടുത്തെ നിരവധി തൊഴിലാളി സമ്മേളനങ്ങ ളിൽ അദ്ദേഹം പ്രസംഗിച്ചു.

ഇംഗ്ലണ്ടിൽവച്ച് അദ്ദേഹം ഒരു വലിയ തൊഴിലാളി സമ്മേളനത്തെ അഭിസംബോധന ചെയ്തു. യുക്തിവാദം, സോഷ്യലിസം എന്നീ ആശ യങ്ങളെ ഉയർത്തിപ്പിടിച്ചുകൊണ്ടാണ് പെരിയാർ അവിടെ പ്രസംഗിച്ചത്. 1932 നവംബർ 11 ന് തന്റെ വിദേശയാത്ര കഴിഞ്ഞ് മടങ്ങിവരുമ്പോൾ ശ്രീലങ്കയിലെ കൊളംബിയ സന്ദർശിക്കുകയുണ്ടായി. അതേവർഷംതന്നെ

പ്രശസ്ത സാമൂഹിക ചിന്തകനായ എം ശിങ്കാരവേലു സ്വാഭിമാന പ്രസ്ഥാ
നത്തിന്റെ അനുയായികളുമായി ഒരു സാമൂഹിക പദ്ധതിക്ക് രൂപംനല്കി.
പെരിയാർ അതിന്റെ പ്രചരണാർത്ഥം തമിഴ്നാടിന്റെ വിവിധ പ്രദേശങ്ങ
ളിൽ പ്രസംഗ പര്യടനം നടത്തി.

1933 മെയ് 11 ന് പെരിയാറിന്റെ സഹധർമ്മിണി ഇ വി ആർ നാഗ
മ്മാൾ അന്തരിച്ചു. അതേവർഷം നവംബർ 26 ന് സ്വാഭിമാന സോഷ്യ
ലിസ്റ്റ് സമ്മേളനം ഈറോഡിൽവെച്ച് സംഘടിപ്പിക്കപ്പെട്ടു. *കുടിയരശു* എന്ന
പെരിയാറിന്റെ വാരിക ബ്രിട്ടീഷ് സർക്കാർ നിരോധിച്ചതും ഇക്കാലത്താ
ണ്. വാരികയിൽ വന്ന എഡിറ്റോറിയലിന്റെ പേരിൽ പെരിയാറിനും അദ്ദേ
ഹത്തിന്റെ സഹോദരനും ജയിൽശിക്ഷ അനുഭവിക്കേണ്ടിവന്നു.

1934 ൽ സോഷ്യലിസ്റ്റ് നേതാവായ ജയപ്രകാശ് നാരായണൻ പെരി
യാറിനെ സന്ദർശിച്ചു. താൻ സ്ഥാപിച്ച കോൺഗ്രസ് സോഷ്യലിസ്റ്റ് പാർട്ടി
യിൽ ചേരാൻ അദ്ദേഹം പെരിയാറിനോട് അഭ്യർത്ഥിച്ചു. 1934 ജനുവരി
12 ന് *പകുത്തറിവ് (യുക്തിചിന്ത)* എന്നൊരു പ്രസിദ്ധീകരണം പെരി
യാർ ആരംഭിച്ചു.

ജസ്റ്റിസ് പാർട്ടിക്കായിരുന്നു പെരിയാർ പിന്തുണ പ്രഖ്യാപിച്ചത്. 1935 ൽ
പാർട്ടി ആരംഭിച്ച *വിടുതലൈ* എന്ന തമിഴ് വാരിക 1937 ൽ ഒരു ദിനപത്ര
മായി പ്രസിദ്ധീകരിക്കാനുള്ള ചുമതല പാർട്ടി പെരിയാറിനെ ഏല്പിച്ചു.
ഇതേവർഷംതന്നെ സി രാജഗോപാലാചാരി അവിഭക്ത മദ്രാസ് പ്രവിശ്യ
യുടെ പ്രധാനമന്ത്രിയായപ്പോൾ സ്കൂൾ പാഠ്യപദ്ധതിയിൽ ഹിന്ദി ഉൾപ്പെ
ടുത്തി. ഇതിനെതിരെ പെരിയാർ രംഗത്തുവന്നു.

1937 ഡിസംബർ 27 ന് തിരുചിറപ്പള്ളിയിൽ ഹിന്ദി ആധിപത്യത്തി
നെതിരെ പെരിയാർ ഒരു മഹാസമ്മേളനം വിളിച്ചു. 1938 ൽ ഹിന്ദി നിർബ്ബ
ന്ധമാക്കിയ സ്കൂളിനു മുന്നിൽ പെരിയാർ സമരം ആരംഭിച്ചു. അതിനെ
ത്തുടർന്ന് അദ്ദേഹത്തെ അറസ്റ്റ് ചെയ്ത് ജയിലിലടച്ചു. രണ്ടുവർഷക്കാലം
അദ്ദേഹത്തിന് തടവറയിൽ കിടക്കേണ്ടിവന്നു.

1938 നവംബർ 13 ന് മദ്രാസിൽവെച്ച് നടന്ന തമിഴ്നാട് വനിതാ സമ്മേ
ളനത്തിൽവെച്ചാണ് ഇ വി സ്വാമിക്ക് പെരിയാർ എന്ന പേർ ലഭിക്കുന്നത്.
നീലാംബിക അമ്മയാർ ആയിരുന്നു ഈ വനിതാ സമ്മേളനത്തിന്റെ
അദ്ധ്യക്ഷ. 1939 ൽ സി രാജഗോപാലാചാരിയുടെ നേതൃത്വത്തിലുള്ള
മന്ത്രിസഭ രാജിവച്ചപ്പോൾ പകരം മന്ത്രിസഭ രൂപീകരിക്കാൻ ജസ്റ്റിസ്
പാർട്ടിയുടെ നേതാവായ പെരിയാറിനെ ക്ഷണിക്കുകയുണ്ടായി.

1940 ൽ മുംബൈയിൽവെച്ച് ഡോ. ബി ആർ അംബേദ്കറെയും
മുഹമ്മദാലി ജിന്നയെയും പെരിയാർ സന്ദർശിച്ചു. അദ്ദേഹത്തിന്റെകൂടെ
സി എ അണ്ണാദുരൈ ഉണ്ടായിരുന്നു.

1944 ആഗസ്ത് 27 ന് സേലത്തുവെച്ച് ജസ്റ്റിസ് പാർട്ടിയുടെ ഒരു
പ്രത്യേക സമ്മേളനം നടന്നു. ഈ സമ്മേളനത്തിൽവെച്ചാണ് ജസ്റ്റിസ്
പാർട്ടി ദ്രാവിഡ കഴകം എന്ന പേരിൽ പുനർനാമകരണം ചെയ്യപ്പെട്ടത്.
ബ്രാഹ്മണമേധാവിത്ത്വത്തിൻ കീഴിൽ അടിച്ചമർത്തപ്പെട്ടവരായി കഴിയുന്ന

ദ്രാവിഡ ജനതയെ വിമോചിപ്പിക്കുന്നതിനായി സോഷ്യലിസ്റ്റ് സങ്കല്പ
ത്തിൽ ഊന്നിയ ഒരു പ്രസ്ഥാനം എന്ന നിലയ്ക്കാണ് ദ്രാവിഡ കഴകം
വിഭാവനം ചെയ്യപ്പെട്ടത്.

1947 ആഗസ്ത് 15 ന് ഇന്ത്യ സ്വതന്ത്രയായപ്പോൾ തമിഴരുടെ
ദുഃഖദിനമെന്നാണ് പെരിയാർ വിശേഷിപ്പിച്ചത്. സ്വാതന്ത്ര്യത്തിനു മുമ്പു
നടന്ന (1946) കറുത്ത കുപ്പായ സമ്മേളനം ഒരു സേനയ്ക്ക് രൂപം കൊടു
ത്തിരുന്നു. ഈ 'കറുത്ത കുപ്പായസേന' നിരോധിക്കപ്പെട്ടു. പെരിയാർ,
സി എൻ അണ്ണാദുരൈ, മറൈമലൈ അഡികർ എന്നിവരുടെ നേതൃത്വ
ത്തിൽ തമിഴ്നാട്ടിലെങ്ങും ഹിന്ദിവിരുദ്ധ പ്രക്ഷോഭം ശക്തമായി. 1948
ജനുവരി 30 ന് ഗാന്ധി വധിക്കപ്പെട്ടപ്പോൾ അതിനെ അപലപിച്ചുകൊണ്ട്
പെരിയാർ നാടെങ്ങും പ്രസംഗിച്ചു. ഇന്ത്യക്ക് ഗാന്ധിദേശം എന്നു പേരിട
ണമെന്ന് അദ്ദേഹം അഭിപ്രായപ്പെട്ടു. അതേവർഷം ആഗസ്ത് 23 ന് ഇന്ത്യ
യുടെ ഗവർണ്ണർ ജനറലായി സി രാജഗോപാലാചാരി സ്ഥാനമേറ്റതിനു
ശേഷമുള്ള മദ്രാസ് സന്ദർശനവേളയിൽ അദ്ദേഹത്തെ പെരിയാറും
സംഘവും കരിങ്കൊടി കാണിച്ചു. ഇതിന്റെ പേരിൽ അദ്ദേഹത്തിന്
ഒരാഴ്ചക്കാലം ജയിൽവാസം അനുഷ്ഠിക്കേണ്ടിവന്നു.

1949 ൽ പെരിയാർ തന്റെ ആശയങ്ങളിൽ ആകൃഷ്ടയായ മണിയ
മ്മയാറിനെ വിവാഹം കഴിച്ചു. ഇന്ത്യൻ റിപ്പബ്ലിക് ദിനത്തെ തമിഴരുടെ
ദുഃഖദിനമായി പ്രഖ്യാപിച്ചതിന്റെ പേരിലും *പൊൻമൊഴികൾ* എന്ന
പുസ്തകം പ്രസിദ്ധീകരിച്ചതിന്റെ പേരിലും പെരിയാറിനെ ജയിലിലടച്ചു.

1953 ൽ പെരിയാർ വിഗ്രഹാരാധനയ്ക്കെതിരെ വലിയൊരു ക്യാമ്പ
യിൻ നടത്തി. പൊതു സ്ഥലത്തുവച്ച് അദ്ദേഹം ഒരു ഗണപതി വിഗ്രഹം
അടിച്ചുടച്ചു. രക്ഷാകർത്താവിന്റെ ജോലികൾ കുട്ടികൾ പഠിക്കുകയും
പിന്തുടരുകയും ചെയ്യണമെന്ന വിദ്യാഭ്യാസ പരിഷ്കരണത്തെ പെരി
യാർ ശക്തമായി എതിർത്തു. ഈ എതിർപ്പിനെ തുടർന്ന് സി രാജഗോ
പാലാചാരിക്ക് മുഖ്യമന്ത്രിസ്ഥാനംവരെ ഒഴിയേണ്ടിവന്നു. പിന്നീട് കെ
കാമരാജ് തമിഴ്നാട് മുഖ്യമന്ത്രിയായപ്പോൾ ഈ വിദ്യാഭ്യാസ പരിഷ്ക
രണം നിർത്തലാക്കി.

1955 ൽ ഹിന്ദി ഭാഷയുടെ മേധാവിത്വത്തിനെതിരെ ഇന്ത്യൻ പതാക
കത്തിക്കാൻ പെരിയാർ തീരുമാനിച്ചു. അതോടൊപ്പം പരസ്യമായി രാമന്റെ
ചിത്രം കത്തിക്കുകയും തെരുവിൽ പ്രക്ഷോഭം നടത്തുകയും ചെയ്ത
തിന്റെ പേരിൽ അദ്ദേഹത്തെ അറസ്റ്റ് ചെയ്തു. രാമകേന്ദ്രിതമായ ആര്യ
വംശീയ മേധാവിത്വത്തെ എതിർക്കുന്നതിനുവേണ്ടിയാണ് പെരിയാർ
രാമന്റെ ചിത്രം കത്തിച്ചത്.

ജാതിവ്യവസ്ഥിതിക്കെതിരെയുള്ള നിരവധി പ്രക്ഷോഭങ്ങളുടെയും
പ്രവർത്തനങ്ങളുടെയും ഫലമായി പെരിയാറിനെയും അദ്ദേഹത്തിന്റെ
സഹധർമ്മിണിയെയും അടക്കം നിരവധി പേർക്കെതിരെ കേസെടുക്കു
കയും പീഡിപ്പിക്കുകയും ചെയ്തു.

തമിഴ്നാട്ടിൽ ബ്രാഹ്മണർ നടത്തിയ ഹോട്ടലുകളുടെ സൈൻ

ബോർഡിൽ ബ്രാഹ്മിൻ ഹോട്ടൽ എന്ന് എഴുതാറുണ്ടായിരുന്നു. ജാതി നാമം പരസ്യപ്പലകയിൽ എഴുതിവയ്ക്കുന്ന അപരിഷ്കൃതമായ ഈ നട പടികൾക്കെതിരെ പെരിയാർ രംഗത്തുവന്നു. തമിഴ്നാട്ടിലെ എല്ലാ ബ്രാഹ്മ ണഹോട്ടലുകൾക്കു മുന്നിലും സ്ഥാപിച്ചിരുന്ന ഈ ബോർഡുകൾ മായ്ക്കുന്നതിനായി സംഘടിതമായ പ്രവർത്തനങ്ങൾ നടത്തപ്പെട്ടു.

അങ്ങനെ ഹോട്ടലുകളുടെ സൈൻ ബോർഡിൽനിന്ന് ബ്രാഹ്മിൻ എന്ന പേര് അപ്രത്യക്ഷമായി. ഇത്തരം പ്രവർത്തനങ്ങളുടെ പേരിൽ അദ്ദേഹം വീണ്ടും ജയിലിൽ അടയ്ക്കപ്പെട്ടു. 1950 ൽ പെരിയാർ കാൺപൂർ, ലഖ്നൗ, ഡെൽഹി തുടങ്ങിയ ദേശങ്ങളിൽ നടന്ന സമ്മേള നങ്ങളെ അഭിസംബോധന ചെയ്ത് സംസാരിച്ചു.

സി എൻ അണ്ണാദുരൈ തമിഴ്നാട് മുഖ്യമന്ത്രിയായപ്പോൾ പെരി യാറിനെ തിരുച്ചിറപ്പള്ളിയിൽ ചെന്നു കണ്ടു. തന്റെ മന്ത്രിസഭയ്ക്ക് എല്ലാ പിന്തുണയും നല്കണമെന്ന് അണ്ണാദുരൈ പെരിയാറിനോട് അഭ്യർ ത്ഥിച്ചു. തന്റെ മന്ത്രിസഭ പെരിയാറിന് സമർപ്പിക്കുകയാണെന്ന് അണ്ണാ ദുരൈ നിയമസഭയിൽ പ്രഖ്യാപിച്ചു. മദ്രാസ് സ്റ്റേറ്റ് എന്നത് തമിഴ്നാട് സ്റ്റേറ്റ് എന്ന് പുനർനാമകരണം ചെയ്തത് അണ്ണാദുരൈ മന്ത്രിസഭയാ ണ്. 1969 ൽ ഫെബ്രുവരി 3 ന് അണ്ണാദുരൈ അന്തരിച്ചു. അണ്ണാദുരൈ യുടെ നിര്യാണം പെരിയാറിനെ ദുഃഖത്തിലാക്കി. തമിഴ്നാടിന്റെ ഭാവി ഇരുളടഞ്ഞു എന്ന് അദ്ദേഹം പ്രഖ്യാപിച്ചു.

1970 ൽ ഒരു തമിഴ് മാസിക തിരുച്ചിറപ്പള്ളിയിൽനിന്ന് പെരിയാർ ആരംഭിച്ചു. *ഉണ്മ* എന്നായിരുന്നു മാസികയുടെ പേര്. ദ്രാവിഡ കഴക ത്തിന്റെ ആദ്യ ജനറൽ സെക്രട്ടറിയായ വീരമണിയായിരുന്നു മാസിക പ്രകാശനംചെയ്തത്. ഇതേവർഷംതന്നെ പെരിയാറിന് യുനസ്കോ അന്താരാഷ്ട്ര പുരസ്കാരം ലഭിക്കുകയുണ്ടായി. 'പെരിയാർ നവയുഗ ത്തിന്റെ പ്രവാചകൻ, തെക്കുകിഴക്കൻ ഏഷ്യയിലെ സോക്രട്ടീസ്, സാമു ഹിക പരിഷ്കരണ പ്രസ്ഥാനത്തിന്റെ പിതാവ്, അജ്ഞതയുടെയും അന്ധവിശ്വാസത്തിന്റെയും നിരർത്ഥകമായ ആചാരങ്ങളുടെയും മുഖ്യ എതിരാളി' എന്നിങ്ങനെ പ്രശംസാപത്രത്തിൽ എഴുതിയിരുന്നു.

അദ്ദേഹത്തിന്റെ ആരോഗ്യനില വഷളായി വന്നു. ഹെർണിയ രോഗംമൂലമുണ്ടായ വേദനയാൽ 1973 ഡിസംബർ 20 ന് പെരിയാറിനെ ചെന്നെയിലെ സർക്കാർ ജനറൽ ആശുപത്രിയിൽ പ്രവേശിപ്പിച്ചു. പിറ്റേ ദിവസം അദ്ദേഹത്തിന്റെ ആഗ്രഹപ്രകാരം വെല്ലൂർ സി എം സി ആശുപ ത്രിയിലേക്കു മാറ്റി. എന്നാൽ, അസുഖം ഭേദമായില്ല. അങ്ങനെ 1973 ഡിസംബർ 24 ന് പെരിയാർ എന്ന സാമൂഹിക വിപ്ലവകാരി ലോകത്തോടു വിടപറഞ്ഞു.

ഡോ. ബി ആർ അംബേദ്കർ
(1891 – 1956)

ഇന്ത്യയിലെ അധഃസ്ഥിത ജന തയുടെ വിമോചകനും ഇന്ത്യൻ നവോ ത്ഥാനനായകരിൽ പ്രമുഖനുമാണ് ഡോ. ബി ആർ അംബേദ്കർ. ഇന്ത്യൻ ഭരണഘടനാ ശില്പി, സ്വതന്ത്ര ഇന്ത്യ യിലെ ആദ്യ നിയമമന്ത്രി തുടങ്ങി നിര വധി പദവികൾ അദ്ദേഹം വഹിച്ചിട്ടു ണ്ട്. ആധുനിക ഇന്ത്യയെ വാർത്തെ ടുക്കുന്നതിൽ അംബേദ്കർ വഹിച്ച പങ്ക് വലുതാണ്. എന്നാൽ, ജാതിയുടെ ജനിതകരോഗം ബാധിച്ച ഇന്ത്യയിലെ സവർണ്ണ മേൽക്കോയ്മക്കെതിരെ സന്ധിയില്ലാത്ത സമരമുഖങ്ങൾ തുറ ന്നിട്ട പ്രക്ഷോഭകാരിയായാണ് അംബേ ദ്കർ ഇന്ന് അടയാളപ്പെടുന്നത്. മാത്ര മല്ല അദ്ദേഹത്തിന്റെ ദർശനങ്ങളും രച

ഡോ. ബി ആർ അംബേദ്കർ

നകളും സമകാലിക ഇന്ത്യയിലെ പ്രതിലോമ ഘട്ടങ്ങളിൽ കൂടുതൽ പ്രസക്തമാകുന്നു.

ബാല്യകാലം

1891 ഏപ്രിൽ 14 ന് മൗവ് (ഇപ്പോൾ മദ്ധ്യപ്രദേശ്) എന്ന ദേശത്താണ് അംബേദ്കർ ജനിക്കുന്നത്. റാംജി സക്പാലിന്റെയും ഭീമാഭായിയുടെയും പതിനാലാമത്തെ മകനായിരുന്നു അദ്ദേഹം. ബ്രിട്ടീഷുകാർ രൂപംകൊ

ടുത്ത മഹർ സേനാവിഭാഗത്തിലായിരുന്നു പിതാവിന് ജോലി. അംബേ ദ്കറിന്റെ അഞ്ചാം വയസ്സിൽ മാതാവ് അന്തരിച്ചു. പിന്നീട് അദ്ദേഹത്തെ വളർത്തിയ മീരാഭായി എന്ന അമ്മായിയായിരുന്നു.

ദപോളയിലുള്ള മറാത്തി സ്കൂളിൽ അംബേദ്കർ പഠിക്കാനായി ചേർന്നു. ഭീമാ റാംജി അംബേവാഡേക്കർ എന്നായിരുന്നു സ്കൂൾ രജി സ്റ്ററിൽ പേർ ചേർത്തത്. ഇതിൽ ഭീമ എന്നത് അമ്മായി വിളിക്കുന്ന പേരായിരുന്നു. അംബേവാഡേക്കർ എന്നത് അദ്ദേഹത്തിന്റെ പ്രപിതാമ ഹന്മാരുടെ ഗ്രാമപ്പേരുമായിരുന്നു. 1900 ൽ അംബേദ്കർ സത്താറയിലെ സർക്കാർ സ്കൂളിലേക്ക് മാറി. ഇവിടെവച്ചാണ് അദ്ദേഹം അംബേദ്കർ എന്ന പേർ സ്വീകരിക്കുന്നത്. ഇത് യഥാർത്ഥത്തിൽ അദ്ദേഹത്തിന്റെ അദ്ധ്യാപകന്റെ പേരായിരുന്നു.

അസ്പൃശ്യ ജാതിയിൽപെട്ട അംബേദ്കറിന്റെ വിദ്യാഭ്യാസ കാലം ദുരിതപൂർണ്ണമായിരുന്നു. തന്റെ സഹപാഠികളിൽനിന്നും അദ്ധ്യാപക രിൽനിന്നും അംബേദ്കർ ജാതിവിവേചനത്തിന്റെ ക്രൂരമായ അവഗണ നകൾ നേരിട്ടു. സഹപാഠികളോപ്പം ഇരിക്കാനുള്ള അവകാശം ഇല്ലായി രുന്നു. ക്ലാസ് മുറിയുടെ മൂലയിൽ ഒരു ചാക്കു കഷണം വിരിച്ച് അതിലി രുന്നാണ് ആ ബാലൻ പഠിച്ചത്. സ്കൂളിലെ പൊതു പൈപ്പിൽനിന്ന് വെള്ളം എടുക്കുവാനോ അതിൽ സ്പർശിക്കാൻപോലുമോ അംബേ ദ്കറെ അനുവദിച്ചിരുന്നില്ല.

1904 ൽ അംബേദ്കറുടെ പിതാവ് റാംജിയെ ജോലിയിൽനിന്ന് പിരിച്ചുവിട്ടു. ബോംബെയിലേക്ക് താമസം മാറ്റിയ റാംജിയും കുടുംബവും അവിടെ ലോവർപരേലിലെ ഒറ്റമുറിയിലാണ് താമസിച്ചത്. അംബേദ്കർ അവിടുത്തെ മറാത്താ ഹൈസ്കൂളിൽ ചേർന്നു. പഠനത്തോടൊപ്പം വായ നയുടെ വിശാലലോകത്തേക്ക് സഞ്ചരിക്കാനും ആ വിദ്യാർത്ഥി ശ്രമിച്ചു. മറാത്താ സ്കൂളിൽ വിദ്യാഭ്യാസ ആനുകൂല്യങ്ങൾ ഇല്ലാത്തതിനാൽ അംബേദ്കർ തന്റെ തുടർപഠനം എൽഫിസ്റ്റൺ ഹൈസ്കൂളിലേക്ക് മാറ്റി.

ബോംബെ ഒരു വ്യവസായ നഗരമായി മാറിക്കൊണ്ടിരിക്കുന്ന കാല മായിരുന്നു അത്. അതുകൊണ്ടുതന്നെ സത്താറയിലെപ്പോലുള്ള അയി ത്താനുഭവങ്ങൾ അദ്ദേഹത്തിന് അവിടെ നേരിടേണ്ടിവന്നില്ല. എങ്കിലും ജാതി വിദ്വേഷത്തിന്റെയും അയിത്തത്തിന്റെയും നീറുന്ന അനുഭവങ്ങൾ അവിടെയും അംബേദ്കറിന് നേരിടേണ്ടിവന്നു.

ഒരിക്കൽ അദ്ധ്യാപകന്റെ ആവശ്യപ്രകാരം അംബേദ്കർ ബ്ലാക്ക് ബോർഡിൽ എഴുതാൻ എഴുന്നേറ്റപ്പോൾ സവർണ്ണജാതിയിലെ കുട്ടിക ളുടെ നിലവിളി ഉയർന്നു. കാരണം അവരുടെ ഭക്ഷണപ്പൊതികൾ വച്ചി രുന്നത് ഈ ബോർഡിന് സമീപമായിരുന്നു. അംബേദ്കറുടെ സാമീപ്യ ത്താൽ അത് അയിത്തമായി പോകുമത്രേ.

1907 ൽ അംബേദ്കർ മെട്രിക്കുലേഷൻ പാസായി. ജ്യോതിറാവു ഫുലെയുടെ സത്യശോധക് പ്രസ്ഥാനം അദ്ദേഹത്തെ അഭിനന്ദിച്ചു. മറാത്തി സാഹിത്യകാരനായ കൃഷ്ണറാവു അർജ്ജുൻ കെലുസ്കർ

അദ്ദേഹത്തിന് ഒരു പുസ്തകം സമ്മാനിച്ചു. ശ്രീബുദ്ധനെക്കുറിച്ച് കെലു സ്കർ എഴുതിയ ഈ പുസ്തകം അംബേദ്കറെ ഏറെ സ്വാധീനിച്ചു.

തന്റെ പതിനാലാമത്തെ വയസ്സിൽ ഒമ്പത് വയസ്സുള്ള രമാഭായിയു മായി അംബേദ്കറുടെ വിവാഹം നടന്നു. തീർത്തും ആചാരം അനുസ രിച്ചുള്ള വിവാഹം.

മെട്രിക്കുലേഷൻ പാസായശേഷം ബോംബെയിലെ എൽഫിസ്റ്റൺ കോളേജിൽ അദ്ദേഹം ഉപരിപഠനത്തിന് ചേർന്നു. കടുത്ത സാമ്പത്തിക പ്രയാസങ്ങൾ അദ്ദേഹത്തെ അലട്ടി. അംബേദ്കറിന് പുസ്തകം സമ്മാ നിച്ച കെലുസ്കറുടെ ശുപാർശപ്രകാരം ബറോഡയിലെ പുരോഗമന വാദിയായ രാജാവ് തെയ്ജിറാവു ഗേക് വാഡ് പ്രതിമാസം 25 രൂപ അദ്ദേ ഹത്തിന് സ്കോളർഷിപ്പായി അനുവദിച്ചു. എൽഫിസ്റ്റൺ കോളേജിലെ പ്രൊഫസറായ മുള്ളർ അംബേദ്കറിന് പുസ്തകങ്ങളും വസ്ത്രങ്ങളും നല്കി.

ജാതിവിവേചനത്തിന്റെ അവഗണനയും കയ്പുനീരും അദ്ദേഹം അവിടെയും അനുഭവിച്ചു. കോളേജ് ഹോസ്റ്റലിൽനിന്ന് അംബേദ്കർക്ക് ഭക്ഷണമോ വെള്ളമോ കിട്ടിയിരുന്നില്ല. 1912 ൽ അദ്ദേഹം ബിരുദധാരി യായി. 1913ൽ ബറോഡ സൈന്യത്തിലെ ഉയർന്ന ഉദ്യോഗസ്ഥനായി അദ്ദേഹം ജോലിയിൽ പ്രവേശിച്ചു. എന്നാൽ 15 ദിവസം മാത്രമേ അദ്ദേ ഹത്തിന് ജോലിയിൽ തുടരാൻ കഴിഞ്ഞുള്ളൂ. കാരണം സവർണ്ണഹിന്ദു മതത്തിന്റെ ദുരാചാരങ്ങൾ അവിടെയും അദ്ദേഹത്തിനുമേൽ ചാടിവീണു. ഉയർന്ന ഉദ്യോഗസ്ഥനായിട്ടും അംബേദ്കർക്ക് അതിന്റെ ബഹുമാനമോ പരിഗണനയോ ലഭിച്ചില്ല. ശിപായിമാർപോലും ഫയലുകൾ എറിഞ്ഞാണ് അദ്ദേഹത്തിന് കൊടുത്തിരുന്നത്. ചായയോ കുടിവെള്ളമോ അവിടെനിന്ന് ലഭിച്ചില്ല. അതുകൊണ്ടുതന്നെ അദ്ദേഹം ഈ ജോലി വേണ്ടെന്നുവച്ചു.

1913 ഫെബ്രുവരി 2 ന് അംബേദ്കറുടെ പിതാവ് അന്ത്യശ്വാസം വലിച്ചു. പിതാവിന്റെ മരണം അദ്ദേഹത്തെ ഏറെ തളർത്തി.

കൊളംബിയ സർവ്വകലാശാലയിൽ

ബറോഡയിലെ ജോലി ഉപേക്ഷിച്ച് അംബേദ്കർ അതേവർഷം തന്നെ (1913 ജൂലൈ) അമേരിക്കയിലെ കൊളംബിയ സർവ്വകലാശാല യിൽ ബിരുദപഠനത്തിന് ചേർന്നു. ബറോഡരാജാവിന്റെ സ്കോളർഷിപ്പ് അദ്ദേഹത്തിന് സഹായകമായി. 1915 ൽ അംബേദ്കർ എം എ ബിരുദം സമ്പാദിച്ചു.

1916 ൽ നരവംശശാസ്ത്രകാരന്മാരുടെ ഒരു സെമിനാറിൽ പ്രബന്ധം അവതരിപ്പിക്കാൻ അംബേദ്കർ ക്ഷണിക്കപ്പെട്ടു. 'ഇന്ത്യയിലെ ജാതികൾ; അതിന്റെ പ്രവർത്തനം, ഉത്ഭവം, വികാസം' എന്നതായിരുന്നു അദ്ദേഹ ത്തിന്റെ പ്രബന്ധവിഷയം. ഇന്ത്യയിലെ ജാതിവ്യവസ്ഥയെ സംബന്ധിച്ച് ഇന്നോളമുണ്ടായിട്ടുള്ള പഠനങ്ങളിൽ ഏറ്റവും മികച്ചതായി പരിഗണിക്ക പ്പെടുന്നത് ഈ പ്രബന്ധമാണ്.

1916 ൽത്തന്നെ ഇന്ത്യയുടെ ദേശീയ ഓഹരി വിഹിതം; ചരിത്രപ രവും അപഗ്രഥനാത്മകവുമായ പഠനം എന്ന ഗവേഷണപ്രബന്ധം അംബേദ്കറിന് ഡോക്ടറേറ്റ് നേടിക്കൊടുത്തു. ഇതേവർഷം തന്നെ അദ്ദേഹം അമേരിക്കയിൽനിന്ന് ലണ്ടനിലെത്തി. അവിടത്തെ ലണ്ടൻ സ്കൂൾ സയൻസിൽ സാമ്പത്തികശാസ്ത്ര വിദ്യാർത്ഥിയായി ചേർന്നു. എന്നാൽ, പഠനം പൂർത്തിയാക്കാനാകാതെ 1917 ജൂൺ 27 ന് അദ്ദേഹം ഇന്ത്യയിലേക്ക് കപ്പൽ കയറി.

ഇന്ത്യയിലെത്തിയ അദ്ദേഹം ബറോഡ രാജാവിന്റെ മിലിട്ടറി സെക്ര ട്ടറിയായി സ്ഥാനമേറ്റു. ഉയർന്ന ഉദ്യോഗസ്ഥനായിട്ടും ജാതിയുടെ പേരി ലുള്ള പീഡനങ്ങൾക്ക് ഒട്ടും കുറവുവന്നില്ല. അയിത്തജാതിക്കാരനായ ഒരു മഹർ ബറോഡയിലെ ഉദ്യോഗസ്ഥനായി എത്തുന്ന വിവരം നാടെങ്ങും പരന്നു. അതുകൊണ്ടു കിടക്കാനൊരിടമോ ഭക്ഷണമോ അദ്ദേ ഹത്തിന് ലഭിച്ചില്ല. അവസാനം ഒരു പാഴ്സിയുടെ ലോഡ്ജിൽ വേഷ പ്രച്ഛന്നനായാണ് അദ്ദേഹം താമസിച്ചത്. കുറച്ചുകാലത്തിനുശേഷം പാഴ്സി അംബേദ്കറുടെ ജാതി തിരിച്ചറിയുകയും അദ്ദേഹത്തെ ലോഡ്ജിൽനിന്ന് പുറത്താക്കുകയും ചെയ്തു. ഈ വിവരങ്ങൾ ബറോഡ രാജാവിനെ അറിയിച്ചെങ്കിലും ജാതി മേധാവിത്വത്തിനു മുമ്പിൽ രാജാവും നിസ്സഹായനായിരുന്നു.

അംബേദ്കർ ആ ജോലി ഉപേക്ഷിച്ച് ബറോഡയിൽനിന്ന് ബോംബെയ്ക്കു തിരിച്ചു. ജീവിതം ജാതിയുടെ മതിൽക്കെട്ടിൽ വഴിമുട്ടി നിന്നു. ട്യൂഷൻ എടുത്ത് ജീവിക്കാമെന്ന് കരുതിയെങ്കിലും രണ്ടുകുട്ടി കൾമാത്രമാണ് പഠിക്കാനെത്തിയത്. അങ്ങനെ അതും പരാജയപ്പെട്ടു.

1918 ൽ അംബേദ്കർ ബോംബെയിലെ സിഡൻഹാം കോളേജിൽ പൊളിറ്റിക്കൽ ഇക്കോണമി അദ്ധ്യാപകനായി ജോലിയിൽ പ്രവേശിച്ചു. പ്രഗത്ഭനായ ഒരു അദ്ധ്യാപകനെയാണ് വിദ്യാർത്ഥികൾ അവിടെ കണ്ടത്. മറ്റു കോളേജുകളിൽനിന്നുപോലും അംബേദ്കറുടെ ക്ലാസിലിരിക്കാൻ വിദ്യാർത്ഥികൾ വന്നുതുടങ്ങി. എന്നാൽ, സഹഅദ്ധ്യാപകരെ സംബ ന്ധിച്ചിടത്തോളം അംബേദ്കർ ഒരു അയിത്ത ജാതിക്കാരൻമാത്രമാണ്. ഓഫീസ് റൂമിലെ കൂജയിൽ കരുതിയിരുന്ന വെള്ളം കുടിച്ചതിന് ചില ഗുജറാത്തി പ്രൊഫസർമാർ എതിർപ്പ് പ്രകടിപ്പിച്ചത് അംബേദ്കറെ വല്ലാതെ വേദിനിപ്പിച്ചു.

മൂക്നായിക് ആരംഭിക്കുന്നു

സൗത്ത് ബ്യൂറോ കമീഷൻ വോട്ടവകാശത്തെ സംബന്ധിച്ച് തെളി വെടുപ്പു നടത്തിയപ്പോൾ അംബേദ്കർ അവർക്കു മുമ്പിൽ അധഃസ്ഥി തർക്ക് പ്രത്യേക വോട്ടവകാശം വേണമെന്ന് വാദിച്ചു. 1919 ലാണ് സൗത്ത് ബ്യൂറോ കമീഷന്റെ ശുപാർശകൾ സമർപ്പിക്കുന്നത്. പിന്നീട് മൗണ്ട് ഫോർഡ് പരിഷ്കാരങ്ങൾക്ക് കാരണമായത് ഈ ശുപാർശകളായിരുന്നു.

1920 ജനുവരി 31 ന് അംബേദ്കർ *മൂക്നായിക്* എന്ന പേരിൽ ഒരു പ്രസിദ്ധീകരണം ആരംഭിച്ചു. അധഃസ്ഥിത വർഗ്ഗത്തിന്റെ വിമോചനത്തി നായി *മൂക്നായിക്* ശബ്ദമുയർത്തി. കൊൽഹാപ്പൂരിലെ സാഹു മഹാ രാജാവിന്റെ പ്രവർത്തനങ്ങൾ അധഃസ്ഥിത ജനതയുടെ ഉന്നമനം ലക്ഷ്യം വച്ചുള്ളതായിരുന്നു. സാഹു മഹാരാജാവ് *മൂക്നായികിന്* 1000 രൂപ സംഭാവന നല്കി. ദളിതരുടെ പ്രശ്നങ്ങളെക്കുറിച്ച് ആലോചിക്കാൻ 1918 ൽ നാഗ്പൂരിലും 1920 ൽ കൊൽഹാപ്പൂരിലും രണ്ട് മഹാസമ്മേളനങ്ങൾ രാജാവ് വിളിച്ചുചേർത്തു. ഈ സമ്മേളനങ്ങളിൽ അംബേദ്കറിന്റെ സാന്നിദ്ധ്യം സവിശേഷ ശ്രദ്ധനേടി.

ലണ്ടനിലേക്ക് വീണ്ടും

1920 ജൂലൈ 20 ന് മുടങ്ങിപ്പോയ സാമ്പത്തികശാസ്ത്ര പഠനം തുട രുന്നതിനായി അംബേദ്കർ ലണ്ടനിലേക്ക് യാത്രതിരിച്ചു. ലണ്ടൻ സ്കൂൾ ഓഫ് ഇക്കണോമിക്സ് ആന്റ് പൊളിറ്റിക്കൽ സയൻസിൽ അദ്ദേഹം ചേർന്നു. ഒപ്പം നിയമപഠനവും ആരംഭിച്ചു. ഇക്കാലയളവിൽ സാഹു മഹാ രാജാവ് അംബേദ്കറിനെയും കുടുംബത്തെയും അകമഴിഞ്ഞ് സഹാ യിച്ചു.

വായനയുടെ വിശാല ലോകത്തേക്ക് അംബേദ്കർ പ്രവേശിക്കുന്നത് തന്റെ ലണ്ടൻ പഠനകാലത്താണ്. ലണ്ടൻ യൂണിവേഴ്സിറ്റി ജനറൽ ലൈബ്രറി, ഗോൾഡ്സ്മിത്ത് ലൈബ്രറി ഓഫ് ഇക്കണോമിക്സ് ലിറ്റ റേച്ചർ എന്നിവിടങ്ങളിലെ നിത്യസന്ദർശകനായിരുന്നു അദ്ദേഹം. കാൾ മാർക്സിനെപ്പോലുള്ള ചിന്തകർ എഴുത്തിനും പഠനത്തിനുമായി ചെല വഴിച്ച ബ്രിട്ടീഷ് മ്യൂസിയം ലൈബ്രറിയിൽ അംബേദ്കരും ഏറെക്കാലം ഉറക്കമിളച്ചു. ഈ സമയത്ത് ബോംബെയിൽ അദ്ദേഹത്തിന്റെ പത്നി രമാഭായി ജീവിതപ്രയാസങ്ങളോട് മല്ലിടുകയായിരുന്നു.

1921 ജൂണിൽ അംബേദ്കർ സാമ്പത്തികശാസ്ത്രത്തിൽ എം എസ് സി ബിരുദം നേടി. 'ബ്രിട്ടീഷ് ഇന്ത്യയിലെ സാമ്രാജ്യത്വ സമ്പദ്‌വ്യവസ്ഥ യുടെ പ്രാദേശിക വികേന്ദ്രീകരണം' എന്ന പ്രബന്ധത്തിനായിരുന്നു ബിരുദം. 1922 ൽ ജർമ്മനിയിലെ ബോൺ സർവ്വകലാശാലയിൽ 'രൂപ യുടെപ്രശ്നം' എന്ന വിഷയത്തിൽ ഉപരിഗവേഷണം നടത്തുകയും അദ്ദേഹം ഡി എസ് സി ബിരുദം നേടുകയും ചെയ്തു.

മഹദ്കലാപം

1923 ൽ അംബേദ്കർ തിരിച്ച് ബോംബയിലെത്തി. ഇതിനകം അഭി ഭാഷക ബിരുദവും സയൻസിലും ഫിലോസഫിയിലും അദ്ദേഹം ഡോക്ട റേറ്റും കരസ്ഥമാക്കിയിരുന്നു. 1920 ജൂലൈ 20 ന് ബഹിഷ്കൃത ഹിത കാരിണി സഭ എന്ന സംഘടന രൂപംകൊണ്ടു. അതിന്റെ ചെയർമാൻ അംബേദ്കർ ആയിരുന്നു. പ്രസിഡന്റ് സർ ചിമൻലാൽ സെതൽവാദ് ആയിരുന്നു. ബി ജി ശേഖർ, കെ എഫ് നരിമാൻ, ഡോ. ആർ പി പരി

ഞ്ചിപ്പൈ തുടങ്ങിയ പ്രമുഖരും സംഘടനയുടെ നേതൃത്വത്തിൽ ഉണ്ടാ യിരുന്നു.

1925 ജനുവരി നാലിന് ബഹിഷ്കൃത് ഹിതകാരിണി സഭയുടെ നേതൃ ത്വത്തിൽ ദളിത് വിദ്യാർത്ഥികൾക്കുവേണ്ടി കൊൽഹാപ്പൂരിൽ ഒരു ഹോസ്റ്റൽ ആരംഭിച്ചു. അംബേദ്കറുടെയും അനുയായികളുടെയും ഇത്തരം പ്രവർത്തനങ്ങൾക്കൊന്നുംതന്നെ പത്ര-മാധ്യമങ്ങൾ യാതൊരു പ്രാധാന്യവും കൊടുത്തിരുന്നില്ല. അങ്ങനെ 1927 ഏപ്രിൽ മൂന്നിന് ബഹി ഷ്കൃത്ഭാരത് എന്ന പേരിൽ അദ്ദേഹമൊരു പത്രം ആരംഭിച്ചു.

1927 ൽ അംബേദ്കർ ബോംബെ ലജിസ്റ്റേറ്റീവ് കൗൺസിലിലേക്ക് തിരഞ്ഞെടുക്കപ്പെട്ടു. അതേവർഷംതന്നെയാണ് ചരിത്രപ്രസിദ്ധമായ മഹ ദ്കലാപം നടക്കുന്നത്. ചൗദാർകുളത്തിൽനിന്ന് വെള്ളമെടുത്തുകൊണ്ട് പൊതു ഇടങ്ങൾ തങ്ങൾക്കുകൂടി അവകാശപ്പെട്ടതാണെന്ന് അധഃസ്ഥിത ജനത അംബേദ്കറുടെ നേതൃത്വത്തിൽ പ്രഖ്യാപിച്ചു. പതിനായിരക്ക ണക്കിന് ദളിത് ജനത ഈ സമരത്തിൽ പങ്കെടുത്തു. സവർണ്ണ ജാതി ക്കാർ ഈ സമരത്തിനെതിരെ അക്രമം അഴിച്ചുവിട്ടു. നിരവധിപേർക്ക് പരിക്കേറ്റു. സവർണ്ണഹിന്ദുത്വത്തിന്റെ അസഹിഷ്ണുതയുടെയും ജാതി ഭ്രാന്തിന്റെയും ക്രൂരമായ പ്രയോഗമായിരുന്നു അവിടെ നടന്നത്.

ദളിതരുടെ അവകാശബോധത്തെ ഉണർത്തിയ സമരമായിരുന്നു ഇത്. അതുകൊണ്ടുതന്നെ ഇന്ത്യാചരിത്രത്തിൽ ഈ സമരത്തിന് സവി ശേഷമായ ഇടമുണ്ട്.

മനുസ്മൃതി കത്തിക്കുന്നു

1927 ഡിസംബർ 25 ന് അംബേദ്കറിന്റെ നേതൃത്വത്തിൽ ധീര മായ ഒരു സമരം നടന്നു. ഹിന്ദുത്വത്തെ ആശയപരമായും പ്രായോഗിക മായും നിലനിർത്തുന്ന *മനുസ്മൃതി* എന്ന ഗ്രന്ഥത്തെ പരസ്യമായി അഗ്നി ക്കിരയാക്കിയ സംഭവമായിരുന്നു അത്. ജാതിവ്യവസ്ഥയെയും അസ്പൃ ശൃതയെയും ന്യായീകരിക്കുന്ന ഈ ഗ്രന്ഥം അധഃസ്ഥിത ജനതയെ നൂറ്റാ ണ്ടുകളായി അടിമത്തത്തിന്റെ നുകത്തിൽ കുരുക്കിയിടാൻ സവർണ്ണ ഹിന്ദുത്വം ഉപയോഗിച്ചു. അതിനെതിരായ കലാപമെന്ന നിലയ്ക്കാണ് *മനുസ്മൃതിയെ* അദ്ദേഹം അഗ്നിക്കിരയാക്കുന്നത്.

ഒന്നാം വട്ടമേശസമ്മേളനം

1930 ൽ നടന്ന ഒന്നാം വട്ടമേശ സമ്മേളനത്തിൽ അംബേദ്കർ പങ്കെ ടുത്തു. ഇന്ത്യൻ നാഷണൽ കോൺഗ്രസ് ഈ സമ്മേളനത്തെ ബഹി ഷ്കരിച്ചിരുന്നു. അതുകൊണ്ടുതന്നെ വട്ടമേശ സമ്മേളനത്തിൽ അംബേ ദ്കറുടെ സാന്നിധ്യം ശ്രദ്ധേയമായിരുന്നു. 1930 നവംബർ 12 നാണ് സമ്മേ ളനം ആരംഭിച്ചത്. ബ്രിട്ടീഷ് ചക്രവർത്തിയായിരുന്നു ഉദ്ഘാടകൻ. അദ്ധ്യ ക്ഷൻ ബ്രിട്ടീഷ് പ്രധാനമന്ത്രി മാക് ഡൊനാൾഡ്. പണ്ഡിതന്മാരും സാഹി ത്യകാരന്മാരും ഭരണകർത്താക്കളും അടങ്ങുന്ന ധിഷണാശാലികളായി

രുന്നു സമ്മേളനത്തിൽ പങ്കെടുത്തിരുന്നത്. എന്നാൽ, അംബേദ്ക
റെപ്പോലെ അക്കാദമിക് യോഗ്യതയുള്ള ആരുംതന്നെ അവിടെ ഉണ്ടായി
രുന്നില്ല.

അംബേദ്കറിന്റെ ശബ്ദം സമ്മേളനത്തിൽ സവിശേഷമായി മുഴ
ങ്ങിക്കേട്ടു. ഇന്ത്യയിലെ അധഃസ്ഥിത ജനതയുടെ ശബ്ദമായിരുന്നു അത്.
ബ്രിട്ടീഷ് ഇന്ത്യയിലെ ജനസംഖ്യയിൽ അഞ്ചിലൊന്ന് വരുന്ന അടിമക
ളേക്കാൾ അടിച്ചമർത്തപ്പെട്ട ജനവിഭാഗത്തിന്റെ അഭിപ്രായമാണ് താൻ
പ്രകടിപ്പിക്കുന്നതെന്ന് അദ്ദേഹം പറഞ്ഞു. ജനങ്ങളുടേതായ, ജനങ്ങൾക്കു
വേണ്ടി, ജനങ്ങൾ ഭരിക്കുന്ന ഒരു ഗവൺമെന്റാണ് തങ്ങൾക്കാവശ്യമെന്ന്
അദ്ദേഹം പ്രഖ്യാപിച്ചു. നാടുവാഴിത്തത്തിന്റെയും സാമ്രാജ്യത്വ
മേൽക്കോയ്മയുടെയും അധീശശക്തികൾക്ക് എതിരായി ആധുനിക
ജനാധിപത്യത്തിനുവേണ്ടി കീഴാളസമൂഹത്തിൽനിന്ന് ഉയർന്നുകേട്ട നിർഭ
യമായ സ്വരമായിരുന്നു അംബേദ്കറിൽനിന്ന് ഉയർന്നുകേട്ടത്.

1931 ജനുവരി 19 ന് വട്ടമേശ സമ്മേളനം പിരിഞ്ഞപ്പോൾ അധഃസ്ഥിത
രുടെ വിവിധ പ്രശ്നങ്ങൾ ചർച്ചയാകാൻ തുടങ്ങി. ഇതേ സമയത്തുതന്നെ
യാണ് അംബേദ്കറുടെ നിർദ്ദേശപ്രകാരം എന്ന പേരിൽ ഒരു ദൈവവാ
രിക ആരംഭിക്കുന്നത്. 1931 ഫെബ്രുവരി 27 ന് അംബേദ്കർ ബോംബെ
യിൽ തിരിച്ചെത്തി.

രണ്ടാം വട്ടമേശസമ്മേളനം

1931 സെപ്തംബർ 7 ന് രണ്ടാം വട്ടമേശസമ്മേളനം ആരംഭിച്ചു.
ഗാന്ധിജി ഈ സമ്മേളനത്തിൽ പങ്കെടുത്തു. കൂടെ കോൺഗ്രസിനെ
പ്രതിനിധീകരിച്ച് മാളവ്യ, സരോജിനി നായിഡു എന്നിവരും ഉണ്ടായിരു
ന്നു. അംബേദ്കറും സമ്മേളന പ്രതിനിധിയായിരുന്നു. ഒന്നാം സമ്മേള
നത്തിലെ ഓരോ കമ്മിറ്റികളും തയ്യാറാക്കിയ റിപ്പോർട്ടുകൾ പുനഃപരി
ശോധിക്കുകയും വിപുലീകരിക്കുകയും ചെയ്യുക എന്നതായിരുന്നു
രണ്ടാം വട്ടമേശസമ്മേളനത്തിന്റെ ലക്ഷ്യം.

കോൺഗ്രസ് എല്ലാം ഇന്ത്യൻ താല്പര്യങ്ങളെയും വിഭാഗങ്ങളെയും
പ്രതിനിധീകരിക്കുന്നതായി ഗാന്ധി വട്ടമേശസമ്മേളനത്തിൽ അവകാശ
പ്പെട്ടു. ഇന്ത്യക്കാരുടെ മുഴുവൻ പ്രതിനിധിയായി സ്വയം ചമയുന്ന ഗാന്ധി
യെയും കോൺഗ്രസിനെയും അംബേദ്കർ സമ്മേളത്തിൽ വിമർശിച്ചു.
അംബേദ്കറുടെ വാദഗതികൾ മൗലികവും വിപ്ലവകരവുമാണെന്ന് സമ്മേ
ളനം വിലയിരുത്തി. അധഃസ്ഥിത ജനവിഭാഗങ്ങൾക്ക് പ്രത്യേക നിയോ
ജകമണ്ഡലം എന്നതിൽ കുറഞ്ഞ് മറ്റൊന്നും സ്വീകാര്യമല്ലെന്ന് അംബേ
ദ്കർ പ്രഖ്യാപിച്ചു.

കമ്യൂണൽ അവാർഡും പൂനാപാക്ടും

അംബേദ്കറുടെ നിരന്തരമായ പ്രയത്നത്തിലൂടെയും ഇടപെടലി
ലൂടെയും അധഃസ്ഥിതർക്ക് അസംബ്ലിയിൽ പ്രത്യേക സീറ്റുകളും ഇരട്ട

വോട്ടവകാശവും അനുവദിക്കപ്പെട്ടു. അതായത് തങ്ങളുടെ പ്രതിനിധിയെ തിരഞ്ഞെടുക്കാനും അതോടൊപ്പം പൊതു പ്രതിനിധിക്ക് വോട്ടു ചെയ്യാനുമുള്ള അവകാശമായിരുന്നു അത്. ഇതാണ് കമ്യൂണൽ അവാർഡ്. ഗാന്ധിജി ഇതിന് എതിരായിരുന്നു. കമ്യൂണൽ അവാർഡ് ഇന്ത്യയെ രാഷ്ട്രീയമായി ഭിന്നിപ്പിക്കുമെന്ന് ഗാന്ധിജി അഭിപ്രായപ്പെട്ടു. ജാതി വാദികളായ സവർണ്ണ നേതൃത്വവും കമ്യൂണൽ അവാർഡിനെ എതിർത്തു.

ഗാന്ധിജി കമ്യൂണൽ അവാർഡിനെതിരെ നിരാഹാരം ആരംഭിച്ചു. ഇന്ത്യയിൽ വലിയ പ്രത്യാഘാതങ്ങൾ ഉളവാക്കിയ സംഭവമായിരുന്നു ഇത്. ഗാന്ധിജിയുടെ ജീവൻ രക്ഷിക്കുക എന്ന മുറവിളി ഇന്ത്യ മുഴുവൻ അലയടിച്ചു. കമ്യൂണൽ അവാർഡിലെ വ്യവസ്ഥകൾ മാറ്റാതെ ഗാന്ധി തന്റെ നിരാഹാര സമരം അവസാനിപ്പിക്കാൻ തയ്യാറായില്ല. അംബേദ്കർ വിട്ടുവീഴ്ച ചെയ്യുമെന്ന് എല്ലാവരും പ്രതീക്ഷിച്ചു.

അംബേദ്കർ വലിയ സമ്മർദ്ദത്തിലായി. അവസാനം കമ്യൂണൽ അവാർഡിലെ വ്യവസ്ഥകൾ പുതുക്കി എഴുതാൻ അദ്ദേഹം നിർബ്ബന്ധിതനായി. അങ്ങനെ കമ്യൂണൽ അവാർഡുമായി ബന്ധപ്പെട്ട് പുതിയ കരാർ വ്യവസ്ഥ നിലവിൽവന്നു. 1932 സെപ്തംബർ 24-ാം തീയതി ഒപ്പു വയ്ക്കപ്പെട്ട ഈ പുതുക്കിയ കരാർ വ്യവസ്ഥയാണ് പൂനാപാക്ട് എന്ന് അറിയപ്പെടുന്നത്.

നിരന്തരമായ പ്രവർത്തനങ്ങളും വായനയും എഴുത്തും കാരണം അംബേദ്കറുടെ ആരോഗ്യസ്ഥിതി മോശമായിത്തുടങ്ങി. അദ്ദേഹം സ്വന്തമായി ഒരു ലൈബ്രറി വീട്ടിൽ സ്ഥാപിക്കുന്നത് ഇക്കാലത്താണ്. ഇതിനിടയിൽ അംബേദ്കറുടെ മൂന്നു പുത്രന്മാരും ഒരു പുത്രിയും അകാലത്തിൽ മരിച്ചു. ഭാര്യ രമാഭായിയുടെ ആരോഗ്യനില മോശമായിത്തുടങ്ങി. സാമ്പത്തികമായും അദ്ദേഹം വലിയ ബുദ്ധിമുട്ടിലായിരുന്നു. 1935 മെയ് 27 ന് അംബേദ്കറിന്റെ ജീവിതസഖി എന്നെന്നേക്കുമായി വിടപറഞ്ഞു.

ഇന്റിപെൻന്റ്റ്ത്ത് ലേബർ പാർട്ടി

1936 ആഗസ്തിൽ ഇന്റിപെൻന്റ്റ്റ് ലേബർ പാർട്ടി എന്നൊരു രാഷ്ട്രീയപാർട്ടി അംബേദ്കർ രൂപീകരിച്ചു. പ്രാദേശിക തിരഞ്ഞെടുപ്പിന് മുന്നോടിയായാണ് അദ്ദേഹം ഈ പാർട്ടി രൂപീകരിച്ചത്. 1937 ലായിരുന്നു തിരഞ്ഞെടുപ്പ്. 175 സീറ്റുള്ള പ്രൊവിൻഷ്യൽ ലെജിസ്ലേറ്റീവ് അസംബ്ലിയിലെ 15 സംവരണ സീറ്റുകളിലും രണ്ട് ജനറൽ സീറ്റുകളിലും ഇന്റിപെൻന്റ്റ്റ് ലേബർ പാർട്ടി സ്ഥാനാർത്ഥികളെ നിർത്തി. ഈ 17 സീറ്റിൽ 15 ലും അംബേദ്കറുടെ പാർട്ടി വിജയിച്ചു.

കർഷക കുടിയാന്മാരുടെ അടിമത്തം അവസാനിപ്പിക്കാൻ ജനകീയ പ്രാദേശിക അസംബ്ലിയിൽ ഒരു ബില്ല് അവതരിപ്പിച്ച ആദ്യത്തെ നിയമ സഭാ സാമാജികനായിരുന്നു അംബേദ്കർ. കർഷകത്തൊഴിലാളികൾക്ക് മിനിമം കൂലി നിജപ്പെടുത്തണമെന്നും ജന്മിത്തസമ്പ്രദായം അവസാനി

പ്പിക്കണമെന്നും അദ്ദേഹം ആവശ്യപ്പെട്ടു. ഇന്ത്യയിലെ അധഃസ്ഥിത ജന
തയുടെ ആത്മാഭിമാനത്തിനുവേണ്ടി അദ്ദേഹം ശബ്ദമുയർത്തി. പട്ടിക
ജാതിക്കാരെ ഹരിജനങ്ങൾ എന്നു വിളിക്കുന്നതിനെ അംബേദ്കർ ശക്ത
മായി എതിർത്തു. "അയിത്ത വിഭാഗക്കാർ ഈശ്വരന്റെ മക്കളാണെങ്കിൽ
സവർണ്ണർ ചെകുത്താന്റെ മക്കളാണെന്ന് സ്വയം കരുതുന്നുണ്ടോ" എന്ന്
അദ്ദേഹം ചോദിച്ചു.'

1938 ഫെബ്രുവരി 12, 13 തീയതികളിൽ മൻമാഡിൽ റയിൽവേ തൊ
ഴിലാളികളുടെ ഒരു മഹാസമ്മേളനം നടന്നു. ഈ സമ്മേളനത്തിൽവച്ച്
അംബേദ്കർ ഇങ്ങനെ പറഞ്ഞു: "ഇന്ത്യൻ സാഹചര്യത്തിൽ രണ്ട് ശത്രു
ക്കളാണുള്ളത്, ബ്രാഹ്മണമതവും മുതലാളിത്തവും."

1938 നവംബർ ഏഴിന് തൊഴിലാളി യൂണിയനുകളുടെ പണിമുട
ക്കിൽ അംബേദ്കർ നേതൃത്വപരമായ പങ്കുവഹിച്ചു. പണിമുടക്ക് ദിവസം
ചെങ്കൊടിയാൽ അലംകൃതമായ വാഹനത്തിൽ പണിമുടക്കു വിജയിപ്പി
ക്കാൻ അഭ്യർത്ഥിച്ചുകൊണ്ട് തൊഴിലാളി മേഖലകളിൽ ചുറ്റിസഞ്ചരിച്ചു.
ബി ടി രണദിവെ, പ്രധാൻ, ഡാങ്കെ എന്നിവരോടൊപ്പം അംബേദ്കർ
പ്രസംഗിച്ചു.

അംബേദ്കറുടെ മുദ്രാവാക്യം

വിദ്യനേടുക, പ്രക്ഷോഭംനടത്തുക, സംഘടിക്കുക എന്നതായിരുന്നു
അംബേദ്കർ ഉയർത്തിയ പ്രധാന മുദ്രാവാക്യം. 1942 ജൂലൈ 18 ന് നാഗ്പൂ
രിൽ നടന്ന ഒരു ബഹുജന റാലിയെ അഭിസംബോധന ചെയ്തുകൊ
ണ്ടാണ് അംബേദ്കർ ഈ ആഹ്വാനം നടത്തിയത്. ഈ സമ്മേളനം അഖി
ലേന്ത്യാ പട്ടികജാതി ഫെഡറേഷന് രൂപംനല്കി. 1946 ജൂൺ 26 ന്
അംബേദ്കറുടെ ജീവിതത്തിലെ വലിയൊരു സ്വപ്നം സഫലമായി.
അധഃസ്ഥിത ജനതയുടെ വിദ്യാഭ്യാസ നിലവാരം ഉയർത്തുന്നതിനായി
ഒരു കോളേജ് തുടങ്ങുക എന്നതായിരുന്നു ആ സ്വപ്നം. പീപ്പിൾ
എജ്യുക്കേഷൻ സൊസൈറ്റിയുടെ ആഭിമുഖ്യത്തിൽ സിദ്ധാർത്ഥ
കോളേജ് അങ്ങനെ സ്ഥാപിതമായി.

കോൺസ്റ്റിറ്റ്യുവന്റ് അസംബ്ലിയിൽ

കോൺസ്റ്റിറ്റ്യുവന്റ് അസംബ്ലിയിലേക്ക് അംബേദ്കർ തിരഞ്ഞെടു
ക്കപ്പെട്ടു. 1946 ഡിസംബർ 9 ന് കോൺസ്റ്റിറ്റ്യുവന്റ് അസംബ്ലി സമ്മേ
ളിച്ചു. ഡോ. രാജേന്ദ്രപ്രസാദായിരുന്നു അദ്ധ്യക്ഷൻ. ഒരു സ്വതന്ത്ര പര
മാധികാര റിപ്പബ്ലിക് എന്ന നെഹ്റുവിന്റെ പ്രമേയം അസംബ്ലിയിൽ ഏറെ
ചർച്ച ചെയ്യപ്പെട്ടു. അതിനുശേഷം അംബേദ്കർ എന്ത് പറയുന്നു എന്നു
അറിയാനായിരുന്നു എല്ലാവർക്കും തിടുക്കം. നെഹ്റുവിന്റെ പ്രമേയത്തെ
ക്കുറിച്ച് അംബേദ്കർ ഇങ്ങനെ പറഞ്ഞു: "നമ്മൾ രാഷ്ട്രീയമായും സാമ്പ
ത്തികമായും സാമൂഹികമായും ഭിന്നിച്ചുനില്ക്കുന്നവരാണെങ്കിലും ഒരു
രാഷ്ട്രമെന്ന നിലയിൽ ഒന്നിക്കുന്നതിനെ തടസ്സപ്പെടുത്താൻ ലോകത്തിൽ

ഒരു ശക്തിക്കും സാദ്ധ്യമല്ല." അംബേദ്കറുടെ വാക്കുകൾ കൈയടിയോ ടെയാണ് എല്ലാരും സ്വീകരിച്ചത്.

1947 ഏപ്രിൽ 29 ന് എല്ലാ വിധത്തിലുള്ള അയിത്തവും നിരോധിച്ച തായി കോൺസ്റ്റിറ്റ്യുവന്റ് അസംബ്ലി പ്രഖ്യാപിച്ചു. അംബേദ്കറുടെ ഇട പെടലും സാന്നിദ്ധ്യവുമാണ് അത്തരമൊരു തീരുമാനത്തിലേക്ക് അസം ബ്ലിയെ എത്തിച്ചത്. 1947 ആഗസ്ത് 15 ന് ഇന്ത്യ സ്വാതന്ത്ര്യം നേടി. തിരുവിതാംകൂറും ഹൈദരാബാദും ഇന്ത്യൻ യൂണിയനിൽ ലയിക്കാൻ വിസമ്മതിച്ചപ്പോൾ അംബേദ്കർ അതിനെ നിശിതമായി വിമർശിച്ചു.

ഇന്ത്യയുടെ ദേശീയപതാകയായി അശോകചക്രം ഉൾപ്പെട്ട ത്രിവർണ്ണപതാക 1947 ജൂലൈ 22 ന് കോൺസ്റ്റിറ്റ്യുവന്റ് അസംബ്ലി അംഗീ കരിച്ചു.

നിയമമന്ത്രി

സ്വതന്ത്ര ഇന്ത്യയിലെ ആദ്യത്തെ മന്ത്രിസഭയിൽ നിയമമന്ത്രിയായി സ്ഥാനമേല്ക്കാൻ നെഹ്റു അംബേദ്കറെ ക്ഷണിച്ചു. കോൺഗ്രസുമായി അഭിപ്രായവ്യത്യാസങ്ങൾ ഉണ്ടായിരുന്നെങ്കിലും അംബേദ്കർ ആ ക്ഷണം സ്വീകരിച്ചു.

1947 ആഗസ്ത് 29 ന് ഭരണഘടന എഴുതിയുണ്ടാക്കാൻ ഒരു ഡ്രാഫ്റ്റിങ് കമ്മിറ്റി രൂപീകരിക്കപ്പെട്ടു. അതിന്റെ ചെയർമാൻ അംബേ ദ്കറായിരുന്നു. എൻ മാധവറാവു, ടി ടി കൃഷ്ണമാചാരി, സയ്യിദ് എം സാദുള്ള, സർ അല്ലാടി കൃഷ്ണസ്വാമി തുടങ്ങിയവരായിരുന്നു ഡ്രാഫ്റ്റിങ് കമ്മിറ്റി അംഗങ്ങൾ. സവർണ്ണ ഹിന്ദുത്വത്തിന്റെ ദുഷിച്ചുനാറിയ നിയമ സംഹിതയായ *മനുസ്മൃതിയെ* അക്ഷരാർത്ഥത്തിൽ ചുട്ടെരിച്ച അംബേ ദ്കർ തന്നെ ആധുനിക ജനാധിപത്യ ഇന്ത്യയുടെ ഭരണഘടന എഴുതി എന്നത് ഒരു വലിയ കാവ്യനീതിയാണ്.

1948 ഫെബ്രുവരി അവസാനവാരം ഭരണഘടനയുടെ കരടുരൂപം സമർപ്പിക്കപ്പെട്ടു. അംബേദ്കർ ശാരീരികമായി ക്ഷീണിതനായ ഘട്ടമാ യിരുന്നു അത്. കൂടുതൽ വിശ്രമവും ചികിത്സയും ആവശ്യമാണെന്ന ഘട്ടമെത്തിയപ്പോൾ അദ്ദേഹം ബോംബെയിലെത്തി. അവിടെ ഒരു ആശു പത്രിയിൽ ചികിത്സയിൽ കഴിയുമ്പോഴാണ് ഡോ. സവിതാ കബീറുമായി പരിചയപ്പെടുന്നത്. ഡോ. സവിത അദ്ദേഹത്തെ നന്നായി പരിചരിച്ചു. പിന്നീട് 1948 ഏപ്രിൽ 15 ന് തന്റെ അമ്പത്താറാം വയസ്സിൽ ന്യൂഡെൽഹി യിൽവച്ച് അംബേദ്കർ സവിതയെ വിവാഹം കഴിച്ചു.

1949 നവംബർ 15 ന് ഭരണഘടനയുടെ മൂന്നാം വായനയും അവ സാനിച്ചു. മറുപടി പ്രസംഗത്തിനായി അംബേദ്കർ എഴുന്നേറ്റപ്പോൾ അസംബ്ലിയിൽ കരഘോഷങ്ങൾ മുഴങ്ങി. അദ്ദേഹം തന്റെ പ്രസംഗം ഇങ്ങനെ ഉപസംഹരിച്ചു:

1950 ജനുവരി 26 ന് നാം വൈരുദ്ധ്യം നിറഞ്ഞ ഒരു ജീവിതത്തി

ലേക്ക് കടക്കുകയാണ്. രാഷ്ട്രീയത്തിൽ നമുക്ക് സമത്വമുണ്ടാകും. എന്നാൽ സാമൂഹിക-സാമ്പത്തിക ജീവിതത്തിൽ നമുക്കുണ്ടാ വുക അസമത്വമായിരിക്കും. എത്രയുംവേഗം ഈ വൈരുദ്ധ്യം ഇല്ലാ താക്കണം. അല്ലെങ്കിൽ അസമത്വമനുഭവിക്കുന്നവർ ഈ സംവി ധാനം തകർത്തുകളയും.

ഹിന്ദുകോഡ് ബിൽ

അംബേദ്കറുടെ അടുത്ത ദൗത്യം ഹിന്ദുകോഡ് ബില്ല് പാസാക്കി യെടുക്കുക എന്നതായിരുന്നു. എന്നാൽ, ഇതിന്റെ പേരിൽ സവർണ്ണ നേതൃത്വം വലിയ ബഹളം സൃഷ്ടിച്ചു. അങ്ങനെ 1951 ഫെബ്രുവരി അഞ്ചിന് സമർപ്പിക്കപ്പെട്ട ബില്ലിനെപ്പറ്റി മൂന്നുദിവസം ചർച്ച നടന്നെ ങ്കിലും സമ്മേളനം തീരുമാനമാകാതെ പിരിഞ്ഞു. മന്ത്രിസഭയിൽനിന്ന് അംബേദ്കർ രാജിവയ്ക്കണമെന്ന സമ്മർദ്ദം ശക്തമായി. 1951 സെപ്തം ബർ 17 ന് ബില്ല് വീണ്ടും ചർച്ചയ്ക്കെടുത്തു. സവർണ്ണ വിഭാഗത്തിന്റെ എതിർപ്പിലും സമ്മർദ്ദത്തിലുംപെട്ട് ബില്ല് അംബേദ്കർ ഉദ്ദേശിച്ച വിധ ത്തിൽ പാസാക്കപ്പെട്ടില്ല. ഇതിനെക്കുറിച്ച് അദ്ദേഹം കടുത്ത നിരാശ യോടെ ഇങ്ങനെ പറഞ്ഞു: "നാലു വകുപ്പുകൾമാത്രം പാസാക്കി അതിനെ കൊന്നു കുഴിച്ചുമൂടി; ഒരിറ്റു കണ്ണീരോ ചരമഗീതമോ ഇല്ലാതെ."

നിരവധി അവഗണനകൾ അദ്ദേഹം നിയമമന്ത്രിയായിരിക്കുമ്പോൾ നേരിട്ടു. അവസാനം ഹിന്ദുകോഡ് ബില്ലും പരാജയപ്പെട്ടതോടെ മന്ത്രി സ്ഥാനം രാജിവയ്ക്കാൻ തന്നെ അംബേദ്കർ തീരുമാനിച്ചു. 1951 സെപ്തം ബർ 25 ന് അദ്ദേഹം മന്ത്രിസ്ഥാനം രാജിവച്ചു.

മതപരിവർത്തനം

അംബേദ്കറുടെ ആരോഗ്യം അനുദിനം വഷളായിക്കൊണ്ടിരുന്നു. എങ്കിലും സാമൂഹിക പ്രവർത്തനത്തിലും ബുദ്ധദർശനങ്ങളുടെ പ്രചാര ണത്തിലും എഴുത്തിലും അദ്ദേഹം അക്ഷീണം മുഴുകി. "ഞാനൊരു ഹിന്ദുവായിട്ടാണ് ജനിച്ചതെങ്കിൽ മരിക്കുന്നത് ഒരു ഹിന്ദുവായിട്ടായിരി ക്കില്ല" എന്ന് അംബേദ്കർ ഇതിനകം പ്രഖ്യാപിച്ചിരുന്നു. അതിന്റെ പ്രയോഗമാണ് 1956 ഒക്ടോബർ 14 ന് നടന്നത്. നാഗ്പൂരിൽവച്ച് അദ്ദേഹം 5 ലക്ഷം ജനങ്ങളോടൊപ്പം ബുദ്ധമതം സ്വീകരിച്ചു. യഥാർത്ഥത്തിൽ അതൊരു മതപരിവർത്തനമായിരുന്നില്ല, ബുദ്ധ-ജൈന പാത പിന്തുടർന്നി രുന്ന അധഃസ്ഥിത ജനതയുടെ തിരിച്ചറിവായിരുന്നു.

അന്ത്യനിമിഷങ്ങൾ

1956 ഡിസംബർ രണ്ടാം തീയതി ബുദ്ധന്റെ 2500-ാം ജന്മദിനം ആഘോഷിക്കുന്ന വേളയിൽ തന്റെ വീട്ടുവളപ്പിലെ പുൽത്തകിടിയിലി രുന്ന് അംബേദ്കർ അനുയായികളോട് ഏറെനേരം സംസാരിച്ചു. ഭക്ഷ

ണവും അവിടെയിരുന്നുതന്നെ കഴിച്ചു. രാത്രി പത്തുമണിയോടെ ഉറ
ങ്ങാൻ പോയി. പിറ്റേന്ന് ഉണർന്നപ്പോൾ അദ്ദേഹം വളരെ ക്ഷീണിതനാ
യിരുന്നു. ആ രാത്രി തന്റെ തോട്ടക്കാരന്റെ അസുഖം അന്വേഷി
ക്കാൻപോയി. 1956 ഡിസംബർ 4 ന് രാജ്യസഭാ നടപടികളിൽ കുറേ
നേരം പങ്കെടുത്തു. ഡിസംബർ അഞ്ചിന് രാത്രി കുറേനേരം കസേര
യിൽ വിശ്രമിച്ച അംബേദ്കർ ബുദ്ധം ശരണം ഗച്ഛാമി എന്നു ഉരുവിട്ടു
കൊണ്ടിരുന്നു.

ഏറെ വൈകി ഭക്ഷണം കഴിച്ചശേഷം ഉറങ്ങാനായി കിടപ്പു മുറിയി
ലേക്കുപോയ അംബേദ്കർ പിന്നീട് ഉണർന്നില്ല. ഡിസംബർ ആറിന്റെ
പ്രഭാതം അംബേദ്കറിന്റെ മരണവാർത്തയുമായാണ് പിറന്നത്. ഇന്ത്യ
യിലെ അധഃസ്ഥിത ജനതയുടെ മാത്രമല്ല ലോകത്താകമാനമുള്ള മനു
ഷ്യസ്നേഹികളുടെ ഹൃദയത്തിൽ ഇടംനേടിയ മഹാനായ സാമൂഹിക
വിപ്ലവകാരിയാണ് മരണത്തിലൂടെ വേർപെട്ടുപോയത്.

തങ്ങളുടെ പ്രിയപ്പെട്ട നേതാവിനെ ഒരുനോക്കു കാണാനായി ജന
ങ്ങൾ അംബേദ്കറിന്റെ വസതിക്കുമുമ്പിൽ തടിച്ചുകൂടി. ബാബാ
സാഹിബ് അമർഹേ എന്ന വാക്കുകൾ അന്തരീക്ഷത്തിൽ മുഴങ്ങി. അന്ന്
രാത്രിതന്നെ മൃതദേഹം വിമാനമാർഗ്ഗം ബോംബെയിലേക്ക് കൊണ്ടു
പോയി. അംബേദ്കറുടെ മുൻ വസതിയായ രാജഗൃഹത്തിൽ പൊതു
ദർശനത്തിനുവച്ച ശരീരം ഉച്ചയ്ക്ക് 1.30 ന് വിലാപയാത്രയായി ദാദർ
ശ്മശാനത്തിലേക്ക് കൊണ്ടുപോയി.

ഇന്ത്യയിലെ കീഴാള ജനതയ്ക്ക് ആത്മവീര്യവും രാഷ്ട്രീയ ഇച്ഛാ
ശക്തിയും നല്കിയ നവോത്ഥാന ഇന്ത്യയുടെ ശില്പി ഇനി ഓർമ്മക
ളിൽ മാത്രം ജീവിക്കും. അദ്ദേഹത്തോട് ഐക്യദാർഢ്യം പ്രഖ്യാപിച്ചു
കൊണ്ട് ഒരുലക്ഷത്തോളം ആളുകൾ അന്നേ ദിവസം ബുദ്ധമതം സ്വീക
രിച്ചു.

സമകാലിക ഇന്ത്യൻ അവസ്ഥയിൽ അംബേദ്കറുടെ ജീവിതവും
പ്രവർത്തനങ്ങളും ജനാധിപത്യ മതനിരപേക്ഷ വാദികൾക്ക് വലിയ ദിശാ
ബോധമാണ് നല്കുന്നത്. അദ്ദേഹത്തിന്റെ പ്രശസ്ത കൃതികളായ *ജാതി
നിർമ്മൂലനം, ജാതികൾ ഇന്ത്യയിൽ, ശൂദ്രർ ആരായിരുന്നു* തുടങ്ങിയവ
പുതിയകാലത്തിൽ കൂടുതൽ പ്രസക്തമാകുന്നുണ്ട്.

ഇന്ത്യൻ നവോത്ഥാനം ഇനിയും തിരിച്ചറിയപ്പെടേണ്ടവർ

വ്യതിരിക്തമായ വഴികളിലൂടെയാണ് ഇന്ത്യൻ നവോത്ഥാനം സഞ്ച രിച്ചത്. എന്നാൽ, ഒരു സാമൂഹിക ജീവിയെന്ന നിലയിലുള്ള മനുഷ്യന്റെ പുരോഗതിയെയും മൂല്യസങ്കല്പനങ്ങളെയുമാണ് പൊതുവായി ഇത് പങ്കു വച്ചത്. നൂറ്റാണ്ടുകളായി നിലനിന്നിരുന്ന ജാതിവ്യവസ്ഥയും അതിന്റെ സാമൂഹിക വിഭജനങ്ങളും സൃഷ്ടിച്ച മുറിവുകൾ ഇന്ത്യയിൽ ഇതുവരെ ഉണങ്ങിയിട്ടില്ല. ഓരോ കാലത്തും മനുഷ്യരെ മനുഷ്യർ ചൂഷണം ചെയ്യുന്ന സാമൂഹിക മൂല്യവ്യവസ്ഥയ്ക്കെതിരായ നിരവധി ചെറുത്തു നില്പുകൾ ഉണ്ടായിട്ടുണ്ട്. അത്തരത്തിലുള്ള ചെറുത്തുനില്പുകൾക്ക് ദിശാസൂചകമായി പ്രവർത്തിച്ച ചില വ്യക്തികളെക്കൂടി പരാമർശിക്കാതെ ഇന്ത്യൻ നവോത്ഥാന നായകരെക്കുറിച്ചുള്ള ഈ അന്വേഷണം പൂർണ്ണ മാവില്ല.

ക്രിസ്തുവിനു മുമ്പുതന്നെ ബുദ്ധ-ജൈന-ചാർവ്വാക ദർശനങ്ങൾ ജാതിവ്യവസ്ഥയിലൂന്നിയ ബ്രാഹ്മണമേധാവിത്വത്തിന്റെ ആത്മീയ ദർശ നങ്ങൾക്ക് എതിരായി രംഗത്തുവന്നു. ഈ ദർശനങ്ങളൊക്കെ തന്നെ അക്കാലത്തെ ജനമനസ്സിൽ വലിയ സ്വാധീനമാണ് ചെലുത്തിയത്. എന്നാൽ, ബ്രാഹ്മണ പൗരോഹിത്യവും അതിന്റെ രാഷ്ട്രീയ സംവിധാ നങ്ങളും അവയെ കായികമായും സാംസ്കാരികമായും അടിച്ചമർത്തു കയാണ് ചെയ്തത്.

അതുപോലെ തന്നെ പില്ക്കാലത്തു ഉയർന്നുവന്ന ഭക്തിപ്രസ്ഥാ നവും മറ്റും വലിയ സാമൂഹികവിപ്ലവമാണ് ഇന്ത്യയിൽ നടത്തിയത്. ബ്രാഹ്മണ പൗരോഹിത്യത്തിന്റെ അന്ധവിശ്വാസങ്ങളെയും അനാചാര ങ്ങളെയും അവർ എതിർത്തു.

കബീർദാസ് (1440 – 1518)

കബീറിന്റെ ജനനത്തെ സംബ
ന്ധിച്ച് നിരവധി അഭിപ്രായങ്ങൾ
നിലനില്ക്കുന്നുണ്ട്. എങ്കിലും 1440
ൽ കാശി, മഹഗർ എന്നീ സ്ഥലങ്ങ
ളിലെവിടെയോ ആണ് അദ്ദേഹം
ജനിച്ചതെന്നാണ് പൊതുവെ പറയ
പ്പെടുന്നത്. ഗായകനും കവിയും
അവധൂതനുമായ കബീർ സന്ത്
മതം സ്ഥാപിച്ചു.

ഹിന്ദു–മുസ്ലീം ഐക്യത്തിനു
വേണ്ടിയാണ് അദ്ദേഹം നിലകൊ
ണ്ടത്. തന്റെ കവിതകളിലും പ്രവർ
ത്തനങ്ങളിലും അത് കണ്ടെത്താനാ
കും. താൻ ഹിന്ദുവുമല്ല മുസൽമാ

കബീർദാസ്

നുമല്ല എന്നാണ് കബീർ സ്വയം വിശേഷിപ്പിച്ചത്. നെയ്ത്തായിരുന്നു
അദ്ദേഹത്തിന്റെ തൊഴിൽ. കാശിയിലെ ആചാര്യനായിരുന്ന രാമാനന്ദനെ
കബീർ ഗുരുവായി സ്വീകരിച്ചു. അതോടൊപ്പം ഷേക്തക്കിയും കബീ
റിന്റെ ഗുരുവായിരുന്നു.

ഹിന്ദു–മുസ്ലീം സമ്മേളനം കബീറിന്റെ കവിതകളിലും ജീവിത
ത്തിലും കണ്ടെത്താനാകും. സാമ്പ്രദായിക മതത്തിന്റെ യുക്തിരാഹിത്യ
ത്തെയും അതിന്റെ മനുഷ്യവിരുദ്ധതയെയും കബീർ എതിർത്തുപോന്നു.
യാഥാസ്ഥിതിക ബ്രാഹ്മണമേധാവികൾ കബീറിനെ വധിക്കാൻ പലവട്ടം
ശ്രമിക്കുകയുണ്ടായി. എന്നാൽ, അദ്ദേഹം അതിനെയെല്ലാം അതിജീവിച്ചു.

"ഈ ശിലാവിഗ്രഹങ്ങളേക്കാൾ എത്രയോ മികച്ചതാണ് ധാന്യ മില്ലു
കളിലെ തിരികല്ലുകൾ. അവ മനുഷ്യർക്ക് ധാന്യപ്പൊടി നല്കുന്നുണ്ട
ല്ലോ. രുദ്രാക്ഷം മരമാണ്. ദേവന്മാർ കല്ലുകൾ. ഗംഗയും യമുനയും വെറും
ജലമാണ്. തീർത്ഥസ്നാനംകൊണ്ട് മോക്ഷം ലഭിക്കുമെങ്കിൽ തവള
കൾക്ക് എത്രപ്രാവശ്യം മോക്ഷം ലഭിച്ചിരിക്കും." തുടങ്ങിയ വാക്കുകൾ
അന്ധവിശ്വാസങ്ങൾക്കും അനാചാരങ്ങൾക്കുമെതിരെയുള്ള അദ്ദേഹ
ത്തിന്റെ ധീരമായ നിലപാടുകളുടെ സൂചകങ്ങളാണ്. പൂണൂൽ ധരിച്ചതു
കൊണ്ടുമാത്രം ആരും ബ്രാഹ്മണനാകില്ല എന്ന അദ്ദേഹത്തിന്റ പ്രഖ്യാ
പനം ബ്രാഹ്മണിസത്തിന്റെ മൂല്യവിചാരങ്ങളെ വിചാരണ ചെയ്യുന്നതാ
യിരുന്നു.

സമൂഹത്തിലെ അടിച്ചമർത്തപ്പെടുന്ന മനുഷ്യർക്കൊപ്പമാണ് കബീർ
സഞ്ചരിച്ചത്. കബീറിന്റെ പാട്ടുകളിൽ ദൈവം ആനന്ദമായി അവതരിച്ചു.
എല്ലാ മനുഷ്യർക്കും സ്വീകാര്യമായ മതം എന്ന അർത്ഥത്തിൽ സന്ത്
മതം അദ്ദേഹം സ്ഥാപിച്ചു. സാഹോദര്യവും ഈശ്വരചിന്തയുമാണ് ഈ

മതത്തിന്റെ അടിസ്ഥാന തത്ത്വം. രാജ്യം മുഴുവൻ ചുറ്റി സഞ്ചരിച്ച് കബീർ തന്റെ ആശയങ്ങൾ പ്രചരിപ്പിച്ചു.

പില്ക്കാലത്ത് ടാഗോറിനെയും ഗാന്ധിജിയെയുംപോലുള്ളവരെ കബീറിന്റെ ചിന്തകൾ സ്വാധീനിച്ചു. കബീറിന്റെ കൃതികൾ *ബീജക്ക്* എന്ന പേരിൽ സമാഹരിച്ച് പ്രസിദ്ധീകരിച്ചിട്ടുണ്ട്. ഹിന്ദി, ഉർദു, പേർഷ്യൻ, പഞ്ചാബി, ഭോജ്പുരി തുടങ്ങിയ ഭാഷകളിലാണ് കബീർ തന്റെ കൃതി കൾ രചിച്ചത്. 1518 ലാണ് കബീർ അന്തരിച്ചതെന്ന് പൊതുവെ പറയപ്പെ ടുന്നു. കബീറിന്റെ മരണശേഷം ജഡം ദഹിപ്പിക്കണമെന്ന് ഹിന്ദു ശിഷ്യ ന്മാരും മറവുചെയ്യണമെന്ന് മുസ്ലീം ശിഷ്യന്മാരും അഭിപ്രായപ്പെട്ടു. ഉടൻ, ജഡം പൂക്കളായി മാറിയെന്ന ഒരു ഐതിഹ്യം നിലനില്ക്കുന്നുണ്ട്.

ഗുരു നാനാക്ക് (1469 – 1539)

സിക്കുമത സ്ഥാപകനാണ് ഗുരു നാനാക്ക്. ലോകമതങ്ങളിൽ ഏറ്റവും പ്രായം കുറഞ്ഞ മതം. 1469 ഏപ്രിൽ 15 ന് ലാഹോറിലെ നാങ്കണയിലാണ് ഗുരുനാനാക്ക് ജനിച്ചത്. പിതാവ് മേത്താ കല്യാണദാസ് എന്ന കാലു വും മാതാവ് തൃപ്തയുമായിരുന്നു. 1479 ൽ തന്റെ പത്താമത്തെ വയസ്സിൽ നാനാക്കിന് പൂണൂലിടുന്ന ചടങ്ങ് നട ത്തി. കർമ്മങ്ങളെല്ലാം കഴിഞ്ഞ് പുരോഹിതൻ പൂണൂലുമായി ബാല നായ നാനാക്കിനെ സമീപിച്ചു. എന്നാൽ, ആ ബാലൻ അത് സ്വീകരി

ഗുരു നാനാക്ക്

ക്കാൻ തയ്യാറായില്ല. മാത്രമല്ല വലിയൊരു ഉപദേശവും പുരോഹിതനു നല്കി. ഇത് വെറും പരുത്തിച്ചരടാണെന്നും അത് ശരീരത്തിൽ ധരിക്കു ന്നതുകൊണ്ട് യാതൊരു ഫലവുമില്ലെന്നാണ് പത്തു വയസ്സുള്ള നാനാക്ക് പുരോഹിതനോട് പറഞ്ഞത്.

പണ്ഡിറ്റ് ഗോപാലായിരുന്നു നാനാക്കിന്റെ പ്രഥമ ഗുരു. സംസ്കൃ തവും മറ്റും അദ്ദേഹം അഭ്യസിച്ചു. പിന്നീട് പിതാവ് നാനാക്കിനെ ഒരു മുസ്ലീം മദ്രസയിൽ ചേർക്കുകയും അവിടെയുള്ള സൂഫികളിൽനിന്ന് പേർഷ്യൻ ഭാഷ പഠിക്കുകയും ചെയ്തു.

ചെറുപ്പം മുതലേ സന്ന്യാസ ജീവിതത്തോടുള്ള വല്ലാത്തൊരു ആഭി മുഖ്യം നാനാക്കിലുണ്ടായിരുന്നു. ഭൗതികലോകത്തേക്ക് നാനാക്കിനെ തിരിച്ചുകൊണ്ടുവരാൻ പിതാവ് പല വിധത്തിലുള്ള ശ്രമങ്ങളും നടത്തി യെങ്കിലും അവയെല്ലാം പരാജയപ്പെട്ടു. ഇനി ഏക മാർഗം നാനാക്കിനെ വിവാഹം കഴിപ്പിക്കുക എന്നുള്ളതാണ്. അങ്ങനെ പതിനാറാമത്തെ വയ സ്സിൽ (1485) ഖത്രീമൂൽ ചന്ദിന്റെ പുത്രിയായ സുലഖ്നിയെ നാനാക്ക്

വിവാഹം കഴിച്ചു. എന്നാൽ, വിവാഹശേഷവും നാനാക്ക് തന്റെ സന്ന്യാസ ജീവിതം ഉപേക്ഷിക്കാൻ തയ്യാറായില്ല. ഒരിക്കൽ വിവാഹമോതിരം ഊരി ഒരു സന്ന്യാസിക്ക് നല്കുകവരെയുണ്ടായി.

സുൽത്താൻപുരിലെ നവാബിന്റെ കണക്കെഴുത്തുകാരനായി നാനാക്ക് ജോലിയിൽ പ്രവേശിച്ചു. ആ സമയത്തും സന്ന്യാസ ജീവിതം കൈയൊഴിയാൻ അദ്ദേഹം തയ്യാറായില്ല. മുപ്പത് വയസ്സുവരെ ആ ജോലി യിൽ തുടർന്നു.

ഹിന്ദുവുമില്ല മുസൽമാനുമില്ല എന്ന് അദ്ദേഹം പ്രഖ്യാപിച്ചു. ഇതി നിടയിൽ ചില അനുയായികളും അദ്ദേഹത്തിനുണ്ടായി. 1500 ഫെബ്രു വരി മുതൽ നാനാക്ക് തന്റെ പര്യടനങ്ങൾ ആരംഭിച്ചു. നാലുവർഷ ത്തോളം ഈ പര്യടനം നീണ്ടുനിന്നു. പിന്നീട് 1506 ലും 1514 ലും അദ്ദേഹം വിവിധ ദേശങ്ങളിൽ പര്യടനം നടത്തി. 1518 ഫെബ്രുവരി മുതൽ മക്ക, മദീന, ബാഗ്ദാദ് തുടങ്ങിയ സ്ഥലങ്ങളിലേക്കും സഞ്ചരിച്ചു.

1521 ൽ ഒരു ശിഷ്യൻ ലാഹോർ പട്ടണത്തിനടുത്ത് നിർമ്മിച്ചു കൊടുത്ത കർത്താപ്പൂർ ഗ്രാമത്തിൽ നാനാക്കും ഭാര്യയും രണ്ട് കുട്ടി കളും താമസമാക്കി. ധാരാളം അനുയായികൾ അദ്ദേഹത്തിനുണ്ടായി. ഗുരു നാനാക്കിന്റെ പ്രബോധനങ്ങൾ ജനങ്ങൾക്കിടയിൽ പ്രചരിപ്പിക്കു വാൻ ശിഷ്യന്മാർ രംഗത്തിറങ്ങി. ഇവർ ഭായിമാർ എന്നാണ് അറിയപ്പെ ട്ടത്. ശിഷ്യന്മാർക്കുപുറമെയുള്ള അനുയായിവൃന്ദങ്ങളെ സിക്കുകാർ എന്നും വിളിക്കപ്പെട്ടു. സിക്കുകാർ എന്നാൽ അനുയായികൾ എന്നുതന്നെ യാണ് അർത്ഥം.

മനുഷ്യസാഹോദര്യത്തിലും ഈശ്വര ഐക്യത്തിലും ഊന്നിയ മത മായി സിക്കുമതം പ്രചരിച്ചു. സിക്കുമതക്കാരുടെ വിശുദ്ധഗ്രന്ഥമായ *ഗുരു ഗ്രന്ഥ് സാഹിബ് അഥവാ ആദി ഗ്രന്ഥ്* അടക്കം നിരവധി കൃതികൾ ഗുരുനാനാക്ക് രചിച്ചു. 1539 സെപ്തംബർ രണ്ടിന് ഗുരുനാനാക്ക് തന്റെ പിൻഗാമിയായി വിശ്വസ്ത ശിഷ്യനായ ലേനായെ പ്രഖ്യാപിച്ചു. അതിന്റെ ഭാഗമായി അംഗദ് എന്ന പേരും ശിഷ്യനു നല്കി. സിക്കു മതത്തിന്റെ രണ്ടാം ഗുരുവായി അംഗദ് കണക്കാക്കപ്പെടുന്നു.

ഹിന്ദു-മുസ്ലിം സംസ്കാരങ്ങളുടെ സമ്മിശ്രതയെയാണ് സിക്കു മതം പ്രതിനിധീകരിക്കുന്നത്. പില്ക്കാലത്ത് ഇരു മതങ്ങളുടെയും സംഘർഷ ങ്ങളും വൈജാത്യങ്ങളും ഇന്ത്യയുടെ മതേതര അടിത്തറയെ തകർക്കാൻ പോന്നവിധം കലുഷിതമായപ്പോൾ നൂറ്റാണ്ടുകൾക്കുമുമ്പെ ഗുരുനാനാക്ക് മുന്നോട്ടുവച്ച ആശയങ്ങളുടെ പ്രസക്തി വലുതായിരുന്നു എന്ന തിരിച്ച റിവിലേക്കാണ് നാം എത്തുക. 1539 സെപ്തംബർ ഏഴിന് ഗുരുനാനാക്ക് അന്തരിച്ചു. അദ്ദേഹത്തിന്റെ മതം ഇന്നും ഇന്ത്യയിൽ നിലനില്ക്കുന്നു. എന്നാൽ, അദ്ദേഹം മുന്നോട്ടുവച്ച സംസ്കാരങ്ങളുടെ ഏകീകരണം എന്ന ആശയത്തിന്റെ പ്രസക്തി ഇന്ത്യൻ നവോത്ഥാനത്തിന്റെ ഗുണക രമായ ദിശാസൂചികയായി നിലനില്ക്കുന്നു.

മീരാബായി (1498–1547)

1498 ൽ രാജസ്ഥാനിലെ മേഡ്താ യിൽ ജനിച്ച മീരാബായി ഭക്ത കവയ ത്രിയായാണ് അറിയപ്പെടുന്നത്. റ്റൗർ രാജവംശത്തിലെ റാവു ദുതാജിയുടെ പുത്രനായ രത്തൻസിങ്ങായിരുന്നു മീര യുടെ പിതാവ്. മീരയുടെ ചെറുപ്പത്തിലേ മാതാവും പിതാവും അന്തരിച്ചു. പിന്നീട് മുത്തച്ഛന്റെയും മുത്തശ്ശിയുടെയും സംര ക്ഷണയിലാണ് അവർ വളർന്നത്. മുത്ത ച്ഛൻ ഒരു വിഷ്ണുഭക്തനായിരുന്നു. കുട്ടി ക്കാലത്തുതന്നെ സംഗീതത്തിലും മറ്റും മീരയ്ക്ക് ശിക്ഷണം ലഭിച്ചിരുന്നു.

മീരാബായി

1516 ൽ ചിത്തംഢിലെ രാജാവായ റാണാസംഗയുടെ മകൻ ഹോജരാജനാണ് മീരയെ വിവാഹം കഴിച്ചത്. ചെറുപ്പം മുതലേ കൃഷ്ണഭക്തയായ മീര ഭർത്താവിന്റെ കുലദൈവമായ ദുർഗ്ഗയെ പൂജിക്കണമെന്ന നിർബ്ബന്ധത്തിന് വഴങ്ങിയില്ല. 1521 ലെ ഒരു യുദ്ധത്തിൽ ഭർത്താവ് മരിച്ചതോടെ മീര സമ്പൂർണ്ണ കൃഷ്ണഭക്തയായി മാറുകയും ലൗകിക ജീവിതത്തെ തിരസ്കരിക്കുകയും ചെയ്തു.

കൃഷ്ണനെ തന്റെ കാമുകനായി സ്വയം സങ്കല്പിച്ചുകൊണ്ട് മീര കൃഷ്ണഗീതികൾ രചിച്ച് സ്വയം പാടി നടന്നു. മീരയുടെ പ്രവൃത്തികൾ ഭർത്തൃഗൃഹത്തിൽ വലിയ പ്രശ്നങ്ങളുണ്ടാക്കി. അതോടെ അവർ കൊട്ടാരം വിട്ടിറങ്ങുകയും സ്വഭവനത്തിലേക്ക് തിരിച്ചുപോകുകയും ചെയ്തു. അവിടെയും തന്റെ കൃഷ്ണഭക്തി പ്രശ്നങ്ങൾക്കു കാരണമാ യി. ബന്ധുക്കളാരും മീരയെ സ്വീകരിക്കാതായി. അങ്ങനെ അവർ അവിടംവിട്ട് വൃന്ദാവനത്തിലേക്ക് യാത്രയായി. അവിടെനിന്ന് ദ്വാരകയി ലേക്. ഇതിനകം മീര കവയിത്രി എന്ന നിലയിൽ പ്രശസ്തി ആർജ്ജി ച്ചിരുന്നു.

പുരുഷമേധാവിത്ത്വത്തിൻ കീഴിൽ മനുഷ്യരെന്ന പരിഗണനപോലും ലഭിക്കാതെ വീടിനുള്ളിലെ ഇരുണ്ട മുറികളിൽ ജീവിതം ഹോമിക്കേണ്ടി വന്ന സ്ത്രീകൾക്ക് സ്വാതന്ത്ര്യത്തിന്റെ ഒരു പുതിയ ലോകമാണ് മീരാ ബായി വെട്ടിത്തുറന്നത്.

ഭക്തിയുടെ പുരുഷവീക്ഷണത്തിൽനിന്ന് വ്യത്യസ്തമായി സ്ത്രീ കർത്തൃത്വത്തെ സ്ഥാപിക്കാനായി എന്നതാൻ മീരബായിയുടെ പ്രസ ക്തി. വീടിന്റെ നാലു ചുവരുകൾക്കുള്ളിൽനിന്ന് സമൂഹത്തിന്റെ തുറസ്സു കളിലേക്ക് അവർ തന്റെ പാട്ടുകളുമായി സഞ്ചരിച്ചു. അത് അക്കാലത്തെ വലിയൊരു സാമൂഹിക വിപ്ലവമായിരുന്നുവെന്ന് പറയേണ്ടതില്ലല്ലോ.

നാന്നൂറോളം ഗീതകങ്ങൾ മീരാബായി രചിച്ചിട്ടുണ്ട്. ഇവയൊക്കെ തന്നെ സാധാരണ ജനങ്ങൾ സ്വീകരിച്ചു. എന്നാൽ, അന്നത്തെ അധി

കാരവ്യവസ്ഥ മീരാബായിയുടെ രചനകളെ അവഗണിക്കുകയാണുണ്ടാ
യത്. *രാഗഗോവിന്ദ്, രാഗസോരഥ്, നർസി ജീ റോമഹേറ, ഗീതഗോവിന്ദ
ടീക* എന്നിവയാണ് അവരുടെ പ്രധാന കൃതികൾ.

1547 ൽ മീരാബായി കൃഷ്ണനിൽ ലയിച്ചു എന്നാണ് ഐതിഹ്യം.
ദ്വാരകയിലെ കൃഷ്ണക്ഷേത്രത്തിൽ കഴിഞ്ഞിരുന്ന മീരയെ കാണാതാ
വുകയായിരുന്നു. ദ്വാരക വിട്ട് മറ്റെവിടെയെങ്കിലും അജ്ഞാതയായി
പില്ക്കാല ജീവിതം കഴിച്ചുകൂട്ടിയെന്നും ചിലർ വിശ്വസിക്കുന്നുണ്ട്.

മീരയുടെ ജീവിതം ഇന്ത്യയിലെ സ്ത്രീസ്വാതന്ത്ര്യ മുന്നേറ്റങ്ങളെ
പിന്നീട് സ്വാധീനിച്ചു. ബ്രാഹ്മണ പൗരോഹിത്യത്തിന്റെ സ്ത്രീവിരുദ്ധ
നിലപാടുകൾക്കെതിരെ ജീവിതംകൊണ്ട് പൊരുതിയ മീരബായി ഇന്ത്യൻ
നവോത്ഥാനത്തിന്റെ പില്ക്കാല മുന്നേറ്റങ്ങൾക്കുള്ള മാർഗ്ഗദീപമായി മാറി.

ദയാനന്ദ സരസ്വതി (1824 – 1883)

വേദങ്ങളിലേക്ക് മടങ്ങുക എന്ന
ആശയത്തിലൂടെ ഇന്ത്യൻ സമൂഹത്തിലെ
അനാചാരങ്ങൾക്കെതിരെ ശബ്ദമു
യർത്തിയ നവോത്ഥാന നായകനാണ്
സ്വാമി ദയാനന്ദ സരസ്വതി. 1824 ൽ ഗുജ
റാത്തിലെ കത്തിയവാഡിലെ ഒരു ഗ്രാമ
ത്തിലാണ് ദയാനന്ദ സരസ്വതി ജനിച്ചത്.
മൂൽശങ്കർ എന്നായിരുന്നു യഥാർത്ഥ പേര്.
അഞ്ചാമത്തെ വയസ്സുമുതൽ സംസ്കൃത
പഠനം ആരംഭിച്ചു. തന്റെ പതിനാലാമത്തെ
വയസ്സിൽ ഒരു ശിവരാത്രി ദിനത്തിലാണ്
വിഗ്രഹാരാധനയ്ക്കെതിരെയുള്ള ചിന്ത
ദയാനന്ദനിൽ അങ്കുരിക്കുന്നത്.

ലൗകിക ജീവിതത്തോടുള്ള വിരക്തി
ചെറുപ്പം മുതലേ ദയാനന്ദനുണ്ടായിരുന്നു.

ദയാനന്ദ സരസ്വതി

വീട്ടുകാർ വിവാഹം കഴിപ്പിക്കാൻ ശ്രമിച്ചെങ്കിലും അദ്ദേഹം അതിന് തയ്യാ
റായില്ല. വീട്ടുകാരുടെ സമ്മർദ്ദംകൂടിയപ്പോൾ 1844 മെയ് മാസത്തിൽ ദയാ
നന്ദൻ വീടുവിട്ടിറങ്ങി.

ലാൽ ഭഗത് എന്ന സന്ന്യാസിയിൽനിന്ന് അദ്ദേഹം ബ്രഹ്മചര്യ വ്രത
മെടുത്ത് ശുദ്ധ ചൈതന്യ എന്ന പേര് സ്വീകരിച്ചു. പലരും അദ്ദേഹത്തെ
തിരിച്ചറിഞ്ഞതോടെ പിതാവ് എത്തി ദയാനന്ദനെ നിർബന്ധിച്ച് വീട്ടിലേക്ക്
കൂട്ടിക്കൊണ്ടു പോന്നു. എന്നാൽ, അന്ന് രാത്രിതന്നെ വീട്ടിൽനിന്ന് ഒളി
ച്ചോടി. പിന്നീട് പൂർണ്ണാനന്ദ സരസ്വതിയിൽനിന്ന് സന്ന്യാസം സ്വീക
രിച്ച് സ്വാമി ദയാനന്ദ എന്ന പേരു സ്വീകരിച്ചു.

ഇന്ത്യയുടെ വിവിധ ഭാഗങ്ങളിൽ അദ്ദേഹം ചുറ്റിസഞ്ചരിച്ചു. 1872 ൽ
കല്ക്കത്തയിലുമെത്തി. മഹർ ദേവേന്ദ്ര നാഥ ടാഗോറിന്റെയും കേശവ

ചന്ദ്ര സെന്നിന്റെയും നേതൃത്വത്തിലുള്ള ബ്രഹ്മസമാജത്തിന്റെ പ്രവർത്തകർ ദയാനന്ദ സരസ്വതിയെ സ്വീകരിച്ചു. അദ്ദേഹത്തിന്റെ പാണ്ഡിത്യത്തിനുള്ള അംഗീകാരമായി കല്ക്കത്തയിൽനിന്ന് സരസ്വതി എന്ന ബഹുമതി ലഭിച്ചു.

1874 ലാണ് അദ്ദേഹം സത്യാർത്ഥപ്രകാശം എന്ന ഗ്രന്ഥം പ്രസി ദ്ധീകരിക്കുന്നത്. 1875 ഏപ്രിൽ 10 ന് ദയാനന്ദ സരസ്വതി ആര്യസമാജം സ്ഥാപിച്ചു. വിഗ്രഹാരാധനയ്ക്കെതിരായ പ്രചാരണങ്ങൾക്കൊപ്പം വിദ്യാ ഭ്യാസപ്രവർത്തനങ്ങളിലും അദ്ദേഹം സജീവമായി. ഹരിദ്വാറിൽ ഒരു ഗുരു കുലവും ലാഹോറിൽ ആംഗ്ലോ വേദിക് കോളേജും അദ്ദേഹം സ്ഥാപിച്ചു. അതോടൊപ്പം സ്ത്രീവിദ്യാഭ്യാസത്തെ പ്രോത്സാഹിപ്പിക്കുന്നതിന്റെ ഭാഗ മായി ജലന്തരിൽ ഒരു പെൺപള്ളിക്കൂടവും ആരംഭിച്ചു. പരിചാരകൻ പാലിൽ വിഷം കലർത്തി കൊടുത്തതിന്റെ ഭാഗമായി 1883 ഒക്ടോബർ 30 ന് ദയാനന്ദ സരസ്വതി അന്തരിച്ചു.

ബങ്കിംചന്ദ്ര ചാറ്റർജി (1838 – 1894)

രാജാറാം മോഹൻ റോയ്, ഈശ്വര ചന്ദ്ര വിദ്യാസാഗർ എന്നിവരെപ്പോലെ ഇന്ത്യൻ സമൂഹത്തിന്റെ അനാചാരങ്ങളോ ടും അന്ധവിശ്വാസങ്ങളോടും കടുത്ത എതിർപ്പ് ഉണ്ടായിരുന്നെങ്കിലും ഹിന്ദുത്വ ത്തിൽ അധിഷ്ഠിതമായ ദേശീയതയി ലാണ് ബങ്കിംചന്ദ്ര ചാറ്റർജി വിശ്വസിച്ചത്.

കല്ക്കത്തയിലെ നെയ്ഹതിയിലെ കാന്താൾപര ഗ്രാമത്തിൽ 1838 ജൂൺ 27 നാണ് ബങ്കിംചന്ദ്ര ജനിച്ചത്. പിതാവിന്റെ പേർ യാദവ് ചന്ദ്ര ചാറ്റർജി എന്നായിരുന്നു. മിഡ്നാപൂരിലെ ഡെപ്യൂട്ടി മജിസ്ട്രേറ്റായി രുന്നു അദ്ദേഹം. പില്ക്കാലത്ത് ബങ്കിംചന്ദ്ര ചാറ്റർജിയും അദ്ദേഹത്തിന്റെ സഹോദര ന്മാരും ഡെപ്യൂട്ടി മജിസ്ട്രേറ്റുമാരായി മാറു കയുണ്ടായി.

ബങ്കിംചന്ദ്ര ചാറ്റർജി

കോളേജ് വിദ്യാഭ്യാസത്തിനുശേഷം 1858 ലാണ് ബങ്കിംചന്ദ്രന്റെ ഔദ്യോഗികജീവിതം ആരംഭിക്കുന്നത്. മജിസ്ട്രേറ്റ്, ഡെപ്യൂട്ടി കലക്ടർ ജഡ്ജ് എന്നീ പദവികൾ അദ്ദേഹം വഹിച്ചു.

1849 ലാണ് ബങ്കിംചന്ദ്ര വിവാഹിതനാകുന്നത്. ഭാര്യക്ക് അഞ്ച് വയ സ്സായിരുന്നു പ്രായം. 1859 ൽ ഭാര്യ അകാലത്തിൽ മരണമടഞ്ഞു. 1860 ൽ രാജലക്ഷ്മി ദേവിയെ വിവാഹം കഴിച്ചു. ചെറുപ്പകാലം മുതലേ ബങ്കിം ചന്ദ്ര ഇംഗ്ലീഷിൽ കവിതകൾ എഴുതുമായിരുന്നു. പിന്നീട് ബംഗാളി ഭാഷ യിൽ എഴുത്തു തുടർന്നു. അദ്ദേഹത്തിന്റെ ആദ്യ ബംഗാളി നോവലായ

ദുർഗേശനന്ദിനിക്ക് ബംഗാളി നോവൽ സാഹിത്യത്തിൽ ചരിത്രപരമായ സ്ഥാനമാണുള്ളത്. ബംഗാളി ഭാഷയിലെ ആദ്യത്തെ റൊമാന്റിക് നോവലായാണ് ഇത് പരിഗണിക്കപ്പെടുന്നത്.

1872 ൽ ബങ്കിംചന്ദ്രൻ *ബംഗദർശൻ* എന്ന മാസിക ആരംഭിച്ചു. അതിൽ നോവലുകൾക്കു പുറമെ നിരവധി ലേഖനങ്ങളും അദ്ദേഹം പ്രസിദ്ധീകരിച്ചു. ദേശാഭിമാനത്തിലൂന്നിയ രചനകളായിരുന്നു ബങ്കിംചന്ദ്രന്റേത്. 1887 ൽ രചിച്ച *ആനന്ദമഠം* എന്ന തന്റെ നോവലാണ് ബങ്കിംചന്ദ്രനെ ഇന്ത്യൻ നവോത്ഥാനത്തിന്റെയും ദേശീയ പ്രസ്ഥാനത്തിന്റെയും ശ്രദ്ധാ കേന്ദ്രമാക്കി മാറ്റിയത്.

മുഗൾ ഭരണത്തിനെതിരായും കൊളോണിയൽ ഭരണത്തിനെതിരായും പോരാടുന്ന സന്ന്യാസസംഘത്തിന്റെ കഥയാണ് ഈ നോവൽ. ഇന്ത്യയുടെ ദേശീയഗീതമായി നിലനില്ക്കുന്ന 'വന്ദേമാതരം' എന്ന ഗാനം *ആനന്ദമഠം* എന്ന നോവലിൽനിന്നുള്ളതാണ്. 1896 ൽത്തന്നെ കോൺഗ്രസ് സമ്മേളനത്തിൽ ഈ ഗാനം പാടിയിരുന്നു. 1905 ൽ ബംഗാൾ വിഭജനം നടക്കുന്നതോടെ ദേശീയ സ്വാതന്ത്ര്യ പ്രക്ഷോഭം ശക്തമായി. വന്ദേമാതരം എന്ന ഗാനം സ്വാതന്ത്ര്യസമരത്തിന്റെയും ദേശസ്നേഹത്തിന്റെയും അടയാളമായി മാറുന്നുണ്ട്. ഈ ഗാനം പാടുന്നത് കുറ്റകരമാണെന്ന് ബ്രിട്ടീഷ് സർക്കാർ വിധിച്ചു.

സ്വാതന്ത്ര്യാനന്തരം ജനഗണമനയെ ദേശീയഗാനമായി സ്വീകരിച്ച പ്പോൾ വന്ദേമാതരത്തെ ദേശീയഗീതമായി അംഗീകരിച്ചു.

1894 ഏപ്രിൽ എട്ടിന് ബങ്കിംചന്ദ്ര ചാറ്റർജി അന്തരിച്ചു. ബംഗാളി സാഹിത്യത്തിനും ദേശീയ സ്വാതന്ത്ര്യപ്രക്ഷോഭത്തിലും അദ്ദേഹത്തിന്റെ കൃതികൾക്ക് നിർണ്ണായക പങ്കുണ്ട്. ഇന്ത്യൻ നവോത്ഥാനത്തിന്റെ കേന്ദ്ര മായി ബംഗാൾ മാറുന്നതിൽ അവിടത്തെ മറ്റു നവോത്ഥാന നായകരെ പ്പോലെ ബങ്കിംചന്ദ്ര ചാറ്റർജിയുടെ പ്രവർത്തനങ്ങളും വലിയ പങ്കു വഹിച്ചു.

മഹാദേവ് ഗോവിന്ദറാനഡെ (1842 – 1901)

സമുദായ പരിഷ്കർത്താവ്, വിദ്യാഭ്യാസ പണ്ഡിതൻ, നിയമജ്ഞൻ തുടങ്ങി നിരവധി മേഖലകളിൽ വ്യക്തിമുദ്ര പതിപ്പിച്ച ഇന്ത്യൻ നവോ ത്ഥാന പ്രതിഭയായിരുന്നു മഹാദേവ് ഗോവിന്ദറാനഡെ. 1842 ജനുവരി 18 ന് ബോംബെയിലെ നാസിക് ജില്ലയിലെ നിഹാഡ് നഗരത്തിൽ ജനിച്ചു. കൊൽഹാപ്പൂർ മഹാരാജാവിന്റെ പ്രൈവറ്റ് സെക്രട്ടറിയായ ഗോവിന്ദറാവു ആയിരുന്നു പിതാവ്.

ഗോവിന്ദറാനഡെയുടെ പതിനൊന്നാം വയസ്സിൽ അമ്മ മരിച്ചു. പിതാവ് പിന്നീട് പുനർവിവാഹം ചെയ്തു. ഒപ്പം മകനെയും വിവാഹം കഴിപ്പിച്ചു. പതിനൊന്നു വയസ്സുവരെ വീട്ടിലിരുന്ന് റാനഡെ ഇംഗ്ലീഷും മറാട്ടിയും പഠിച്ചു. പിന്നീട് കൊൽഹാപ്പൂർ ഹൈസ്കൂളിലും ബോംബെ യിലെ എൽഫിൻസ്റ്റൺ കോളേജിലും ചേർന്നു. 1866 ൽ എം എയും

നിയമബിരുദവും കരസ്ഥമാക്കി. പഠ
നകാലത്തു ഹിന്ദുപ്രകാശ് എന്ന
മറാത്തി –ഇംഗ്ലീഷ് പത്രത്തിന്റെ
പത്രാധിപരായും പ്രവർത്തിച്ചു.

വിദ്യാഭ്യാസത്തിനുശേഷം
റാനെഡെ നീതിന്യായ വകുപ്പിൽ
ദ്വിഭാഷിയായി ജോലിയിൽ പ്രവേശി
ച്ചു. പിന്നീട് 1868 ൽ എൽഫിസ്റ്റൺ
കോളേജിൽ ഇംഗ്ലീഷ് പ്രൊഫസ
റായും 1871 ൽ പൂനെ കോടതിയിൽ
സബ്ജഡ്ജിയായും പ്രവർത്തിച്ചു.

സബ്ജഡ്ജിയായിരിക്കവെ
പൂനെയിലെ സാർവജനിക് സഭ
യിൽ റാനഡെ അംഗമായി തെര

മഹാദേവ് ഗോവിന്ദറാനഡെ

ഞ്ഞെടുക്കപ്പെട്ടു. ജനങ്ങളുടെ ആവശ്യങ്ങൾ സർക്കാരിനെ അറിയിക്കു
കയായിരുന്നു സഭയുടെ ലക്ഷ്യം. 1878 ൽ റാനഡെയുടെ നിയന്ത്രണ
ത്തിൽ ഒരു ത്രൈമാസിക ആരംഭിച്ചു. സാർവജനിക് സഭയായിരുന്നു
അതിന്റെ സംഘാടകർ.

നിരവധി സാമൂഹിക സംഘടനയുമായി ബന്ധപ്പെട്ടും ഗോവിന്ദറാ
നഡെ പ്രവർത്തിച്ചിരുന്നു. സബ്ജഡ്ജിയായിരിക്കെ ഇത്തരം പ്രവർത്ത
നങ്ങളിൽ ഏർപ്പെടുന്നത് കൊളോണിയൽ സർക്കാരിന് ഇഷ്ടമായില്ല.
അദ്ദേഹത്തെ അവർ നാസിക്കിലേക്ക് സ്ഥലം മാറ്റി.

നാസിക്കിലും അദ്ദേഹം തന്റെ സാമൂഹിക പ്രവർത്തനങ്ങൾ
തുടർന്നു. 1873 ൽ ഭാര്യ അന്തരിച്ചു. പിന്നീട് പിതാവിന്റെ നിർബ്ബന്ധ
ത്തിനു വഴങ്ങി പതിനൊന്നു വയസ്സുള്ള രമാഭായിയെ വിവാഹം കഴിച്ചു.
അപ്പോൾ റാനഡെക്ക് മുപ്പത്തൊന്ന് വയസ്സായിരുന്നു. ഭാര്യ രമാഭായി
യുടെ വിദ്യാഭ്യാസത്തിൽ റാനഡെ അതീവ ശ്രദ്ധപുലർത്തി. പിന്നീടുള്ള
റാനഡെയുടെ സാമൂഹിക പ്രവർത്തനങ്ങളിൽ അവർ പിന്തുണയും സഹ
കരണവും നല്കി.

1885 ൽ റാനഡെ ബോംബെ നിയമനിർമ്മാണ സഭാംഗമായി തിര
ഞ്ഞെടുക്കപ്പെട്ടു. ഭരണച്ചെലവ് ചുരുക്കുന്നതിനുള്ള നിർദ്ദേശം സമർപ്പി
ക്കുന്നതിനായി 1886 ൽ രൂപീകരിച്ച ധനകാര്യ കമ്മിറ്റിയിൽ റാനഡെ
അംഗമായിരുന്നു. 1885 ൽ ഇന്ത്യൻ നാഷണൽ കോൺഗ്രസിന്റെ ആദ്യ
സമ്മേളനത്തിൽ റാനഡെ പങ്കെടുത്തു. ഗവൺമെന്റ് ഉദ്യോഗസ്ഥർ
കോൺഗ്രസ് സമ്മേളനത്തിൽ പങ്കെടുക്കുന്നതിന് വിലക്കുണ്ടാകുന്ന
കാലംവരെയുള്ള എല്ലാ കോൺഗ്രസ് സമ്മേളനങ്ങളിലും അദ്ദേഹം പങ്കെ
ടുത്തു.

മതസാമുദായിക പരിഷ്കരണ പ്രവർത്തനങ്ങളിൽ യാഥാസ്ഥിതിക
പക്ഷത്തിന്റെ നിരവധി എതിർപ്പുകളെ റാനഡെക്ക് നേരിടേണ്ടിവന്നു.

അതിൽ യാഥാസ്ഥിതിക പക്ഷ നേതാവായ ബാലഗംഗാധര തിലകനാ യിരുന്നു പ്രധാന എതിരാളി. ഗോപാലകൃഷ്ണ ഗോഖലയെപ്പോലുള്ള നേതാക്കൾ റാനഡെയുടെ പക്ഷത്തായിരുന്നു.

പൂനയിൽ പണ്ഡിറ്റ് രമാഭായി നടത്തിയിരുന്ന ശാരദാ സദനത്തിന്റെ പ്രവർത്തനങ്ങളിൽ റാനഡെയും ഭാര്യ രമാഭായിയും സഹകരിച്ചിരുന്നു. 1901 ജനുവരി 17 ന് റാനഡെ അന്തരിച്ചു. വിധവാ വിവാഹത്തിനു വേണ്ടിയും ശൈശവ വിവാഹ നിരോധത്തിനുവേണ്ടിയും പ്രവർത്തിച്ച നവോത്ഥാന നായകനായിരുന്നു റാനഡെ. അദ്ദേഹത്തിന്റെ നിരവധി ലേഖനങ്ങളിൽ ഇത്തരം ആശയങ്ങൾ കണ്ടെത്താൻ കഴിയും.

പണ്ഡിറ്റ് അയ്യോദിദാസ് (1845 – 1914)

തമിഴ്നാട്ടിലെ ജാതി–ബ്രാഹ്മണ മേധാവിത്ത്വത്തിനെതിരെ ശബ്ദമു യർത്തിയ നവോത്ഥാന നായകനാണ് പണ്ഡിറ്റ് അയ്യോദിദാസ്. പെരി യാർ ഇ വി രാമസ്വാമിയെപ്പോലുള്ളവരുടെ നവോത്ഥാനപ്രവർത്തന ങ്ങൾക്ക് പ്രേരണയായത് അയ്യോദിദാസിന്റെ ചിന്തകളാണ്.

1845 മെയ് 20 ന് തമിഴ്നാട്ടിലെ നീലഗിരിയിലാണ് അയ്യോദിദാസ് ജനിച്ചത്. പിതാവിന്റെ പേര് കന്തസ്വാമി എന്നായിരുന്നു. കതവരയൻ എന്നായിരുന്നു കുട്ടിക്കാലത്തെ പേര്. അയ്യോദിദാസർ എന്ന ഗുരുവിന്റെ കീഴിൽ കതവരയൻ സംസ്കൃതം, തമിഴ്, പാലി എന്നീ ഭാഷകൾ അഭ്യ സിച്ചു. ഗുരുവിനോടുള്ള ബഹുമാന സൂചകമായാണ് കതവരയൻ അയ്യോ ദിദാസ് എന്ന പേര് സ്വീകരിച്ചത്.

1870 ൽ അയ്യോദിദാസ് അദ്വൈതാനന്ദസഭ എന്നൊരു പ്രസ്ഥാന ത്തിന് രൂപംകൊടുത്തു. ദ്രാവിഡ ജനതയുടെ വിദ്യാഭ്യാസത്തിനു വേണ്ടിയുള്ള പ്രവർത്തനങ്ങളാണ് അദ്ദേഹം ഈ പ്രസ്ഥാനത്തിലൂടെ നടത്തിയത്. *ദ്രാവിഡ പാണ്ഡ്യൻ* എന്നൊരു പ്രസിദ്ധീകരണവും അദ്ദേഹം ആരംഭിച്ചു.

അദ്വൈത ചിന്തയിലൂടെ ജാതിവ്യവസ്ഥയെ തകർക്കാനാകില്ലെന്നു മനസ്സിലാക്കിയ അയ്യോദിദാസ് താൻ രൂപംനല്കിയ അദ്വൈതാനന്ദസഭ പിരിച്ചുവിട്ടു. 1891 ൽ നീലഗിരി കേന്ദ്രീകരിച്ച് ആദി ദ്രാവിഡമഹാജന സഭ എന്നൊരു പ്രസ്ഥാനത്തിന് അദ്ദേഹം രൂപംകൊടുത്തു. തമിഴക ത്തിലെ ദളിതരായ സമൂഹങ്ങൾ ആദി ദ്രാവിഡരാണെന്ന വാദമാണ് അയ്യോദിദാസ് ഉയർത്തിയത്.

ഈ സമൂഹത്തിന്റെ സാമൂഹികവും സാംസ്കാരികവുമായ പുരോ ഗതിക്ക് വിദ്യാഭ്യാസം കൂടിയേ തീരൂ എന്ന് അദ്ദേഹം തിരിച്ചറിഞ്ഞു. സമുദായത്തിലെ കുട്ടികൾക്കായി വിദ്യാലയങ്ങൾ ആരംഭിക്കുകയും വിദ്യാഭ്യാസയോഗ്യതയുള്ളവർക്ക് ഗവൺമെന്റ് ജോലി ലഭ്യമാക്കാൻ ആവശ്യമായ പ്രവർത്തനങ്ങളിലും അദ്ദേഹം ബദ്ധശ്രദ്ധനായി.

ഇന്ത്യൻ നാഷണൽ കോൺഗ്രസിനു മുമ്പിൽ തന്റെ ജനതയുടെ ആവശ്യങ്ങളും പരാതികളുമായി അദ്ദേഹം പലവട്ടം കയറിയിറങ്ങി.

എന്നാൽ കോൺഗ്രസിന്റെ പരിഗണന അതിന് ലഭിച്ചില്ല. 1892 ൽ ആദി ദ്രാവിഡ മഹാജനസഭ ദളിതരുടെ ക്ഷേത്രപ്രവേശനത്തിനും വിദ്യാഭ്യാ സത്തിനുമായി തമിഴ്നാട്ടിൽ വലിയ പ്രക്ഷോഭങ്ങൾ ആരംഭിച്ചു.

ഹിന്ദുമതത്തിൽ ദളിതർക്കും അധഃസ്ഥിത ജനതയ്ക്കും ഒരിക്കലും സ്വാതന്ത്ര്യം ലഭിക്കുന്നില്ലെന്ന തിരിച്ചറിവിലേക്ക് അയോദിദാസ് എത്തി ച്ചേർന്നത് ഈ ഘട്ടത്തിലാണ്. ദ്രാവിഡ ജനതയ്ക്ക് ബുദ്ധമതവുമായുള്ള ബന്ധത്തെക്കുറിച്ചുള്ള അന്വേഷണത്തിന് അദ്ദേഹം ആരംഭമിട്ടു. പിന്നീടുള്ള അയോദിദാസിന്റെ പ്രവർത്തനങ്ങൾ തമിഴ്നാട്ടിൽ ബുദ്ധമ തത്തെ പുനഃസ്ഥാപിക്കുന്നതിനുവേണ്ടിയായിരുന്നു.

1894 ൽ പണ്ഡിറ്റ് അയോദിദാസ് ജനറൽ സെക്രട്ടറിയായി ദക്ഷി ണേന്ത്യയിലെ ആദ്യത്തെ ബുദ്ധിസ്റ്റ് സംഘടനയായ ശാക്യ ബുദ്ധിസ്റ്റ് സൊസൈറ്റി നിലവിൽവന്നു. സൊസൈറ്റിയുടെ പ്രസിഡന്റ് പോൾ കാറസ് ആയിരുന്നു. ശാക്യ ബുദ്ധിസ്റ്റ് സൊസൈറ്റിയുടെ രൂപീകരണം തമിഴ്നാട്ടിൽ ബുദ്ധമത പ്രചാരണങ്ങൾക്ക് ശക്തിപകർന്നു. മാത്രമല്ല സൊസൈറ്റിയുടെ ശാഖകൾ ഇന്ത്യയിലെ മറ്റ് സംസ്ഥാനങ്ങളിലും ബർമ്മ, ആഫ്രിക്ക തുടങ്ങിയ രാജ്യങ്ങളിലും സ്ഥാപിക്കപ്പെട്ടു.

1914 മെയ് അഞ്ചിന് പണ്ഡിറ്റ് അയോദിദാസ് അന്തരിച്ചു. തമിഴ്നാ ട്ടിലെ കീഴാള നവോത്ഥാന പ്രസ്ഥാനങ്ങൾക്ക് ദിശാസൂചകമായി നില കൊണ്ട പണ്ഡിറ്റ് അയോദിദാസിന്റെ ജീവിതവും പ്രവർത്തനവും ഇന്ത്യൻ നവോത്ഥാന ചരിത്രത്തിലെ ആവേശകരമായ അദ്ധ്യായമാണ്.

ആനി ബസന്റ് (1847 – 1933)

അരപ്പതിറ്റാണ്ടിനടുത്ത് ഇന്ത്യയിൽ ജീവിച്ച് ഇവിടത്തെ സാമൂഹികനവോത്ഥാ നത്തിനുവേണ്ടി പ്രയത്നിച്ച ആനി ബസന്റ് ഒരു വിദേശവനിതയായിരുന്നു. 1847 ഒക്ടോബർ ഒന്നിന് ആംഗ്ലോ–ഐ റിഷ് ദമ്പതികളുടെ ഏകമകളായി ജനി ച്ചു. പിതാവ് വില്യം പി വുഡ് ഒരു ബഹു ഭാഷാ പണ്ഡിതനായിരുന്നു. ആനിക്ക് അഞ്ചു വയസ്സുള്ളപ്പോൾ പിതാവ് മരിച്ചു. പിന്നീട് അമ്മയാണ് ആനിയെ കഷ്ടപ്പെട്ട് വളർത്തിയത്.

ആനി ബസന്റ്

1867 ൽ ആനി ഒരു യുവവൈദികനാ യിരുന്ന ഫ്രാങ്ക് ബസന്റിനെ വിവാഹം കഴിച്ചു. വൈദികൻ ഒരു യാഥാ സ്ഥിതികനായിരുന്നു. എന്നാൽ, ആനിയാകട്ടെ പുരോഗമന ആശയങ്ങൾ ഉള്ളിൽ സൂക്ഷിച്ചിരുന്നവളാണ്. അവർ മാനസികമായി അകന്നു. കുടും ബജീവിതത്തിലെ പൊരുത്തക്കേടുകൾ ആനിയെ രാഷ്ട്രീയത്തിലേക്ക്

അടുപ്പിച്ചു. ഇതിനിടയിൽ രണ്ടു കുട്ടികളുമുണ്ടായി. 1873 ൽ അവർ വിവാ ഹമോചനം നേടി. പിന്നീട് മറ്റു കുട്ടികളെ പഠിപ്പിച്ചും തുന്നൽപ്പണി ചെയ്തുമാണ് അവർ കുടുംബം പുലർത്തിയിരുന്നത്.

പിന്നീട് പ്രശസ്ത യുക്തിവാദിയും പുരോഗമനകാരിയുമായ ചാൾസ് ബ്രാഡ്ലിയെ പരിചയപ്പെട്ടതോടെ യുക്തവാദ ആശയങ്ങൾ ആനി ബസന്റിനെ സ്വാധീനിച്ചു. *നാഷണൽ റിഫോർമർ* എന്ന പത്രത്തിൽ പത്രാധിപസമിതി അംഗമായി അവർ പ്രവർത്തിച്ചു.

1879 ൽ ലണ്ടൻ സർവ്വകലാശാലയിൽനിന്ന് എം എസ് സി ബോട്ട ണിയിൽ ഒന്നാം ക്ലാസോടെ വിജയിച്ചു. സ്വതന്ത്രചിന്ത ഉയർത്തിപ്പിടിച്ചു കൊണ്ട് താൻ പത്രാധിപ സമിതി അംഗമായ *നാഷണൽ റിഫോർമറിൽ* നിരവധി ലേഖനങ്ങൾ എഴുതി. അതോടൊപ്പം ഇന്ത്യയടകമെുള്ള കോളനി രാജ്യങ്ങളോട് ബ്രിട്ടൻ പുലർത്തിപ്പോരുന്ന സമീപനങ്ങൾക്കെതിരെ ശക്ത മായി അവർ പ്രതിഷേധിച്ചു.

1885 ൽ ആനിയുടെ നേതൃത്വത്തിൽ സോവിയറ്റ് സുഹൃദ്സംഘം എന്നൊരു സംഘടന രൂപീകരിച്ചു. റഷ്യയിൽനിന്ന് പുറത്താക്കപ്പെടുന്ന നേതാക്കന്മാരെ സഹായിക്കുന്നതിനുവേണ്ടിയായിരുന്നു ഇത്. സോഷ്യ ലിസ്റ്റ് ആശയങ്ങൾ പ്രചരിപ്പിക്കുകയും തൊഴിലാളികളുടെ ക്ഷേമങ്ങൾക്കു വേണ്ടി പ്രവർത്തിക്കുകയും ചെയ്യുന്ന ഫേബിയൻ സൊസൈറ്റിയിൽ ആനി അംഗമായി. വില്യംമോറിസാണ് ഈ സൊസൈറ്റി രൂപീകരിച്ചത്.

1888 ൽ ഈശ്വരസേവയ്ക്കുപകരം മാനവസേവ എന്ന മുദ്രാവാക്യം ഉയർത്തിപ്പിടിച്ച് ബ്രദർഹുഡ് എന്ന സംഘടന ആനി സ്ഥാപിച്ചു. *ലിങ്ക്* എന്ന പേരിൽ ഒരു പ്രസിദ്ധീകരണവും സംഘടനയുടെ മുഖപത്രമായി പ്രസിദ്ധീകരിച്ചുതുടങ്ങി.

1879 ലാണ് ലണ്ടനിലെ തിയോസഫിക്കൽ സൊസൈറ്റിയുമായി ആനി ബസന്റ് ബന്ധപ്പെടുന്നത്. സൊസൈറ്റിയുടെ പ്രസിഡന്റ് കേണൽ ഓൾകട്ടും സെക്രട്ടറി മാഡം ബ്ലാവസ്കിയുമായിരുന്നു. 1878 മുതലേ തിയോസഫിക്കൽ സൊസൈറ്റിയുടെ പ്രവർത്തനം ഇന്ത്യയിലും ആരം ഭിച്ചു.

1893 ൽ ചിക്കാഗോയിൽ നടന്ന ലോകമതസമ്മേളനത്തിൽ തിയോ സഫിക്കൽ സൊസൈറ്റിയെ പ്രതിനിധീകരിച്ചത് ആനി ബസന്റ് ആയി രുന്നു. അതേവർഷം തന്നെയാണ് അവർ ഇന്ത്യയിലും എത്തുന്നത്. അതിനുശേഷം തിരിച്ചുപോയ ആനി ബസന്റ് 1896 ൽ വീണ്ടും ഇന്ത്യയി ലെത്തി. പിന്നീട് കൂടുതൽ കാലം ഇന്ത്യയിലാണ് ജീവിച്ചത്.

ഇന്ത്യയിൽ ആദ്യമായി വിദ്യാർത്ഥികൾക്കിടയിൽ സ്കൗട്ട് പ്രസ്ഥാനം ആരംഭിക്കാൻ മുൻകൈയെടുത്തത് ആനി ബസന്റ് ആയി രുന്നു. 1907 ൽ തിയോസഫിക്കൽ സൊസൈറ്റിയുടെ സ്ഥാപക പ്രസി ഡന്റായിരുന്ന ഓൾകട്ട് അന്തരിച്ചതോടെ ആനി ബസന്റ് ആയിരുന്നു പ്രസിഡണ്ട്. തന്റെ മരണംവരെ ആനി ബസന്റ് ആ പദവി തുടർന്നു.

അന്ധവിശ്വാസങ്ങളും ജാതിയുടെ പേരിലുള്ള അടിമത്തവും ഇന്ത്യ

യിൽ മനുഷ്യജീവിതത്തെ അധഃപതിപ്പിക്കുന്നുവെന്ന് ആനി ബസന്റ് മന
സ്സിലാക്കി. വിദ്യാഭ്യാസത്തിലൂടെമാത്രമേ ഇതിന് പരിഹാരം കാണാനാ
കുവെന്ന് അവർ തിരിച്ചറിഞ്ഞു.

ഇന്ത്യൻ ദേശീയതയുടെ അകക്കാമ്പിനെ ചോർത്തിക്കളയാത്തതും
ആധുനികവും ശാസ്ത്രീയവുമായ അറിവുകൾ ഉൾപ്പെട്ടതുമായ വിദ്യാ
ഭ്യാസ സമ്പ്രദായമാണ് ഇന്ത്യക്ക് ആവശ്യമെന്ന് ആനി ബസന്റ് ഉദ്ബോ
ധിപ്പിച്ചു.

1913 ൽ ഇന്ത്യൻ സ്വാതന്ത്ര്യത്തിനുവേണ്ടി അവർ തയ്യാറാക്കിയ പദ്ധ
തിയുടെ കരടുരേഖ വിശദീകരിക്കുന്ന ലേഖനങ്ങൾ ഉൾപ്പെടുത്തിയ ഗ്രന്ഥ
മാണ് *വേക്ക് അപ്പ് ഇന്ത്യ.*

ഇന്ത്യൻ സ്വാതന്ത്ര്യത്തിനുവേണ്ടി 1914 മേയിൽ ആനി ലണ്ടനിലൊരു
കമ്മിറ്റി ഉണ്ടാക്കി. ഇന്ത്യ എന്ന പേരിൽ ഒരു പത്രവും ആരംഭിച്ചു. *മദ്രാസ്
സ്റ്റാന്റേർഡ്* എന്ന ദിനപത്രത്തിന്റെ പത്രാധിപരായി പ്രവർത്തിച്ച ആനി
ബസന്റ് പിന്നീട് ആ പത്രം വിലയ്ക്കു വാങ്ങി. പിന്നീട് *ന്യൂ ഇന്ത്യ* എന്ന
പേരിൽ ആ പത്രം പ്രസിദ്ധീകരിച്ചു തുടങ്ങി.

ഇന്ത്യയുടെ സ്വയംഭരണം എന്ന ലക്ഷ്യത്തിനുവേണ്ടിയാണ് അവർ
പോരാടിയത്. അതിനായി ഹോംറൂൾ എന്നൊരു പ്രസ്ഥാനവും അവർ
ആരംഭിച്ചു. 1916 ലാണ് ഇത് ഔപചാരികമായി ഈ പ്രസ്ഥാനം ഉദ്ഘാ
ടനം ചെയ്തത്. ഇന്ത്യൻ നാഷണൽ കോൺഗ്രസ്, മറ്റു ദേശീയ
പ്രസ്ഥാനങ്ങൾ, നേതാക്കൾ എന്നിവരുമായി ആനി ബസന്റ് ബന്ധപ്പെ
ടുകയും ബ്രിട്ടീഷ് ഗവൺമെന്റിനെതിരായ ജനവികാരങ്ങൾക്ക് ഒപ്പം
നില്ക്കുകയും ചെയ്തു.

ആനി ബസന്റിന്റെ പ്രസംഗങ്ങളും എഴുത്തും ബ്രിട്ടീഷ് കൊളോ
ണിയൽ ഭരണത്തെ അസ്വസ്ഥമാക്കി. ബോംബെ പ്രസിഡൻസിയിലും
സെൻട്രൽ പ്രൊവിൻസിലും ആനി ബസന്റ് പ്രവേശിക്കാൻ പാടില്ലെന്ന
ഉത്തരവ് ബ്രിട്ടീഷ് ഗവൺമെന്റ് പുറത്തിറക്കി. മാത്രമല്ല *ന്യൂ ഇന്ത്യ* എന്ന
പത്രം നിരോധിക്കുകയും ചെയ്തു.

ആനി ബസന്റ് ഇതിനെതിരായി ലണ്ടനിലെ പ്രിവി കൗൺസിലിൽ
അപ്പീൽ നല്കി അനുകൂലമായ വിധി സമ്പാദിക്കുകയും പത്രത്തിന്റെ
പ്രസിദ്ധീകരണം പുനരാരംഭിക്കുകയും ചെയ്തു.

1916 ജൂൺ 16 ന് ആനി ബസന്റിനെ അറസ്റ്റ് ചെയ്ത് വീട്ടുതടങ്കലി
ലാക്കി. ഇതിനെതിരെ രാജ്യമെങ്ങും പ്രതിഷേധമുയർന്നു. വിദേശരാജ്യ
ങ്ങളിലും ആനി ബസന്റിനെ വീട്ടുതടങ്കലിലാക്കിയത് സംസാരവിഷയ
മായി. അങ്ങനെ നിരവധി കോണുകളിൽനിന്നുള്ള പ്രതിഷേധത്തിന്റെയും
സമ്മർദ്ദത്തിന്റെയും ഫലമായി സെപ്തംബർ 17 ന് ആനി ബസന്റ് മോചി
തയായി.

1917 ൽ കല്ക്കത്തയിൽ നടന്ന കോൺഗ്രസ് സമ്മേളനത്തിന്റെ
അദ്ധ്യക്ഷ ആനി ബസന്റ് ആയിരുന്നു. 1919 ൽ നടന്ന ജാലിയൻവാലാ
ബാഗ് കൂട്ടക്കൊലയ്ക്കുശേഷം ഗാന്ധിജിയുടെ സഹനസമരത്തിനും

സത്യഗ്രഹത്തിനും എതിരായ നിലപാടുകളാണ് ആനി ബസന്റ് കൈ കൊണ്ടത്. ക്രമേണ അവർ സജീവ രാഷ്ട്രീയപ്രവർത്തനത്തിൽനിന്ന് പിന്മാറി.

1927 ൽ വിമൻസ് ഇന്ത്യ അസോസിയേഷൻ എന്ന സംഘടന അവർ രൂപീകരിച്ചു. ഇന്ത്യയിൽ ആദ്യമായി അഖിലേന്ത്യാതലത്തിൽ ഒരു വനിതാ സംഘടന രൂപീകരിക്കുന്നത് ആനി ബസന്റാണ്. പൂനെയിലാണ് അസോസിയേഷന്റെ ആദ്യ സമ്മേളനം നടന്നത്. പിന്നീട് അസോസി യേഷൻ അഖിലേന്ത്യാ വനിതാ കോൺഫറൻസ് എന്ന പേര് സ്വീക രിച്ചു. സ്ത്രീകളെ സംഘടിപ്പിക്കാനായി അവർ ഇന്ത്യ മുഴുവൻ ചുറ്റി സഞ്ചരിച്ചു. 1931 ൽ ആനി ബസന്റ് പൂർണ്ണവിശ്രമ ജീവിതത്തിലേക്ക് പ്രവേശിച്ചു. 1933 സെപ്തംബർ 20 ന് ഇന്ത്യൻ നവോത്ഥാനത്തിന്റെ സ്ത്രീസാന്നിദ്ധ്യമായ ആ മഹതി അന്തരിച്ചു.

രവീന്ദ്രനാഥ ടാഗോർ (1861 – 1941)

ഇന്ത്യൻ സാഹിത്യത്തെ ലോക ത്തിനുമുമ്പിൽ കൊണ്ടുവന്ന രവീന്ദ്ര നാഥ ടാഗോർ ഒരു ബഹുമുഖ പ്രതി ഭയായിരുന്നു. കവി, നോവലിസ്റ്റ്, നാട കകൃത്ത്, ഗദ്യകാരൻ, തത്ത്വചിന്ത കൻ, ചിത്രകാരൻ, നടൻ എന്നീ നില കളിലുള്ള ടാഗോറിന്റെ സംഭാവന ഇന്ത്യയുടെ സാംസ്കാരിക പരിസ രത്തെ വിപുലപ്പെടുത്തി.

1861 മെയ് ഏഴിന് ദേവേന്ദ്രനാഥ ടാഗോറിന്റെയും ശാരദാദേവിയുടെയും പതിനാലാമത്തെ മകനായാണ് രവീ ന്ദ്രനാഥ ടാഗോർ ജനിക്കുന്നത്. വീടി നടുത്തുള്ള വിദ്യാലയത്തിൽനി ന്നാണ് പ്രാഥമിക വിദ്യാഭ്യാസം നേടിയത്. പിന്നീട് എട്ടാമത്തെ വയ സ്സിൽ ഇംഗ്ലീഷ് സ്കൂളിൽ വിദ്യാ

രവീന്ദ്രനാഥ ടാഗോർ

ഭ്യാസം ആരംഭിച്ചു. ഇക്കാലത്താണ് ആദ്യമായി കവിത എഴുതുന്നത്.

1874 ൽ *തത്ത്വബോധിനി* പത്രികയിലാണ് ടാഗോറിന്റെ ആദ്യ കവിത പ്രസിദ്ധീകരിക്കുന്നത്. 1878 ൽ ആദ്യ കവിതാ സമാഹാരമായ *കവികാ ഹിനി* പ്രസിദ്ധീകരിച്ചു.

1883 ൽ പത്തു വയസ്സുള്ള ഭവതാരിണിയെ വിവാഹം ചെയ്തു. പിന്നീട് ഭാര്യയുടെ പേര് മൃണാളിനി എന്നാക്കി മാറ്റി. മൃണാളിനി–രവീ ന്ദ്രനാഥ് ദമ്പതികൾക്ക് കുട്ടികൾ പിറന്നപ്പോൾ അവരെ താലോലിക്കു ന്നതിനായി ടാഗോറിന്റെ മനസ്സിൽ നിരവധി കുട്ടിക്കവിതകളും പിറന്നു.

ഇതിനിടയിൽ നിരവധി തവണ യൂറോപ്യൻ പര്യടനവും മറ്റും നടത്തി.

1890 ൽ രചിച്ച *മാനവ* എന്ന കവിതാ സമാഹാരമാണ് ടാഗോറിനെ ശ്രദ്ധേയനാക്കിയത്. സ്വന്തമായി ഒരു സ്കൂൾ ആരംഭിക്കുക എന്ന ചിന്ത അദ്ദേഹത്തിന് ചെറുപ്പം മുതലേ ഉണ്ടായിരുന്നു. എന്നാൽ മകൻ രഥീ ന്ദ്രനാഥിനെ സ്കൂളിൽ ചേർക്കേണ്ട ഘട്ടം വന്നപ്പോഴാണ് സ്വന്തമായി ഒരു സ്കൂൾ നിർമ്മിക്കാൻ അദ്ദേഹം തീരുമാനിച്ചത്. 1901 ഡിസംബർ 22 ന് ബ്രഹ്മചര്യാശ്രമം എന്ന പേരിൽ ശാന്തിനികേതനിലാണ് സ്കൂൾ ആരം ഭിച്ചത്. ആദ്യം രഥീന്ദ്രനാഥ് ഉൾപ്പെടെ അഞ്ചുകുട്ടികളാണുണ്ടായിരുന്ന ത്. പിന്നീട് നിരവധി കുട്ടികൾ സ്കൂളിൽ ചേരാനെത്തി. ഗുരുകുല സമ്പ്ര ദായമായിരുന്നു ശാന്തിനികേതനിൽ നടപ്പാക്കിയത്. പില്ക്കാലത്ത് ഇന്ത്യൻ നവോത്ഥാനത്തിന്റെയും സാംസ്കാരിക മുന്നേറ്റത്തിന്റെയും കേന്ദ്രമായി ശാന്തിനികേതൻ മാറുകയുണ്ടായി.

ഇന്ത്യൻ നാഷണൽ കോൺഗ്രസിന്റെ ആരംഭകാലത്തുതന്നെ രവീ ന്ദ്രനാഥടാഗോർ അതിന്റെ നേതാക്കളുമായി ബന്ധപ്പെട്ടു. 1886 ൽ കല്ക്ക ത്തയിൽവെച്ച് നടന്ന കോൺഗ്രസ് സമ്മേളനം രവീന്ദ്രനാഥ ടാഗോർ രചിച്ച ഒരു ഗാനത്തോടെയാണ് ആരംഭിച്ചത്. പിന്നീട് നിരവധി പ്രക്ഷോ ഭങ്ങളിൽ ടാഗോർ പങ്കെടുത്തു.

1912 നവംബറിലാണ് *ഗീതാഞ്ജലി* പ്രസിദ്ധപ്പെടുത്തുന്നത്. തന്റെ പല കൃതികളിൽനിന്നുമെടുത്ത 103 കവിതകൾ ഇംഗ്ലീഷിലേക്ക് പരിഭാ ഷപ്പെടുത്തി. ഇതാണ് *ഗീതാഞ്ജലി*. വിദേശ രാജ്യങ്ങളിൽ ഈ കവിത വലിയ അഭിനന്ദനങ്ങളും സ്വീകാര്യതയും നേടി. 1913 നവംബർ 13 ന് രവീന്ദ്രനാഥ ടാഗോറിന് നോബൽ സമ്മാനം ലഭിച്ചു. *ഗീതാഞ്ജലി* എന്ന കൃതിയെ മുൻനിർത്തിയായിരുന്നു ഈ പുരസ്കാരം. സാഹിത്യത്തിൽ നോബൽ സമ്മാനം ലഭിക്കുന്ന ആദ്യ ഇന്ത്യക്കാരൻ മാത്രമല്ല ആദ്യ ഏഷ്യക്കാരൻ കൂടിയായിരുന്നു രവീന്ദ്രനാഥ ടാഗോർ.

സി എഫ് ആൻഡ്രൂസിനെപ്പോലുള്ളവർ രവീന്ദ്രനാഥ ടാഗോറിന്റെ അനുയായികളായി മാറുകയും നിരവധി രാജ്യങ്ങളിൽ ഇവർ പ്രഭാഷ ണങ്ങൾ നടത്തുകയും ചെയ്തു. 1919 ലെ ജാലിയൻവാലാബാഗ് കൂട്ട ക്കൊലയിൽ പ്രതിഷേധിച്ച് ബ്രിട്ടീഷ് സർക്കാർ നല്കിയ സർ പദവി രവീന്ദ്രനാഥടാഗോർ ഉപേക്ഷിക്കുകയുണ്ടായി.

അദ്ദേഹം സ്ഥാപിച്ച ശാന്തിനികേതൻ, വിശ്വഭാരതി എന്നിവ കല– സാംസ്കാരിക രംഗത്തെ ഇന്ത്യൻ മാതൃകകളായി നിലനില്ക്കുന്നു. 1951 ലാണ് വിശ്വഭാരതി കേന്ദ്ര സർവ്വകലാശാലയായി അംഗീകരിക്കപ്പെടു ന്നത്. ടാഗോറിനുശേഷം നെഹ്റുവായിരുന്നു അതിന്റെ അദ്ധ്യക്ഷൻ.

ഗാന്ധിജിയെ മഹാത്മ എന്ന് ആദ്യമായി വിളിച്ചത് രവീന്ദ്രനാഥ ടാഗോറായിരുന്നു. ഗാന്ധിയുമായി ടാഗോറിനുള്ള ബന്ധം ആഴത്തിലു ള്ളതായിരുന്നു. മഹാനായ കാവല്ക്കാരൻ എന്നാണ് ഗാന്ധിജി ടാഗോ റിനെ വിശേഷിപ്പിച്ചത്.

1941 ആഗസ്ത് ഏഴിന് രവീന്ദ്രനാഥ ടാഗോർ എന്ന നവോത്ഥാന,

സാഹിത്യ പ്രതിഭ അന്തരിച്ചു. ഇന്ത്യയിൽ സാഹിത്യത്തിലും വിദ്യാഭ്യാ സത്തിലും മൗലികമായ സംഭാവനകളാണ് ടാഗോർ നല്കിയത്. 'ജനഗ ണമന' എന്നു തുടങ്ങുന്ന അദ്ദേഹം രചിച്ച ഗാനമാണ് നമ്മുടെ ദേശീയ ഗാനം. അദ്ദേഹത്തിന്റെ പിതാവായ ദേവേന്ദ്രനാഥ ടാഗോറും ഇന്ത്യയുടെ സാമൂഹിക സാംസ്കാരിക പുരോഗതിയിൽ വലിയ സംഭാവനകൾ നല്കു കയുണ്ടായി.

സാഹു മഹാരാജ് (1874–1922)

ഇന്ത്യൻ നവോത്ഥാനത്തിൽ ഒരു നാട്ടുരാജ്യത്തിലെ രാജാവ് വ്യക്തിമുദ്ര പതിപ്പിച്ചിട്ടുണ്ടെങ്കിൽ അത് സാഹു മഹാരാജയാണ്. 1874 ഏപ്രിൽ രണ്ടിന് മഹാരാഷ്ട്ര യിലെ കൊൽഹാപ്പൂർ എന്ന നാട്ടു രാജ്യത്തിന്റെ ഭരണാധികാരി യായാണ് അദ്ദേഹം സ്ഥാനമേല് ക്കുന്നത്. 1922 വരെ തുടർന്ന അദ്ദേഹത്തിന്റെ ഭരണകാലഘട്ടം സാമൂഹിക പരിഷ്കാരങ്ങളു ടെയും നവോത്ഥാനചിന്തയുടേതു മായിരുന്നു.

ഡോ. അംബേദ്കർ അദ്ദേഹ ത്തിന്റെ സുഹൃത്തായിരുന്നു. സാഹു മഹാരാജ് ഡോ. അംബേ

ദ്കറെ പല ഘട്ടങ്ങളിലും സാമ്പത്തികമായി സഹായിച്ചു. കീഴാളജനത യുടെ സർവ്വതോമുഖമായ പുരോഗതിയെ സാഹു മഹാരാജ് സ്വപ്നം കണ്ടു. തന്റെ അധികാരവും സമ്പത്തും അതിനുവേണ്ടി വിനിയോഗിക്കാൻ അദ്ദേഹത്തിന് ഒട്ടും മടിയുണ്ടായിരുന്നില്ല.

പെൺകുട്ടികളുടെയും അധഃസ്ഥിതരുടെയും വിദ്യാഭ്യാസത്തിനായി കൊൽഹാപ്പൂരിൽ നിരവധി സ്കൂളുകൾ അദ്ദേഹം സ്ഥാപിച്ചു. മാത്രമല്ല വിദ്യാഭ്യാസം നിർബന്ധിതവും സൗജന്യവുമാക്കി. മറ്റു ദേശങ്ങളിൽനിന്നു പോലും വിദ്യാർത്ഥികൾ കൊൽഹാപ്പൂരിലേക്ക് എത്തിത്തുടങ്ങി. അത്ര യധികം വിദ്യാഭ്യാസ സ്ഥാപനങ്ങൾ അവിടെ ഉണ്ടായിരുന്നു. അന്യ ദേശത്തെ വിദ്യാർത്ഥികൾക്ക് താമസിച്ച് പഠിക്കുന്നതിനായി ഹോസ്റ്റലു കളും അദ്ദേഹം പണികഴിപ്പിച്ചു.

അസ്പൃശ്യത കൊടുകുത്തി വാണിരുന്ന ഇന്ത്യയിൽ ആദ്യമായി ജാതിയുടെ പേരിലുള്ള വിവേചനം അവസാനിപ്പിക്കുന്നതിനുവേണ്ടിയുള്ള നിയമം തന്റെ രാജ്യത്ത് നടപ്പാക്കിയ ഭരണാധികാരിയായിരുന്നു സാഹു മഹാരാജ്.

രാജ്യത്തെ പൊതുവഴികൾ, കിണറുകൾ, കുളങ്ങൾ എന്നിവ അയി ത്തജാതിക്കാർക്ക് അദ്ദേഹം തുറന്നിട്ടു. മാത്രമല്ല സർക്കാർ ചെലവിൽ പന്തിഭോജനവും മിശ്രവിവാഹവും നടത്തി.

സ്ത്രീകളുടെ സ്വാതന്ത്ര്യത്തിനും അവരുടെ വിദ്യാഭ്യാസത്തിനും വേണ്ടി പോരാടിയ ഭരണാധികാരിയായിരുന്നു സാഹു മഹാരാജ്. വിധവാ വിവാഹത്തിന് നിയമപരമായി അദ്ദേഹം സാധുകരണം നല്കി. ഇന്ത്യ യിൽ സഹകരണ പ്രസ്ഥാനത്തിന് രൂപംനല്കുന്നതും ആരാധനാലയ ങ്ങൾക്ക് സർക്കാർ നിയന്ത്രണത്തിലുള്ള ഒരു കമ്മിറ്റി രൂപീകരിക്കുന്നതും അദ്ദേഹമാണ്. ഇതാണ് പില്ക്കാലത്തു ദേവസ്വംബോർഡായി മാറുന്നത്. ഒരു ജനാധിപത്യ ഇന്ത്യയുടെ രൂപീകരണത്തിനു മുമ്പുതന്നെ അത്തരം പ്രവർത്തനങ്ങൾ സ്വഭരണത്തിൽ കാഴ്ചവച്ച ഭരണാധികാരി എന്ന നില യിൽ സാഹു മഹാരാജിന്റെ പേര് നവോത്ഥാന ചരിത്രത്തിന് അവഗണി ക്കാനാവില്ല.

കുസുമധർമ്മണ്ണ (1884–1946)

ആന്ധ്രാപ്രദേശിലെ കീഴാള ജനവി ഭാഗത്തിന്റെ സാമൂഹികവും സാംസ്കാ രികവുമായ ഉന്നമനത്തിനായി പ്രവർ ത്തിച്ച് ഇന്ത്യൻ നവോത്ഥാന നായക രുടെ പട്ടികയിൽ ഇടംകണ്ടെത്തിയ സാഹിത്യപ്രതിഭ കൂടിയാണ് കുസുമ ധർമ്മണ്ണ.

1884 ൽ ആന്ധ്രാപ്രദേശിലെ രജ കുന്ദറി എന്ന ഗ്രാമത്തിലാണ് അദ്ദേഹം ജനിച്ചത്. പിതാവിന്റെ പേര് കുസുമ നാഗയ്യ എന്നായിരുന്നു. മാതാവ് നാഗമ്മ യും.

കുസുമധർമ്മണ്ണ

സ്കൂൾ വിദ്യാഭ്യാസത്തിനുശേഷം കുസുമധർമ്മണ്ണ വൈദ്യവിദ്യാൻ പരീക്ഷയും പാസായി. സ്വഗ്രാമത്തിൽ ഒരു ആയുർവ്വേദ വൈദ്യനായി സേവനമനുഷ്ഠിച്ചുകൊണ്ടിരുന്ന ഘട്ട ത്തിലാണ് സാമൂഹിക പ്രവർത്തനത്തിലേക്ക് ശ്രദ്ധതിരിയുന്നത്.

ബ്രാഹ്മണവിരുദ്ധ പ്രസ്ഥാനമായ ജസ്റ്റിസ് പാർട്ടിയിൽ ചേർന്ന് അദ്ദേഹം തന്റെ സാമൂഹിക പ്രവർത്തനങ്ങൾക്ക് തുടക്കംകുറിച്ചു. എന്നാൽ, ജാതിവ്യവസ്ഥയുടെ ഉന്മൂലനവുമായി ബന്ധപ്പെട്ട ചില അഭി പ്രായവ്യത്യാസത്തെത്തുടർന്ന് ജസ്റ്റിസ് പാർട്ടിയുമായി വിടപറഞ്ഞു. പിന്നീട് കോൺഗ്രസിൽ ചേരുകയും ആന്ധ്രയിലെ പാർട്ടി പ്രവർത്തന ങ്ങളിൽ സജീവമാകുകയും ചെയ്തു.

കോൺഗ്രസിലെ സവർണ്ണനേതൃത്വത്തിന് അധഃസ്ഥിത ജനതയുടെ വിമോചനത്തിൽ താല്പര്യമില്ലെന്ന് മനസ്സിലാക്കിയ കുസുമധർമ്മണ്ണ ആ

പ്രസ്ഥാനത്തോടുള്ള ബന്ധവും അവസാനിപ്പിച്ചു. പിന്നീട് ബംഗാൾ കേന്ദ്രമായി പ്രവർത്തിച്ചിരുന്ന ബ്രഹ്മസമാജവുമായി അദ്ദേഹം ബന്ധ പ്പെട്ടു. ഏതു പ്രസ്ഥാനവും ഹിന്ദുത്വത്തെ പരിക്കേല്പിക്കാനോ അതിന്റെ മനുഷ്യവിരുദ്ധ നിലപാടുകൾക്കെതിരെ ശബ്ദിക്കാനോ തയ്യാറാവില്ലെന്ന് മനസ്സിലാക്കിയ അദ്ദേഹം ബ്രഹ്മസമാജവുമായുള്ള ബന്ധവും ഉപേക്ഷി ച്ചു. അങ്ങനെയാണ് അദ്ദേഹം ബി ആർ അംബേദ്കറുടെ ദളിത് പ്രവർത്ത നങ്ങളോടൊപ്പം ബന്ധപ്പെട്ടു പ്രവർത്തിക്കുന്നത്.

അംബേദ്കറിന്റെ വിശ്വസ്തനായ അനുയായി ആയി കുസുമധർ മ്മണ്ണ വളരെ വേഗം മാറി. പൂനാപാക്ടുമായി ബന്ധപ്പെട്ടുള്ള ചർച്ചക ളിലും സംവാദങ്ങളിലും കുസുമധർമ്മണ്ണയും പങ്കെടുത്തു. 1937 ഓടു കൂടി ആന്ധ്രയിലെ പ്രമുഖ ദളിത് നേതാവായി കുസുമധർമ്മണ്ണ അറിയ പ്പെട്ടു തുടങ്ങി. അതേവർഷം തന്നെ *ജയശേരി* എന്നൊരു പ്രസിദ്ധീകര ണവും അദ്ദേഹം ആരംഭിച്ചു. ആന്ധ്രയിലെ അധഃസ്ഥിത ജനതയുടെ സാമൂഹികവും സാംസ്കാരികവുമായ വിമോചനത്തിന്റെ ശബ്ദമായി *ജയ ശേരി* മാറി.

1912 മുതൽ അധഃസ്ഥിത വിഭാഗത്തിലെ വിദ്യാർത്ഥികളുടെ വിദ്യാ ഭ്യാസ അവകാശത്തിനുവേണ്ടിയുള്ള പോരാട്ടത്തിന് അദ്ദേഹം നേതൃത്വം നല്കി. ആന്ധ്രയിൽ ദളിത് വിദ്യാർത്ഥികൾക്കായി പ്രൈവറ്റ് ഹോസ്റ്റൽ അദ്ദേഹം ആരംഭിച്ചു. 1904 ൽ അംബേദ്കർ ആന്ധ്ര സന്ദർശിച്ചു. കുസു മധർമ്മണ്ണയോടൊപ്പം അംബേദ്കർ ആന്ധ്രയിലെ ഗ്രാമഗ്രാമാന്തരങ്ങളി ലൂടെ ചുറ്റി സഞ്ചരിക്കുകയും ദളിതരുടെ ദുരിതജീവിതം നേരിൽക്കണ്ട് മനസ്സിലാക്കുകയും ചെയ്തു.

1946 ൽ ഗാന്ധിജി ആന്ധ്ര സന്ദർശിച്ചപ്പോൾ അവിടുത്തെ കീഴാള മനുഷ്യർക്കിടയിൽ കുസുമധർമ്മണ്ണയ്ക്കുള്ള സ്വാധീനം മനസ്സിലാക്കി. ഒരു കൂടിക്കാഴ്ചയ്ക്ക് ഗാന്ധി ധർമ്മണ്ണയെ ക്ഷണിച്ചു. എന്നാൽ ദളിതർ തിങ്ങിപ്പാർക്കുന്ന ചേരികൾ സന്ദർശിക്കാൻ ഗാന്ധിയോട് അഭ്യർത്ഥിക്കു കയാണ് ധർമ്മണ്ണ ചെയ്തത്. ഗാന്ധി ക്ഷണം സ്വീകരിക്കുകയും ധർമ്മ ണ്ണയോടൊപ്പം ദളിതർ തിങ്ങിപ്പാർക്കുന്ന ചേരികളുടെ അവസ്ഥ നേരിൽ ക്കണ്ട് മനസ്സിലാക്കുകയും ചെയ്തു.

ദളിതർ സാമൂഹികമായി മാത്രമല്ല സാമ്പത്തികമായും പുരോഗതി കൈവരിക്കണമെന്ന കാഴ്ചപ്പാടാണ് ധർമ്മണ്ണയ്ക്ക് ഉണ്ടായിരുന്നത്. 1945 ൽ അദ്ദേഹം അധഃസ്ഥിതരും ദരിദ്രരുമായ ജനതയ്ക്കുവേണ്ടി ഒരു ബാങ്ക് ആരംഭിച്ചു. ഇന്ത്യയിലെ ആദ്യത്തെ ദളിത് ബാങ്കായി ഇത് അറിയപ്പെടു ന്നു. ഇന്ത്യ സ്വതന്ത്ര ആയതോടുകൂടി ഈ ബാങ്ക് ആന്ധ്ര കോർപ്പറേറ്റ് ബാങ്കിൽ ലയിച്ചു. കുസുമധർമ്മണ്ണ പിന്നീട് അറിയപ്പെട്ടത് പാവപ്പെട്ടവ രുടെ ബാങ്കർ എന്ന പേരിലാണ്.

അതുപോലെ അധഃസ്ഥിതരുടെ ക്ഷേത്രപ്രവേശനത്തിനുവേണ്ടി യുള്ള പ്രക്ഷോഭങ്ങളിലും കുസുമധർമ്മണ്ണ സജീവമായി പങ്കെടുത്തു. 1946 ഡിസംബറിൽ ആയിരക്കണക്കിന് ദളിതരോടൊപ്പം ആന്ധ്രയിലെ

പ്രസിദ്ധമായ കൊട്ടലിംഗ ക്ഷേത്രത്തിലേക്ക് അദ്ദേഹം വലിയ മുന്നേറ്റസമരം നടത്തി. ഈ സമരത്തിന് നേതൃത്വം നല്കുന്നതിനിടെ യാണ് അദ്ദേഹം അന്തരിച്ചത്.

ദളിത് സമൂഹത്തിന്റെ സർവ്വവിധമായ ഉന്നമനത്തിനുവേണ്ടി പ്രവർത്തിച്ച അദ്ദേഹത്തിന്റെ പ്രവർത്തനങ്ങൾ ഇന്ത്യൻ ദളിത് സാഹി ത്യത്തിലെ പ്രധാന കൃതികളായി അറിയപ്പെടുന്നു. 1933 ൽ കുസുമ ധർമ്മണ്ണയുടെ നൂറ്റെട്ടു കവിതകൾ ഹരിജനശതകം എന്ന പേരിൽ പ്രസി ദ്ധീകൃതമായി. തെലുങ്കിലെ ആദ്യ ദളിത് സാഹിത്യ കൃതിയായി ഇത് പരിഗണിക്കപ്പെടുന്നു.

ഗ്രന്ഥസൂചി

1. *ശ്രീമദ് വിവേകാനന്ദ ചരിതം*, സന്തോഷ് ശേഖർ, അസന്റ് പബ്ലി ക്കേഷൻസ് കോട്ടയം.

2. *വിവേകാനന്ദസ്വാമികൾ ജീവചരിത്രവും പൈതൃകവും*, ശ്രീ തപ സ്യാനന്ദസ്വാമികൾ, വിവർത്തകൻ ഒ കെ കെ പണിക്കർ, ശ്രീരാമ കൃഷ്ണമഠം തൃശൂർ.

3. *ശ്രീനാരായണഗുരു*, ഡോ. എൻ വി പി ഉണ്ണിത്തിരി, എസ് പി സി എസ് കോട്ടയം.

4. *ശ്രീനാരായണഗുരു*, കോട്ടുക്കോയിക്കൽ വേലായുധൻ, കറന്റ് ബുക്സ് കോട്ടയം.

5. *ഞാനും നിങ്ങളും*, ഇ വി രാമസ്വാമി, പരിഭാഷ കെ എം പ്രഭാകര വാര്യർ, ചിന്തനെയാളർ കഴകം തിരുച്ചിറപ്പള്ളി.

6. *പെരിയാർ ഇ വി രാമസ്വാമി* (ജീവചരിത്രസംഗ്രഹം), മൈത്രി ബുക്സ് തിരുവനന്തപുരം.

7. *പെരിയാർ ഇ വി രാമസ്വാമിയുടെ തിരഞ്ഞെടുത്ത കൃതികൾ* (വാല്യം ഒന്ന്, രണ്ട്, മൂന്ന്) ഇന്ത്യൻ എതീസ്റ്റ് പബ്ലിക്കേഷൻസ് ഡൽഹി.

8. *രാജാ റാംമോഹൻ റോയ്*, എൻ ഇ ബാലാറാം, പൂർണ്ണ പബ്ലിക്കേ ഷൻ കോഴിക്കോട്.

9. *ഈശ്വരചന്ദ്ര വിദ്യാസാഗർ*, മിനി കെ ഫിലിപ്പ്, യൂണിറ്റി ബുക്സ് തിരുവനന്തപുരം.

10. *കബീർ*, പ്രഭാകർ, പരിഭാഷ ഡോ. എസ് കെ നായർ, കേന്ദ്ര സാഹിത്യ അക്കാദമി ഡെൽഹി.

11. *ഇന്ത്യയിലെ മഹത്‌വ്യക്തിത്വങ്ങൾ*, ടോണി ജോസഫ്, ചിന്ത പബ്ലി ഷേഴ്സ് തിരുവനന്തപുരം.

12. അംബേദ്കർ ജീവിതം കൃതി ദർശനം, രാജേഷ് ചിറപ്പാട്, ചിന്ത പബ്ലിഷേഴ്സ് തിരുവനന്തപുരം.

13. ഇന്ത്യൻ നവോത്ഥാനം, ഡോ. കെ കെ രാധ ചിന്ത പബ്ലിഷേഴ്സ് തിരുവനന്തപുരം.

14. അയ്യൻകാളി ജീവിതവും പോരാട്ടവും, രാജേഷ് ചിറപ്പാട്, ചിന്ത പബ്ലിഷേഴ്സ് തിരുവനന്തപുരം.

15. കേരള നവോത്ഥാനം ഒരു മാർക്സിസ്റ്റ് വീക്ഷണം (ഒന്നാം സഞ്ചിക), പി ഗോവിന്ദപ്പിള്ള, ചിന്ത പബ്ലിഷേഴ്സ് തിരുവനന്തപുരം.

16. ജ്യോതിറാവു ഫുലെ, രാജേഷ് കെ എരുമേലി മൈത്രി ബുക്സ് തിരുവനന്തപുരം.

17. മഹച്ചരിതമാല, വാല്യം രണ്ട്, ഇന്ത്യ, ഡി സി ബുക്സ് കോട്ടയം.

18. സർ സയ്യിദ് അഹമ്മദ്ഖാനും അലിഗഡ് പ്രസ്ഥാനവും, ഡോ.ശൈലേഷ് സൈദി വിവർത്തനം: ഡോ. വി പി എം മേത്തർ, ഡോ. എ നുജും, കേരള ഭാഷാ ഇൻസ്റ്റിറ്റ്യൂട്ട് തിരുവനന്തപുരം.

19. അധഃസ്ഥിത നവോത്ഥാന ശില്പികൾ, ആർ അനിരുദ്ധൻ, ബോധി ബുക്സ് തിരുവനന്തപുരം.

20. നാരായണഗുരു സമ്പൂർണ്ണകൃതികൾ, സാരാംശവും അവതാരികയും മുനി നാരായണപ്രസാദ്, നാഷണൽ ബുക്ക് ട്രസ്റ്റ് ന്യൂഡൽഹി, 2005.

21. കേരളനവോത്ഥാനം; യുഗസന്തതികൾ യുഗശില്പികൾ, പി ഗോവിന്ദപ്പിള്ള, ചിന്ത പബ്ലിഷേഴ്സ് തിരുവനന്തപുരം.

22. കേരളസംസ്കാരം, പ്രൊഫ. എ ശ്രീധരമേനോൻ, ഡി സി ബുക്സ് കോട്ടയം.

23. കേരളീയ നവോത്ഥാനം, ഡോ. പി എഫ് ഗോപകുമാർ, ചിന്ത പബ്ലി ഷേഴ്സ് തിരുവനന്തപുരം.

24. നവോത്ഥാനത്തിന്റെ രാജശില്പികൾ, രാജു കാട്ടുപുനം എസ് പി സി എസ് കോട്ടയം.

25. കേരള നവോത്ഥാനം; മതാചാര്യർ മതനിഷേധികൾ, പി ഗോവിന്ദ പ്പിള്ള ചിന്ത പബ്ലിഷേഴ്സ് തിരുവനന്തപുരം.

26. മഹാനായ അയ്യൻകാളി ജീവിതവും ദർശനവും, ദലിത് ബന്ധു, ബഹുജൻവാർത്ത തിരുവനന്തപുരം.

27. ലോക നവോത്ഥാനം, ഷിജു ഏലിയാസ്, ചിന്ത പബ്ലിഷേഴ്സ് തിരു വനന്തപുരം.

28. അടിമഗർജ്ജനങ്ങൾ, തെക്കുംഭാഗം, മോഹൻ എസ് പി സി എസ് കോട്ടയം.

29. ചരിത്രവഴിയിലെ സ്ത്രീകൾ, എം പി ബിനുകുമാർ, എസ് പി സി എസ് കോട്ടയം.

30. കേരള നവോത്ഥാനത്തിന്റെ ചരിത്രവും വർത്തമാനവും, കെ ഇ എൻ, ലീഡ് ബുക്സ് കോഴിക്കോട്

31. പത്താംബതാംനൂറ്റാണ്ടിലെ കേരളം, പി ഭാസ്കരനുണ്ണി, കേരള സാഹിത്യ അക്കാദമി തൃശൂർ.

32. കേരളചരിത്രത്തിന്റെ ഗതിമാറ്റിയ അയ്യൻകാളി, ടി എച്ച് പി ചെന്താരശേരി, സി ഐ സി സി ബുക്ക് ഹൗസ് എറണാകുളം.

33. തിരിച്ചറിയേണ്ട വരികൾ, എഡിറ്റർ, സന്തോഷ് ഒ കെ, രാജേഷ് കെ എരുമേലി, സഹോദരൻ കോട്ടയം.

34. പൊയ്കയിൽ ശ്രീകുമാരഗുരു നവോത്ഥാന ചരിത്രപാഠങ്ങൾ, ഡോ. ഒ കെ സന്തോഷ്, കേരള ഭാഷ ഇൻസ്റ്റിറ്റ്യൂട്ട് തിരുവനന്തപുരം

35. ജാതിക്കുമ്മി പാഠം പഠനം, രാജേഷ് കെ എരുമേലി, സഹോദരൻ പ്രസിദ്ധീകരണം കോട്ടയം.

36. പൊയ്കയിൽ അപ്പച്ചൻ, രാജേഷ് ചിറപ്പാട്, ചിന്ത പബ്ലിഷേഴ്സ് തിരുവനന്തപുരം.

37. ജ്യോതിറാവു ഫൂലെ, ദലിത് ബന്ധു ഹോബി പബ്ലിക്കേഷൻസ് വൈക്കം.

38. അടിമത്തം, മഹാത്മാ ജ്യോതിറാവു ഫൂലെ, വിവർത്തനം കെ ആർ മായ, മൈത്രി ബുക്സ് തിരുവനന്തപുരം.

39. ഡോ. അംബേദ്കർ ജീവിതവും ദർശനവും, ധനഞ്ജയ് കീർ, പരിഭാഷ അഡ്വ. പി കെ രാജൻ, അംബേദ്കർ പബ്ലിക്കേഷൻ തിരുവനന്തപുരം.

40. ബുദ്ധിസം, പെരിയാർ ഇ വി രാമസ്വാമി, പരിഭാഷ: കൈനകരി വിക്രമൻ മൈത്രി ബുക്സ് തിരുവനന്തപുരം.

41. *The pioneering social Reformers of India*, J Kishore, p c Ray, Wisdom publications New Delhi.

42. *Dr. Babasaheb Ambedkar, Vasant Moon*, Transilation Asha Damle, National book trust New Delhi.